D1680626

பாசிசம்: மிகச் சுருக்கமான அறிமுகம்

'பிரமிக்கவைக்கும் விரிவான பார்வை - செறிவான வரிகள்'

ரிச்சர்ட் ஜே. இவான்ஸ், கேம்ப்ரிட்ஜ் பல்கலைக்கழகம்

சுருக்கமான அறிமுகங்கள், புதிய துறைகளை அறிந்திட ஆர்வத்தைத் தூண்டும் எளிய வழி; முன்னணி அறிவுத்துறைகளைக் கற்க விரும்பும் எல்லோருக்கும் தேவைப்படும் அடிப்படையான நூல்கள்; துறை வல்லுநர்களால் எழுதப்பட்டு, உலகம் முழுவதும் இருபத்தைந்துக்கும் மேற்பட்ட மொழிகளில் வெளியிடப்படுகின்றன.

தமிழில் 2005இல் தொடங்கிய இத்தொடரில் வரலாறு, தத்துவம், சமயம், அறிவியல் போன்ற பல்வேறு துறைகளின் பரந்த வகைகளிலான தலைப்புகளில் நூல்கள் வெளிவருகின்றன. பழங்கால கிரேக்கம், இந்தியத் தத்துவத்திலிருந்து கருத்தாக்கக் கலை, அண்டவியல் வரையிலான எல்லாவற்றுக்குமான இச்சுருக்கமான அறிமுகம் அடுத்த சில ஆண்டுகளில் 200 தொகுதிகளைக் கொண்ட ஒரு நூலகமாக வளரும்.

இப்போது தமிழில் கிடைக்கும் மிகச் சுருக்கமான அறிமுகங்கள்:

சமூக-பண்பாட்டு மானிடவியல் ஜான் மோனகன், பீட்டர் ஜஸ்ட்
தமிழில்: பக்தவத்சல பாரதி

இந்துமதம் கிம் நாட்
தமிழில்: டி.கே. ரகுநாதன்

பௌத்தம் தாமியென் கோவ்ன்
தமிழில்: சி. மணி

புத்தர் மைக்கேல் கேரிதர்ஸ்
தமிழில்: சி. மணி

பாசிசம் கெவின் பாஸ்மோர்
தமிழில்: அ. மங்கை

ஃப்ராய்ட் அந்தோனி ஸ்டோர்
தமிழில்: சி. மணி

வரலாறு ஜான் எச். அர்னால்டு
தமிழில்: பிரேம்

தத்துவம் எட்வர்டு கிரெய்க்
தமிழில்: சே. கோச்சடை

இலக்கியக் கோட்பாடு
ஜானதன் கல்லர்
தமிழில்: ஆர். சிவகுமார்

கலைக் கோட்பாடு ஃப்ரிலேண்ட்
தமிழில்: செ. பாபு ராஜேந்திரன்

அரசியல் கென்னத் மினோக்
தமிழில்: ஆனந்தராஜ்

இறையியல் டேவிட் எஃப். ஃபோர்டு
தமிழில்: க. பூரணச்சந்திரன்,
அ. சூசை மாணிக்கம்

உலகமயமாக்கல் பி.ஸ்டெகர்
தமிழில்: க. பூரணச்சந்திரன்

உளவியல் பட்லர், மெக்மெனஸ்
தமிழில்: தி.கு. இரவிச்சந்திரன்

இஸ்லாம் மலிஸ் ரூத்வென்
தமிழில்: சிங்கராயர்

தொல்லியல் பவுல் பான்
தமிழில்: கோ. சுந்தர்

பின்காலனியம் ராபர்ட் யங்
தமிழில்: அ. மங்கை

நீட்சே மைக்கேல் டேனர்
தமிழில்: க. பூரணச்சந்திரன்

பின் அமைப்பியல் கேதரின் பெல்ஸி
தமிழில்: அழகரசன்

பயங்கரவாதம் சார்லஸ் டவுன்ஷென்ட்
தமிழில்: க. பூரணச்சந்திரன்

பின் நவீனத்துவம் கிறிஸ்தோஃபர் பட்லர்
தமிழில்: பிரேம்

ஜனநாயகம் பேனட் க்ரிக்
தமிழில்: த. ஜெயராமன்

சமூகவியல் ஸ்டீவ் புரூஸ்
தமிழில்: க. பூரணச்சந்திரன்

உணர்வெழுச்சி டிலான் இவான்ஸ்
தமிழில்: தி.கு. இரவிச்சந்திரன்

இசை நிகோலஸ் கூக்
தமிழில்: க. பூரணச்சந்திரன்

கெவின் பாஸ்மோர்

பாசிசம்

மிகச் சுருக்கமான அறிமுகம்

தமிழில்

அ. மங்கை

அடையாளம்

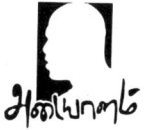

Paasisam: Mikach Curukkamana Arimugam (Tamil) • *Fascism: A Very Short Introduction* by Kevin Pass More • © Kevin Pass More, © Tamil Translation: Adaiyaalam • Translated by A. Mangai • Tamil Text Editor: N. Murugesa Pandian • First published in Tamil 2006, Third reprint 2017

Paasisam was originally published in English in 2002. This Translation is published by arrangement with Oxford University Press, UK.

Published by Adaiyaalam,1205/ 1 Karupur Salai, Puthanatham 621310, Tel: +91 4332 273444, email: info@adaiyaalam.net

Book Design: The Papyrus, Printed at Adaiyaalam Press, India

ISBN: 978 81 7720 046 1

Price: ₹ 130

முரண்கள் நிறைந்த உள்ளடக்கத்தோடு தோன்றுவதால் பாசிசத்தின் முகம் ஈர்ப்பு மிக்கதாக விளங்குகிறது. அதிகாரத்துவத்தை வலியுறுத்துகிறது; ஆனால் அதேவேளையில் புரட்சிக்கு மக்களைத் திரட்டுகிறது. ஒருபுறம் சமகால ஜனநாயகத்தை எதிர்க்கிறது; ஆனால் மறுபுறம் எந்தவொரு கடந்தகால ஆட்சியையும் திரும்பக் கொண்டு வருவதில் நம்பிக்கையற்று இருக்கிறது. வலுவான அரசாகத் தன்னைக் காட்டிக்கொள்கிறது. ஆனால் அதனைக் குலைக்கக்கூடிய வழிகளைக் கடைப்பிடிக்கிறது. அழிவுவேலையில் ஈடுபடும் குழு போலவோ, இரகசியக் குழு போலவோ செயல்படுகிறது. பாசிசத்தை எந்தக் கோணத்திலிருந்து அணுகினாலும், அது ஒரே நேரத்தில் ஒன்றாகவும், மற்றதாகவும், இதுவாகவும், அதுவாகவும் - தோன்றுகிறது...

ஹோசே ஒர்டேக இ கஸ்ஸே, ஸோப்ர் எல் ஃபஸிஸ்மோ(1927)

பொருளடக்கம்

நன்றி viii
விளக்கப் படங்களின் பட்டியல் ix
நாட்டுப் படங்களின் பட்டியல் xi

1. பாசிசத்தின் வரலாற்றிலிருந்து சில காட்சிகள் 1
2. இதுவும் அதுவும்: பாசிசம் என்றால் என்ன? 11
3. பாசிசத்திற்கு முன்பே பாசிசமா? 40
4. இத்தாலி: 'முஷ்டியால் உருவாக்கும் வரலாறு' 62
5. ஜெர்மனி: இனவாத அரசு 76
6. 20ஆம் நூற்றாண்டு முற்பகுதியில் பாசிசங்களும் மரபுவாதங்களும் 88
7. சாம்பலிலிருந்து பீனிக்ஸ்? 108
8. பாசிசம், தேசம், இனம் 133
9. பாசிசமும் பாலினமும் 152
10. பாசிசமும் வர்க்கமும் 167
11. பாசிசமும் நாமும் 185

பார்வை நூல்கள் 197

நன்றி

இந்தத் துறை சார்ந்து நிலவும் அறிஞர்களின் பங்களிப்பு மொத்தத்தையும் இந்நூல் ஒன்றிணைக்கிறது. நான் கடன்பட்டுள்ள அனைத்து அறிஞர்களுக்கும் நன்றி தெரிவிப்பது இயலாத செயலாகும். மார்ட்டின் பிளிங்ஹார்ன், மைக்கேல் பர்லேயின் நூல்களால் பெரிதும் பயனடைந்தேன். இந்நூலின் குறிப்பிட்ட சில பகுதிகளை உருவாக்க, ஷல்ஃபின் விப்பர்மேன், ரோஜர் ஈட்வெல், ரோஜர் கிரிஃபின், ஸ்டான்லி பெயின், டேவ் ரெண்டென், மார்க் டோனவான், மார்ட்டின் டர்ஹாம், மௌரா ஹாமெட்ஸ் ஆகியோர் உதவினர். மார்க் டேனவான் ஸ்டெஃபான் பெர்ஜெர், பாட் ஹட்சன், கார்தீன் வாக்கர் ஆகியோரோடு சேர்ந்து இந்நூலினைப் பகுதியாகவும், முழுமையாகவும் வாசித்தார். பெயர் அறியாத வாசகர்களின் ஆக்கபூர்வமான ஆலோசனைகளுக்கும் நன்றி தெரிவிக்கக் கடமைப்பட்டுள்ளேன். காதரீன் ரீவ்வின் ஊக்கம் தரும் பரிவு நிறைந்த பதிப்புப் பணிக்குக் கடமைப்பட்டுள்ளேன்.

விளக்கப் படங்களின் பட்டியல்

1 காட்ரெனௌ படை அணிவகுப்பைப் பார்வையிடுகிறார், 4 ஜனவரி, 1934 7
© ஹு்ல்டன் ஆவணக் காப்பகம்

2 மாரீஸ் பாரே 43
© மேரி இவான்ஸ் பட நூலகம்

3 முசோலினியும் அவரது இராணுவ அதிகாரிகளும் ரோமிற்கு வருதல், 28 அக்டோபர் 1922 68
© எகேஜி லண்டன்

4 ஹிட்லரும் முசோலினியும், 1938 77
© ஹு்ல்டன் ஆவணக் காப்பகம்

5 அமெரிக்கன் - ஜெர்மன் மக்கள் சர்வதேசச் சங்கம், மாடிசன் சதுக்கப் பூங்கா, பிப்ரவரி 1939 89
© எகேஜி லண்டன்

6 ரோம் உடன்படிக்கைகள், 17 மார்ச் 1934 96
© எகேஜி லண்டன்

7 'நாங்கள் ஹிட்லருக்கு வாக்களிக்கிறோம்', சுவரொட்டி, 1932 138
ஜெர்மன் பிரச்சார ஆவணக் காப்பகம், கால்வின் கல்லூரி, மிச்சிகன்

8 ஸ்நியாடினுக்கு அருகே யூதர்களைக் கொல்லுதல்,
  சி. மே 1943 **141**
  © எகேஜி லண்டன்

9 மோஸ்லேயும் பிரிட்டிஷ் யூனியன் ஆஃப் பாசிஸ்ட் (BUF)
  மகளிர் உறுப்பினர்களும், 1936 **157**
  © ஹூல்டன் ஆவணக் காப்பகம்

10 ரீச் சமூக சேவை நிறுவனத்திற்குப் புதிதாகத் தேர்ந்தெடுக்கப்
   படுகிறவரைப் பரிசோதித்தல், 1940 **161**
   © எகேஜி லண்டன்

11 ஃபெலாஞ் பேரணிக்கு ஸ்பானிஷ் தொழிலாளி வணக்கம்
   செலுத்துதல், 1937 **176**
   © மேரி இவான்ஸ் பட நூலகம்

12 யூதர்களின் கடைகளை ஆரியமயமாக்குதல், சி.1938 **182**
   © எகேஜி லண்டன்

நாட்டுப் படங்களின் பட்டியல்

1 ருமேனியா 6
2 இத்தாலி 65

அத்தியாயம் 1

பாசிசத்தின் வரலாற்றிலிருந்து சில காட்சிகள்

அய்குவெ-மார்டெஸ், பிரான்ஸ், 1893

பத்தொன்பதாம் நூற்றாண்டின் பிற்பகுதியில், பிரான்சின் மத்திய தரைக்கடல் பகுதியில், உப்பளப்பணி பெருமளவு இயந்திர மயமாக்கப்படாமல் இருந்தது. உப்பெடுத்தல் களைப்பூட்டும் கடுமையான வேலையாக இருந்தது. தொழிலாளர்கள் ஆகஸ்ட் மாதச் சுட்டெரிக்கும் வெயிலில் கனமான உப்பு வண்டிகளை மரப்பலகைகளின்மீது உருட்டிச் சென்று மலையெனக் குவிக்கப் பட்டிருக்கும் உப்போடு சேர்த்தனர். இவ்வேலை குறிப்பிட்ட பருவகாலத்திற்கு மட்டுமே உரியதாக இருந்ததால் ஏழை நாடோடித் தொழிலாளர்களே அதனைச் செய்தார்கள். பிரான்சில் உழைப்பாளர் எண்ணிக்கைக் குறைவாக இருந்ததால், புலம் பெயர்ந்துவந்த இத்தாலியர் பலர் இத்தொழிலில் ஈடுபட்டனர்.

ஆகஸ்ட் 16, 1893: அந்த உப்பளங்களில் இத்தாலியர்கள் மூன்று பிரெஞ்சுத் தொழிலாளர்களைக் கொன்றுவிட்டதாகப் புரளி கிளம்பியது. உடனே இத்தாலிய குடியேறிகள் மீதான தாக்குதல் தொடங்கியது. அடுத்த நாள் காலை, காவல்துறையினர் இயன்ற அளவு இத்தாலியர்களை தொடர்வண்டி நிலையத் திற்குப் பாதுகாப்பாக இட்டுச் சென்றனர். வழியெங்கும், பீதியில் ஆழ்ந்திருந்த இத்தாலிய தொழிலாளர்கள் பிரெஞ்சுக்காரர் களால் மிருகத்தனமாகத் தாக்கப்பட்டனர். குறைந்தது ஆறு இத்தாலியர்கள் வழியில் கொல்லப்பட்டனர். இருவர் வேறொரு இடத்தில் கொல்லப்பட்டனர். இதைத் தொடர்ந்து இத்தாலியர் களுக்கு அய்குவே - மார்டெஸ் பகுதியில் இருந்த மத்தியகால

ஊரான டூர் தெ கான்ஸ்டன்ஸில் (Tour de Constance) புகலிடம் வழங்கப்பட்டது. அடுத்த இரு நாள்களில் உப்பளப் பகுதிகளில் எத்தனை இத்தாலியர்கள் அநாமதேயமாகச் செத்தார்கள் என்பது யாருக்கும் தெரியாது.

இந்தக் காலகட்டத்தில், பிரெஞ்சு தொழிலாளர்களுக்கும் புலம்பெயர்ந்துவந்த தொழிலாளர்களுக்குமிடையே தகராறுகள் எழுவது இயல்பானதாக இருந்தது. பொதுவாக அவை மரணத்தில் போய் முடியாது. ஆனால் எல்லா அரசியல் போக்குகளிலும் அந்நிய தொழிலாளர்களுக்கு எதிரான வெறுப்புக் காணப்பட்டது – பிரெஞ்சுத் தொழிலாளர்களின் ஓர் அணி செங்கொடியின்கீழ் செயல்பட்டது. இருந்தாலும், அய்குவெ - மார்டெஸ் படுகொலை யில் புதிய அம்சம் ஏதோவொன்று தென்பட்டது.

1890இல் வெளிவந்த மோரிஸ் பாரே (Maurice Barres) எழுதிய லா ஜார்தான் தெ பெரனிஸ் (Le Jardin de Berenice) என்னும் நாவல் தற்செயலாக அய்குவெஸ்-மார்டெஸைப் பின்புலமாகக் கொண்டிருந்தது. அது டூர் தெ கான்ஸ்டன்ஸை ஒரு புதிய வகைத் தேசியத்தின் குறியீடாகப் பயன்படுத்தியது. பிரான்சின் குடிமக்களாக உள்ள தனிமனிதர்களின் (ஆண்களின்) பகுத்தறிவு சார்ந்த நலன்களின் வெளிப்பாடே தேசம் என்னும் தாராளவாத, ஜனநாயகக் கருத்துகளை நிராகரித்த பாரே, மனிதர்களின் புரிதலுக்கு அப்பாற்பட்ட ஆன்மிக உணர்விலிருந்து எழுவதே தேசம் எனக் கருதினார்.

இத்தகைய கருத்தை வடிவமைத்தவை மனிதர்களின் கூட்டு நனவிலி மனம் (Human collective unconscious) என்று அன்று பொதுவாகப் பேசப்பட்டு வந்த உளவியல் கருத்துகளும் இலக்கியக் குறியீட்டியல் இயக்கமும் கருதின. மேலும் மனிதர்களின் நடத்தை முறைகளுக்கு அடிப்படையாக மறைந்து நிற்கும் தொன்மங்களைக் கலையினால் நெருங்கிக் காணவியலும் எனக் கருதின. தேசம் என்பது வரலாறு, மரபு, தேசத்தின் மண்ணுடன் பிரெஞ்சு உழவர் வர்க்கம் நீண்டகாலமாகக் கொண்டிருக்கும் தொடர்பு ஆகிய வற்றினால் உருவாக்கப்படுவதாகும் என்று பாரே கருதினார். லெ ஜார்தான் தெ பெரனிஸின் கதாநாயகனால் டூர் தெ கான்ஸ்டன்ஸின் உச்சியிலிருந்து பரந்து விரிந்த பிரெஞ்சு நாட்டுப் புறத்தைப் பார்க்க முடிகின்றது. அவன் பிரெஞ்சு நாட்டின் கடந்து போன மத்திய காலத்துடன் உறவாடுகிறான். ஒரு தனிமனிதன்

என்னும் வகையில் தான் 'இந்தப் பரந்த நாட்டில் ஒரே ஒரு நிமிடம் மட்டுமே' என்பதை உணர்கின்றான். பாரேயின் நாயகன் மண்ணின் மைந்தனாக பிரெஞ்சுத் தேசத்துடன் ஒன்றிவிடுகிறான். புலம் பெயர்ந்து இங்கு குடியேறியவனால் அப்படி ஒருபோதும் இந்த தேசத்துடன் ஒன்றிவிட முடியாது.

மனித ஆன்மாக்களுக்கான திறவுகோல்களைக் கொண்டிருப்பதாக உணர்ந்திருந்த தன்மையப்பட்ட கலைஞர்களுள் ஒருவராகப் பாரே தோன்றலாம். அவரது எழுத்துக்களில் அதைக் குறிக்கும் அகந்தை ஆங்காங்கே நிறையவே காணப்படுகிறது. ஆனால், இதற்கும் மேலாக அவரிடம் வேறுபல கூறுகளும் உண்டு. 1889இல் பாரே கிழக்குப்பகுதி நகரான நான்சியின் பாராளுமன்றப் பிரதிநிதியாகத் தேர்ந்தெடுக்கப்படுகிறார். ஊழல் மிக்க பாராளுமன்ற அரசியல்வாதிகளிடமிருந்து பிரான்ஸை சுத்திகரிக்கும் உறுதிமொழியோடு வந்த படைவீரர் ஜெனரல் பூலாஞ்சரை (General Boulanger) பின்பற்றுபவராகப் பாரே செயல்படுகிறார். நான்சி மக்களிடம் நிலவிய யூத இனவெறுப்பு உணர்வைத் தமது தேர்தல் பிரச்சாரத்திற்குப் பயன்படுத்திக் கொள்கிறார். தேசியம் எல்லாச் சிக்கல்களுக்கும் தீர்வளிக்கும் என்று உறுதியாக நம்பினார். அய்குவெஸ்-மார்டெஸ் படுகொலைக்குச் சிலவாரங்களுக்கு முன் லெ ஃபிகாரோ (Le Figaro) நாளிதழில் அவரது தொடர்கள் வெளியாயின. அவற்றின் தலைப்பு 'அந்நியருக்கு எதிராக...' என்பதாகும். இதற்கு மேலும் அதைப்பற்றி விளக்கத் தேவையில்லை. இத்தாலிக்கும் பிரான்சுக்கும் இடையே மோசமான உறவு நிலவிய காலத்தில் இவை வெளியாயின. இத்தாலியக் குடியேறிகள் ஒற்றர்களாக இருக்கும் வாய்ப்புண்டு எனக் கருதப்பட்ட சூழலில் இவை எழுதப்பட்டன. அய்குவெஸ் - மார்டெஸில் நடந்த நிகழ்வுகளுக்கு பாரே நேரடிப் பொறுப்பேற்க முடியாது. ஆனால் அவரது நாவல்களும் அரசியல் இதழியலும் சேர்ந்து, வெகுசன அந்நிய எதிர்ப்பைப் பாசிசத்தின் அறிவுப்புல மூலங்களோடு இணைத்தன. 1898இல் பாரே தம்மை 'தேசிய சோஷலிஸ்ட்' எனக் கூறிக்கொண்டார்.

ரோம், 16 நவம்பர் 1922

புதிதாக நியமிக்கப்பட்ட பிரதம மந்திரி பெனிடோ முசோலினி

(Benito Mussolini) பாராளுமன்றத்தில் தமது நிர்வாகத்தை 1922 நவம்பர் 16இல் முன்வைத்தார். அவையில் 32 பாசிஸ்டுகள் மட்டுமே இருந்தபோதிலும் அவர் மிகுந்த நம்பிக்கையோடு இருந்தார். பத்திரிகையாளர்கள், அவரைப் பரந்த மனநிலையில் உள்ள, உறுதியும் தீர்மானமும் மிக்க மனிதராகக் கண்டனர். பகட்டான விடுதியில் தங்கியிருக்கும் மகிழ்ச்சியில் அவர் இருந்தார். (உடனிருந்த ஆயுதம் தாங்கிய அவருடைய காவலாளிகள் மோசமான உடை உடுத்தியிருந்தனர்)

பாசிசம் நடைமுறையில் எப்படி இருக்கும் என்பது, தெளிவாக இல்லாதிருந்த காலம் அது. கருப்புச்சட்டையினர் 'ரோமை நோக்கிய பேரணி' மேற்கொண்டது முசோலினியை முற்போக்கு ஆட்சியின் பிரதம மந்திரியாக ஆக்குவதற்காக அல்ல. அவர்கள் முழுமையான 'தேசியப் புரட்சியை' எதிர்பார்த்தனர். ஆனால் முசோலினியின் ஆட்சிக்குக் கருப்புச்சட்டையினர் மட்டும் பொறுப்பல்ல. ஆட்சியில் இருந்த முற்போக்கு அரசியல் வாதிகள், கருப்புச்சட்டையினர் தலைநகரை அடையும் முன்பே, முசோலினிக்குத் தலைமைப் பொறுப்பை வழங்கியிருந்தனர். கருப்புச்சட்டைப் படையா? முசோலினியின் பழமைவாத நேசசக்திகளா? - யாருடைய கை மேலோங்கும்?

முசோலினி என்ற தனிமனித சக்தியும் இருந்தது. டைம்ஸ் பத்திரிகையாளர் ஒருவரிடம் முசோலினி, ஏழைகளின் வாழ்க்கைத் தரத்தை உயர்த்த எண்ணியிருப்பதாகவும், பூர்ஷுவாக்களுக்கு மோசமான ஆச்சரியங்கள் காத்திருப்பதாகவும் தெரிவித்தார். வேறுசிலர் அவர் தம்மைப் 'பிற்போக்குவாதிகளின் இளவரசரா'க அறிவித்துக்கொண்டு, தனி காவல்துறை அமைச்சகத்தை உருவாக்குவாரெனக் கேள்விப்பட்டனர்; அல்லது மக்களைத் தன் போக்கிற்கு வளைத்துப் புதிய தேசிய சமூகத்தை உருவாக்க எண்ணியிருக்கிறாரென அறிந்தனர். முசோலினி பழைய அரசியல் வாதிகளை வெறுத்ததுபோலவே தமது சொந்த தளபதிகளையும் வெறுத்தார்.

முசோலினியின் பாராளுமன்ற உரை புதிய தெளிவு எதுவும் தரவில்லை. அதிகார வர்க்கத்திற்கு உறுதிகளை வாரி வழங்கினார்; நிர்வாக அரசாங்கமே பாதுகாப்பானது என்றார். ஆனால், அவருக்குச் சிறப்பான அரசியல் சட்டரீதியான அதிகாரங்

களைத் தர மறுக்கும், துணை நிர்வாகப் பிரதிநிதிகளைப் பாசிசப் புரட்சியாளர்களைக் கொண்டு அச்சுறுத்தினார்.

தூர்னு செவரின், ருமேனியா, மே 1924

கோர்னேலியூ காட்ரெனௌ (Corneliu Codreanu) இயாசி பல்கலைக் கழகத்தில் சட்ட மாணவர். 24 வயது நிரம்பியவர். கொலைக் குற்றம் சாட்டப்பட்டுக் கூண்டில் நின்றுகொண்டிருந்தார். சாட்சியங்கள் அவருக்கு எதிராக இருந்தன. ஆனாலும் அவர் கவலைப்படாமல் தீர்ப்பை எதிர்நோக்கி நின்றார். ஏனெனில், நீதிபதிகள் அனைவரும் தோற்பட்டைகளில் ஸ்வஸ்திகா பட்டி அணிந்திருந்தனர். அரசு தரப்பு வழக்கறிஞர் நிலவும் கடுமையான சூழல் குறித்து வாதிட்டிருந்தார்: ''பெரும் எண்ணிக்கையிலான அந்நியர்கள் காரணமாக, பல்கலைக்கழகத்தில் அராஜகம் நுழைந்துவிட்டது'' என்று கூறி, 'ருமேனியா, ருமேனியர்களுக்குச் சொந்தம்' என்ற அறைகூவல் விடுத்து முடித்தார்!

முதல் உலகப்போரில் நேசசக்திகளின் வெற்றியில் பங்கெடுத்தமைக்காக ருமேனியாவிற்கு ஆஸ்திரோ - ஹங்கேரியன் மற்றும் ரஷியப் பேரரசின் நிலப்பகுதிகள் கிடைத்தன. இப்'புதிய எல்லைகளில்' குறிப்பிடத்தக்க அளவிலான சிறுபான்மையினர் வசித்தனர். யூத, ஹங்கேரிய, ஜெர்மானிய சிறுபான்மை இனத்தவர் நகர்ப்புற வணிகர்களாகவும் அலுவலகச் சேவை வர்க்கத்தைச் சேர்ந்தவர்களாகவும் இருந்தனர். இப்'புதிய எல்லைகள்' ஒன்று பட்ட ருமேனிய தேசிய அரசோடு இணைக்கப்படவேண்டும் என ருமேனியர்கள் கருதினர். ருமேனிய இனத்தவர்கள் வணிகத்திலும் அலுவலகச் சேவைகளிலும் யூதர்களின் இடத்தைப் பிடிக்கவேண்டும் எனக் கருதினர். சில சிறுபான்மையினர் 'ஒன்றிணைக்கப்பட வேண்டும்'; சிலர் - குறிப்பாக யூதர்கள் - ஒதுக்கப்படவேண்டும் என்பதே அவர்களது பார்வையாக இருந்தது.

ருமேனியாவின் அறிவுஜீவிகள் மரபுரீதியாகத் தங்களைத் தேசியத்தின் தலைமையாகக் கருதிக்கொண்டவர்கள். மோல்டேவியா, இயாசி பல்கலைக்கழக வளாகத்தில் இருந்த கோட்ரெனௌ போன்ற ருமேனிய இன மாணவர்கள், இப்புதிய எல்லைகளை 'ருமேனியமயமாக்கும்' போராட்டத்தில் முன்னணியில் இருந்தனர். போருக்குப் பிந்தைய சூழலில் கிளம்பிய

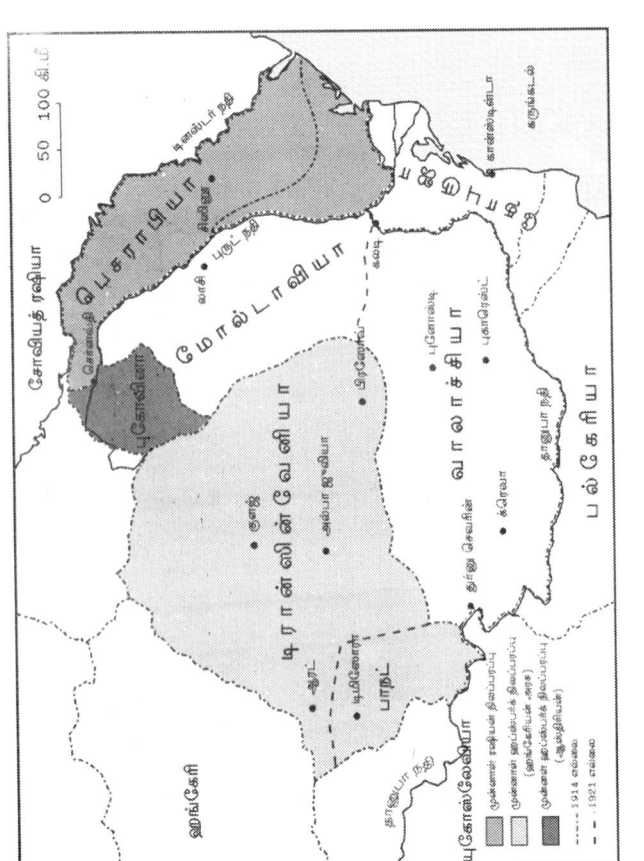

சோவியத் ரஷியா
0 50 100 கி.மீ
பெசராபியா
சொனவ்தி
புகோவினா
ஹங்கேரி
மோல்டாவியா
லாசி
புருட் நதி
சிஸினு
டினஸ்டர் நதி
குளஜ்
டிரான்ஸின்வேனியா
ஆரட்
அல்பா ஜுலியா
டிமிஸோரா
பாநட்
பிரஸோவ்
கலடி
தானுபா நதி
புளோஸ்டி
வாலாச்சியா
தோப்ருஜா
யுகோஸ்லேவியா
துர்னு செவரின்
புகாரெஸ்ட்
கான்ஸ்டின்டா
க்ரேவா
கருங்கடல்
முன்னாள் ரஷியன் நிலப்பரப்பு
முன்னாள் ஹப்ஸ்பர்க் நிலப்பரப்பு (ஹங்கேரியன் அரசு)
முன்னாள் ஹப்ஸ்பர்க் நிலப்பரப்பு (ஆஸ்திரியன்)
1914 எல்லை
1921 எல்லை
பல்கேரியா

வரைபடம் 1. ருமேனியா

1. காட்ரெனௌ தனது படையைப் பார்வையிடுகிறார். அவரது நகர்ப்புற தொப்பி, மேலங்கிக்கு உட்புறம் உள்ள உழவர் உடையைக் கவனிக்கவும்.

இடதுசாரி எழுச்சிக்கு யூதர்களே காரணம் என்று இத்தீவிர தேசியவாதிகள் - ருமேனியாவின் வருங்கால வழக்கறிஞர்களும் மருத்துவர்களும் - கருதினர். காட்ரெனௌளவின் கருத்துப்படி ''பெசாராபியாவில் இருந்து வந்துள்ள யூத மாணவர் பெருங் கூட்டத்தினால் ருமேனிய மாணவர்கள் நெரிக்கப்படுகின்றனர்; அந்த யூதர்கள் எல்லோரும் கம்யூனிசப் பிரச்சாரகர்கள் ஆவர்.'' 1922இல் பல்கலைக்கழகங்களில் யூத மாணவர் சேர்க்கையைத் தடைசெய்வதற்கான பிரச்சாரம் ருமேனியா முழுதும் கிளம்பியது. அரசாங்கம் இக்கோரிக்கையை மறுத்தது. அதனைத் தீவிர தேசியவாதிகள் ருமேனிய எதிரிகள்பால் அதிகாரிகள் காட்டும் பாரபட்ச நேசமாக விளங்கிக்கொண்டனர். ஆனாலும் காவல் துறை உளவாளி எனக் கருதப்பட்ட ஒருவரைக் கொலை செய்ததாகக் குற்றம் சுமத்தப்பட்ட மாணவன் நீதிமன்றத்தால் விடுதலை செய்யப்பட்டான்.

அக்டோபர் 1924 இல், காட்ரெனௌள, மாணவர் இயக்கத்துக்கு எதிரியாக விளங்கிய இயாசி காவல்துறைத் தலைவரைக் கொலை செய்தார். ஃபோக்சியான் நகரில் காட்ரெனௌளவை விசாரிக்க எடுத்த முதல் முயற்சி யூத எதிர்ப்புக் கலவரத்தால் புறந்தள்ளப் பட்டது. மே மாதம், தொலைவில் உள்ள டான்யூப் பகுதியின் சிறிய நகரான துர்னுசெவரினில் வழக்கு மீண்டும் தொடரப் பட்டது. அப்பகுதி அமைதியாக இருக்கும் என அரசாங்கம் நம்பியது. ஆனால் ஆயிரக்கணக்கான காட்ரெனௌள ஆதர வாளர்கள் யூத எதிர்ப்பு உணர்வைத் தூண்டி விட்டனர். முழு நகரமும் தேசிய வண்ணங்களை அணிந்தது; பலர் ஸ்வஸ்திகா சின்னத்தை அணிந்தனர். ருமேனிய வழக்கறிஞர் சங்கம் இறந்து போனவரின் மனைவிக்காக எந்த உறுப்பினரும் வாதிடாமல் இருக்க மிகுந்த கவனம் எடுத்துக்கொண்டது. அரசு தரப்பினர் பலவீனமான வழக்கறிஞரின் சேவையைப் பெற்றிருந்த போதிலும் காட்ரெனௌள விடுவிக்கப்பட்டார். அதில் எவருக்கும் எந்த வியப்பும் எழவில்லை.

ஆர்க்கேஞ்சல் மைக்கேலின் படையணித் தலைவராக – இரும்புப் படை என அறியப்பட்ட படையணி – காட்ரெனௌள வரலாற்றில் புகழ் பெற்றார். இந்தப் பாசிச அமைப்பு கடும் போராட்டத்தை மேற்கொள்ள வேண்டியிருந்தது; தொடர்ந்து வந்த சட்டபூர்வ அரசாங்கங்களையும் அரசவம்ச சர்வாதிகாரத்தையும்

கடுமையாக எதிர்த்தது; இடையிடையே அரசியல் கொலைகளை மேற்கொள்ள வேண்டியிருந்தது. 1938 நவம்பரில் நாஜியாட்சி அரசாங்கம் இரும்புப் படையை ஒடுக்கிக் காட்ரெனௌவிற்குக் குரல்வளையை நெரித்துக் கொல்லும் தண்டனையை வழங்கியது.

கரோல் இசை நாடக அரங்கம், ஜெர்மனி – 23 மார்ச் 1933

கடைசி ஜெர்மன் சட்டமன்ற (Reichstag) தொடக்கக் கூட்டம் கரோல் இசை நாடக அரங்கில் நடைபெற்றது. மத்திய பெர்லினில், டியர்கார்டனில் இவ்விடம் அமைந்துள்ளது. பழைய ரீச்ஸ்டாக் கட்டிடம் சில வாரங்களுக்கு முன்பு தீக்கிரையாக்கப்பட்டிருந்தது. அந்த அரங்கிற்குள், சட்டசபையினரும் ரீச்ஸ்டாக் தலைவர்களும் அமரும் மேடையின் பின்புறம் மிகப்பெரிய ஸ்வஸ்திகா கொடி தொங்கியது. அரங்கத்திற்குள் நுழையும் முன் பிரதிநிதிகள், மரியாதை உணர்வற்ற ஸ்வஸ்திகா சின்னம் அணிந்த இளைஞர் கூடியிருந்த சதுக்கத்தைத் தாண்டிச் செல்லவேண்டியிருந்தது. அக்கூட்டம் அவர்களை 'நடுநிலைப் பன்றிகள்', 'மார்க்சியப் பெட்டைப் பன்றிகள்' என்று ஏசியது. ரீச்ஸ்டாக் கட்டிட எரிப்பில் ஈடுபட்டதாகக் குற்றம் சாட்டப்பட்டுக் கம்யூனிசப் பிரதிநிதிகள் சிறைபடுத்தப்பட்டிருந்தார்கள். சில சோஷலிஸ்டுகளும் சிறையில் அடைக்கப்பட்டனர். வேறொருவர் கட்டிடத்திற்குள் நுழைந்ததும் சிறைபடுத்தப்பட்டார். நாஜி அதிரடிப்படையினர் சோஷலிஸ்டு களுக்குப் பின்னே வரிசையாக நின்றுகொண்டு, வெளியேறும் வழிகளை அடைத்தனர்.

ரீச்ஸ்டாகின் முன் ஒரே ஒரு நிகழ்ச்சி நிரல்தான் இருந்தது. அரசியல் அமைப்புச் சட்டத்திலிருந்து மாறுபட்ட விதத்தில், புதிய சட்டங்களை ரீச்ஸ்டாகின் அனுமதியின்றி சான்சலர் எனப்படும் தலைவரே அறிமுகப்படுத்துவதற்கான உரிமையை வழங்கும் சட்டம் (Enabling Law) மட்டும்தான் அது. அரசியல் அமைப்பில் மாற்றம் தேவைப்பட்டதால், அதற்கு மூன்றில் இரு பங்கு பெரும்பான்மை தேவைப்பட்டது. எனவே நாஜி களுக்குப் பழமைவாதிகளின் ஆதரவு தேவைப்பட்டது. கொண்டு வரப்படவுள்ள இப்புதிய சட்டத்தை அறிமுகப்படுத்தி ஹிட்லர் ஆற்றிய உரை, பழமைவாதிகளுக்கு நம்பிக்கை அளித்தது. பாராளுமன்றத்திற்கோ, அவர்களது குறியீடான ஜனாதிபதி ஹிண்டன்பர்கிற்கோ எந்தவித அச்சுறுத்தலும் இல்லை என

உறுதியளிக்கப்பட்டது. பழமைவாதிகள் இச்சட்டத்தை ஆதரித்து வாக்களிப்பர் என்பது புரிந்துபோனது.

கூர்மையான பார்வையோடு, முறைப்போடு, பொதுவாக அவரிடம் கண்டிராத சுயகட்டுப்பாட்டோடு ஹிட்லர் தமது அறிக்கையை வாசித்தார். ரீச்ஸ்டாக் தீயூட்டலுக்குக் காரண மானவர்களுக்குப் பொதுத்தண்டனை மற்றும் சோஷலிஸ்டு களுக்கு எதிரான பயங்கரமான அச்சுறுத்தலை வெளிப்படுத்திய போதுதான் அவரது வழக்கமான வெறித்தனம் மேலெழுந்தது. அவரது உரையின் இறுதியில் நாஜிப் பிரதிநிதிகள் 'ஜெர்மானிய தேசம் ஓங்குக' என இடிமுழக்கம் செய்தனர்.

இதற்குப்பின் பதிலிறுத்த சோஷலிஸ்ட் ஓட்டோ வெல்ஸ் (Otto Wels) மிகவும் துணிச்சலாக 'மனிதாபிமானம், நீதி, சுதந்திரம், சோஷலிசக் கொள்கைகளின்' பெயரால் பேசினார். ஆனால் அப்போதைய பிரெஞ்சு தூதுவர் நினைவுகூர்வதுபோல, அவரது குரல் அடிபட்ட குழந்தையின் தொனியோடு இருந்தது. உணர்வுகள் தொண்டையை அடைக்க, வெல்ஸ் சித்திரவதை முகாம்களையும் சிறைகளையும் ஏற்கனவே நிரப்பிக்கொண்டு இருப்பவர்களுக்கு வாழ்த்துக் கூறி முடித்தார். ஹிட்லர் ஜுர வேகத்தில் குறிப்புகள் எடுத்துக்கொண்டிருந்தார். உணர்வுக் கொந்தளிப்போடு, பதினான்கு ஆண்டுகளாக நாஜிகளைத் தண்டித்ததற்காக சோஷலிஸ்டுகளைப் பழி தூற்றினார். பார்க்கப் போனால், நாஜிகள் அவர்களது சட்டபூர்வமற்ற செயல்பாடு களுக்காக மிகக் குறைந்த அளவு தண்டனையே அனுபவித் திருந்தனர் என சோஷலிஸ்டுகள் விளக்க முயன்றனர். ஆனால், அதிரடிப்படை வீரர்கள் பின்னாலிருந்து 'இன்றைக்கு மாட்டிக் கொண்டீர்கள் நீங்கள்' என்று சீறினர்.

சோஷலிஸ்டுகளின் 94 வாக்குகளுக்கு எதிராக, 444 ஆதரவு வாக்குகள் பெற்றுச் சட்டம் நடைமுறைப்படுத்தப்பட்டது. சட்டரீதியான ஆட்சியை அழித்து, ஃபூரெரின் விருப்பப்படி அதிகாரத்தை அமைத்துக்கொள்ளும் புதிய அமைப்பிற்கான அடித்தளம் அமைந்தது. நடைமுறையில், நாஜிகள் அவர்கள் விரும்பியபடியெல்லாம் நடக்க அனுமதி வழங்கியது. 'ஜெர்மன் மக்களின் நலன்' என்பதன் பெயரால், ரீச்சின் எதிரியான எவரையும் அழிக்க உத்தரவு வழங்கியது. அடுத்துப் பலியாக இருந்தவர்கள் சோஷலிஸ்டுகள்தாம்.

அத்தியாயம் 2
இதுவும் அதுவும்: பாசிசம் என்றால் என்ன?

தீவிரதேசியவாதத்தை அடிப்படையாகக் கொண்டு, இடதுசாரிகள் மற்றும் நிறுவனவயப்பட்ட பழமைவாதத்தை எதிர்த்த அரசியல் இயக்கம் 1919இல் முசோலினியால் உருவாக்கப்பட்டபோது, 'பாசிஸ்ட்' என்ற சொல் முதன்முதலாகப் பயன்படுத்தப்பட்டது. மூன்று ஆண்டுகளுக்குப் பின்னர், பழமைவாதிகளின் ஆதரவோடு கூடிய கூட்டணியின் தலைவராக முசோலினி அதிகாரத்திற்கு வந்தார். 1926இல் முழுஅளவிலான சர்வாதிகாரத்தை நிறுவத் தொடங்கினார். இதற்குள் இத்தாலிக்கு வெளியே இருந்த பல முக்கியமான அரசியல்வாதிகளும் இலக்கியவாதிகளும் பாசிசத்தைப் பாராட்டினர். அவர்கள் அனைவருமே வலதுசாரிகள் என்று சொல்ல முடியாது.

1929இல் தொடங்கிய பொருளாதார, சமூக, அரசியல் நெருக்கடியில், நாஜிசம் வளர்ச்சிபெற்று 1933 ஜனவரியில் அதிகாரத்துக்கு வந்தது. முசோலினி 'சர்வாதிகார' சமூக உருவாக்கத்தில் ஈடுபட்டுக் கொண்டிருந்த போது, ஹிட்லர் இனக்கற்பனை (racial Utopia) உலகைப் படைக்கத் தொடங்கினார். ஜெர்மனியில் யூதர்களை அழித்தொழிப்பது, கிழக்கு ஐரோப்பாவை இராணுவப் படை யெடுப்பால் வெல்வது ஆகியவை இக்கனவின் அடிப்படை. அதே சமயத்தில் வேறுபல ஐரோப்பிய நாடுகளிலும், பிரேசிலிலும் குறிப்பிடத்தக்க பாசிச இயக்கங்கள் உருவாகத் தொடங்கின.

பாசிசத்திற்கும், அதன் எதிராளிகளுக்குமான போராட்டம் அரசியல் களத்தைக் கூடுதலாக ஆக்கிரமிக்கத் தொடங்கியது.

பிரான்ஸ், ஸ்பெயினில் வெகுசன முன்னணிகள் பாசிசத்தை எதிர்த்துப் பதவிக்கு வந்தன. ஸ்வீடன் போன்ற நாடுகளில் உள்நாட்டளவில் பாசிசம் இல்லாத சூழலிலும், அங்கிருந்த இடதுசாரி அரசாங்கங்கள் புதுமையான நலத்திட்டங்கள், விவசாயிகளுக்கு ஆதரவு விலைக் கொள்கைகள் ஆகியவற்றை செயல்படுத்தி, பாசிச அபாயத்துக்கான சாத்தியத்தைத் தடுத்தன. முசோலினி மற்றும் ஹிட்லரின் இராணுவப் படையெடுப்புகள் பாசிசத்துக்கும், பாசிச எதிர்ப்புக்குமான முரண்பாட்டைச் சர்வதேச உறவிலும் பரப்பின. ஒதுக்கப்பட்டிருந்த சோவியத் யூனியனைக் கூட அதன் இராஜதந்திர தனிமைப்படுத்தலில் இருந்து இச்சூழல் வெளியே இழுத்தது.

1939இலிருந்து ஐரோப்பாவின் பல பகுதிகளை நாஜிகள் கைப்பற்றியதும், க்ரோஷியா, ருமேனியா போன்ற நாடுகளில்கூட குறுகியகாலத்திற்குப் பாசிசம் அதிகாரத்துக்கு வர முடிந்தது. இல்லையெனில் அதுபோன்ற நாடுகளில் பாசிசம் எதிர்க்கட்சி யாகத்தான் இருந்திருக்கக்கூடும். ஆனால் படையெடுப்பு மூலம் நாட்டு எல்லையை அதிகரிப்பதில் பாசிஸ்டுகளும் நாஜிகளும் காட்டிய தீராத வேட்கை, சர்வதேசக் கூட்டணி உருவாவதில் முடிந்தது. கோடிக்கணக்கான மக்கள் கொல்லப்பட்டு, ஊனப் பட்டு, இடம்பெயர்ந்த பின்னர் பாசிசம் நசுக்கப்பட்டது.

1945க்குப் பிறகு பாசிசத்தின் மிச்சங்கள் அரசியல் களனைத் தொடர்ந்து கட்டமைத்தன. நேச நாடுகளின் அரசியல் தலைவர்கள் பாசிசத்தைத் தோல்வியுறச் செய்ததில் தங்களுக்கு இருந்த பங்கின் அடிப்படையில் தம்மை நியாயப்படுத்திக் கொண்டனர். இத்தாலி, ஜெர்மனி அரசாங்கங்கள் தம்மைப் பாசிச எதிர்ப்புப் போராட்ட வாரிசுகளாக அறிவித்துக்கொண்டன. இடதுசாரிகள் பழமைவாத, கம்யூனிச எதிர்ப்பாளிகளைப் பாசிஸ்டுகள் எனச் சாடினர். வலதுசாரிகள் கம்யூனிசமும் பாசிசமும் ஒன்றே என வாதிட்டனர். பாசிசம் எல்லோருக்குமான வசவுச் சொல்லாக மாறியது. எனவே பாசிசத்தை ஒத்த செயல்களில் ஈடுபடுபவர்கள் இதுவரை அரசியலில் முக்கியமானவர்களாக உருவாகவில்லை என்பதில் வியப்பேதும் இல்லை. ஆனால், பாசிசத்துக்கு ஏதோ ஒருவகையில் கடன்பட்டுள்ள இயக்கங்கள், குறிப்பாக தேசிய வாதத்தை, இனவாதத்தை முன்வைப்பவை, 1990களின் பிற்பகுதி யில் ஓரளவு தமது இடத்தைப் பெறத் தொடங்கின.

இருபதாம் நூற்றாண்டை உருவாக்கிய பெரும் அரசியல் தத்துவங்களில் முற்போக்குவாதம், பழமைவாதம், கம்யூனிசம், சோஷலிசம், ஜனநாயகம் போலவே பாசிசத்துக்கும் முக்கிய பங்கு உண்டு. 21ஆம் நூற்றாண்டில் பாசிசத்தின் வரலாறும் அதன் குற்றங்களும் மிகமுக்கியமான ஆய்வாக உருவாகியுள்ளதாகத் தோன்றுகிறது. ஆனால் முரடர்களுக்கும் (skinheads), அறிவுஜீவி களுக்கும் ஒருசேர உகந்ததாகத் தோன்றிய ஒரு கொள்கையை எப்படிப் புரிந்துகொள்வது? அதுபோல, பூர்ஷ்வாக்களைக் கண்டனம் செய்து பழமைவாதத்தோடு கூட்டு; ஆண்மைச் செருக்கை மேற்கொண்டாலும் பல பெண்களை ஈர்ப்பது; மரபை நோக்கித் திரும்ப அறைகூவல் விடுப்பது; தொழில்நுட்பத்தில் மயங்குவது; மக்களை உன்னதம் எனக் கூறுவது; வெகுசன சமூகத்தை வெறுப்பது; வன்முறையைப் போதித்து ஒழுங்கை நிலைநிறுத்துவது போன்ற பல எதிர்முரண்களை எப்படிப் பொருள் கொள்வது? ஓர்டேகோ இ காஸே(Ortega y Gasset) குறிப்பிடுவது போல, பாசிசம் எப்போதும் 'இதுவும் அதுவும்' ஆக இருக்கலாம்.

இன்னொரு அடிப்படையான சிக்கலும் உள்ளது. நாம் ஆராய உள்ள இயக்கங்களும் ஆட்சிகளும் பல்வேறு தன்மைகள் கொண்டவை. அவற்றின் வேறுபாடுகளை மழுங்கடித்து, அனைத்தையும் 'பாசிஸ்ட்' என முத்திரை குத்துவது, அவற்றின் தனித்தன்மைகளை மறுப்பதாகும். 'பாசிசம்' என்ற சொல்லாட்சி, நாஜிசத்தின் தனிப்பட்ட கொடூரமான இயல்பை மறுப்பதாகுமா? நாஜிசம், ஸ்டாலினிசம் இரண்டையும் சர்வாதிகாரத்திற்கான எடுத்துக்காட்டுகளாக இணைத்துக் குறிப்பிடுவது உதவியாக இருக்குமா? இந்நூலின் தலைப்பாகப் 'பாசிசம்' என்பதைத் தேர்ந் தெடுத்ததில் இருந்து, பாசிசக் கருத்தாக்கத்தைப் பயன்படுத்துவதில் ஏதோவொரு பலன் இருக்கிறது என்பது புலனாகும். அம்முடிவை நியாயப்படுத்துவதில் இருந்து நான் தொடங்க வேண்டும்.

பாசிசம் குறித்த கல்வியை மேற்கொள்ளும் பலர், அதற்கான துல்லியமான பொருளைக் கண்டறியும் முயற்சியில் தோல்வியுறு கின்றனர். 'எல்லாம் வரையறையைப் பொறுத்தது' என்று கையை விரித்துவிட்டு, 'எனவே அவரவர் கருத்துப்படிதான் அமையும்' என்று பெருமூச்சு விடுகின்றனர். எல்லாம் வரையறையைப் பொறுத்தது என்பது உண்மைதான். ஆனால் அதனைக்

காரணமாக்கிக் கருத்தாக்கத்தைக் கைவிட முடியாது. வாசகர்களின் பொறுமையைச் சோதிக்கும் அபாயம் இருக்கிறது எனத் தெரிந்தும் வரையறைகளில் இருந்து நாம் எதிர்பார்ப்பது என்ன என்று விளக்க விரும்புகிறேன். வரையறைகளை, நாம் எப்படி வரையறை செய்வது?

பாசிசம் (அல்லது அதைப்போன்ற வேறு ஏதோவொரு கருத்தாக்கம்) என்ற சொல்லைப் பயன்படுத்தும்போது பல நாடுகளோடும் காலகட்டங்களோடும் ஒப்பிடுவதற்கான வாய்ப்புக் கிடைக்கிறது என்பது இதற்கான ஒரு நியாயப்பாடு ஆகும். பொதுமைக் கூறுகளைக் கண்டறிவது, குறிப்பிட்ட இயக்கங்கள், ஆட்சிகளின் தனித்தன்மைகளுக்கு மாறானது என்று அர்த்தமில்லை. சொல்லப்போனால், ஒப்பீட்டின் மூலமே குறிப்பிட்ட விஷயத்தின் தனித் தன்மைகளைக் கண்டறிய முடியும். சிலசமயம் தனித்தன்மைகள் மிக முக்கியமானவை ஆகின்றன. 'நாஜிகள் இனத்துவ அரசை அமைக்க விரும்பினர்' என்பது இதற்கான ஓர் எடுத்துக்காட்டு. பொது அல்லது குறிப்பிட்ட தன்மைகளை வலியுறுத்துவது அவரவர் ஈடுபாட்டையும் தேடலையும் பொறுத்தது. ஆனால் கருத்தாக்கங்களைப் பயன்படுத்தும்போது, பிற கண்ணோட்டங்களுக்கு இடமளிக்கிறதா என்பதுதான் முக்கியம்.

எல்லா அணுகுமுறைகளுமே பயனுள்ளவை என்று கூற முடியாது. ஒரு கருத்தாக்கத்தை அமைக்கும்போது, அது விமரிசனங்களையும் முரண்பாடுகளையும் ஏற்கக்கூடியவகையில் அமைக்கவேண்டும். எடுத்துக்காட்டாக, பாசிஸ்டுகள் முன் வைக்கும் 'இனம்' குறித்த கருத்து தனிப்பட்ட வெறுப்பு அல்லது நம்பிக்கை சார்ந்த விஷயம். அதனை விமரிசனபூர்வமாக ஆராய முடியாது. இனவாதத்தின் பின்னால் செயல்படும் சிந்தனை, மாறான சாட்சியங்களை ஏற்க மறுக்கும் போக்காகும். யூதர்கள் முதலாளித்துவக் கேடுகளுக்குக் காரணம் என ஒருவர் உறுதியாக நம்பினால், அல்லது ஆசியர்கள் மோசமான ஓட்டுநர்கள் (சமகால இனவாதத்தில் பொதுவாகக் காணப்படும் கருத்து) என்று நம்பினால், யூத முதலாளித்துவவாதிகள், ஆசிய ஓட்டுநர்கள் என எடுத்துக்காட்டுகளை அடுக்கிக்கொண்டே போகலாம். ஏனெனில் 'அவர்கள்' எல்லோரும் 'ஒரே மாதிரிதான்'. ஆனால், யூதர்கள் அல்லாத முதலாளித்துவவாதிகளின் தவறான செயல்கள், அல்லது மோசமாகக் காரோட்டும் வெள்ளையர்கள் எதிர்ப்பட்டால்

அவை மேற்கூறியவகையில் கருதப்படாது. அதைக் கவனிக்க நேர்ந்தால் - அதுவே பெரும்பாலும் நடக்காது - அது தனிமனிதத் தவறாக ஒதுக்கப்படும்; அத்தன்மை இனத்தோடு தொடர்பு படுத்தப்படாது. ஒரு வெள்ளைக் காரோட்டி எதிர்வரும் வாகனங் களைக் கணக்கில் எடுக்காமல், திடீரென சாலையிலிருந்து ஒதுங்கினால், 'இவர்கள் எப்போதும் இதே மாதிரிதான்' எனக் கூறமாட்டார்கள். விளைவு, 'அவர்களது' செயல்பாடு அவர்களது இனத்தால் தீர்மானிக்கப்படும்; ஆனால் 'நாம்' தனிமனிதர்கள். இம்மாதிரி மறுக்கமுடியாத ஊகங்கள் அடிப்படையில் கட்டப்படுவதால், ஹிட்லரின் நாஜிசம் ஆரிய-யூத இனப் போராட்டத்தின் விளைவு எனக் கொடுக்கும் விளக்கத்தை நாம் முழுமையாகப் புறக்கணித்துவிடலாம். நமது வரையறைகள், விமரிசன ஆய்வையும் புலனாய்வையும் அனுமதிக்க வேண்டும்.

ஆய்வுரீதியான வரையறைகளை இப்படித் தூக்கியெறிந்துவிட முடியாது. பெரும்பாலானவற்றில் ஏதோவொரு பலன் கிடைக்கும். எந்த வரையறை மேலானதென்று எப்படி நிச்சயிப்பது? மறுப்பதற் கான சாத்தியங்களை உள்ளடக்கி இருப்பதோடு, வரையறைகள் உலகைப் பற்றிய நமது புரிதலுக்குப் புது வெளிச்சத்தையும் புரிதலையும் வழங்கவேண்டும். 'மனிதர்' என்ற கருத்தாக்கம் இல்லையெனில், நாம் நமது சகமனிதர்களைக்கூட அடை யாளம் காணத் தவறிவிடுவோம். மனித வாழ்வின் வேறுபட்டத் தன்மைகள் பலப்பல. எனவே எந்தக் கருத்தாக்கமும் எல்லா அம்சங்களையும் விளக்கமுடியாது. பாசிசமும் இதற்கு விதி விலக்கல்ல. ஆனால் சில கருத்தாக்கங்கள் பிறவற்றைக் காட்டிலும் கூடுதலானவற்றை விளக்கும். எனவே, நாம் எடுத்துக்கொண்ட பொருளை எவ்வளவு தூரம், எந்தெந்தத் தன்மைகளைக் குறிப் பிட்ட கருத்தாக்கம் விளக்குகிறது என்று அறியவேண்டும்.

பாசிசத்தைப் புரிந்துகொள்ள தமக்குப் பிடித்தமான கொள்கை மட்டுமே சரி என்று அறிஞர்கள் வாதிடும்போது சிரமங்கள் எழுகின்றன. எந்த அரசியல் இயக்கமும் ஒரே ஒரு கருத்தாக்கத்தில் அடங்கிவிடாது; எனவே அதனோடு 'பொருந்தாத' பல தன்மைகள் எதிர்ப்படும். அப்போது பாசிசத்தின் முக்கியக் கூறுகள் அனைத் தையும் அவர்களது கொள்கை விளக்குகிறது என்று கூறி தப்பித்துக் கொள்வார்கள். ஏற்கமுடியாத தன்மைகள், முக்கியத்துவம் அற்றவையாகப் புறந்தள்ளப்படுகின்றன. வாய்ப்புக்கேடாக,

பாசிசத்தின் கூறுகளை முதன்மையானது இரண்டாம்பட்சமானது என வரிசைப்படுத்துவது ஒரு தலைப்பட்சமானது - அல்லது அவரவர் அரசியல் தெரிவுகளின்படி தீர்மானிக்கப்படுகிறது.

பாசிசம் புரிந்து கொள்ளப்பட்டிருக்கும் சில முக்கியமான அணுகுமுறைகளை ஆழமாகப் பரிசீலிக்க விரும்புகிறேன். பாசிசம் குறித்துப் பல கோட்பாடுகள் இருப்பதால், அதனை ஓரளவு எளிமைப்படுத்த வேண்டியது அவசியமாகிறது. எனவே பாசிசத்தின் எந்தப் பக்கத்தை அடிப்படையாகக் கொண்டுள்ளார்: பழமைவாதத்தையா? தீவிரவாதத்தையா? - என்பதைப் பொறுத்து கோட்பாடுகளைப் பிரித்துள்ளேன். இப்பகுதியின் இறுதியில், நாம் ஆய்வுசெய்த வரையறைகளைவிட, முழுமையான வரையறையைக் கொடுக்கவுள்ளேன். பிற கோட்பாடுகளின் வலுவான கூறுகளை உள்ளடக்கி, முந்தைய பகுதியில் விவரித்த, பாசிசத்திற்குள் இருந்த முரண்பாடுகளை எதிர்கொள்ளக்கூடிய வரையறையாக இது அமையும். இருந்தாலும் தனிப்பட்ட எடுத்துக்காட்டுகளின் எல்லா அம்சங்களையும் இவ்வரையறை உள்ளடக்க முடியாது; ஆனால் அந்த நிகழ்வைப் புரிந்துகொள்ள உதவலாம்.

மார்க்சிய அணுகுமுறைகள்

மிகவும் எளிமையாகச் சொல்வதென்றால், நவீன சமூகம் இரு அடிப்படை வர்க்கங்களாகப் பிரிந்திருக்கிறதென மார்க்சியம் நம்புகிறது: பூர்ஷ்வாக்கள் அல்லது முதலாளித்துவவாதிகள் - உற்பத்திக் கருவிகளுக்குச் சொந்தக்காரர்கள் (கருவிகள், தொழிற்சாலைகள்), உடல் உழைப்பில் ஈடுபடாதவர்கள்; தொழிலாளர் அல்லது உழைக்கும் வர்க்கம் - உடல் உழைப்பில் ஈடுபடுபவர்கள். ஆனால் உற்பத்திக் கருவிகளுக்குச் சொந்தக்காரர்கள் இல்லை. இவ்விரு வர்க்கங்களும், உற்பத்திக்கருவிகளைச் சொந்தமாக்கவும் அரசின் மீது கட்டுப்பாடு செலுத்தவும் போராடுகின்றன. இவ்விரு பெரும் வர்க்கங்களுக்கு இடையே குட்டி முதலாளித்துவவாதிகள் உள்ளனர். சொந்த வணிகத்தில் ஈடுபடுபவர்கள், சிறுவியாபாரிகள், விவசாயிகள், உடல் உழைப்பற்ற அலுவலர்கள் ஆகியோர் இதில் அடங்குவர். எந்தப் பக்கம் சேர்வது என்பதில் இவர்களுக்கு நிச்சயமில்லை. இவர்களுக்குச் சொத்து உள்ளது; ஆனால் பெருவணிகத்தால் சுரண்டப்படுகிறவர்கள்.

பாசிசம் குறித்த அணுகுமுறைகள் எல்லாம் முதலாளித்துவ வாதிகளுடனான உறவுக்கு அழுத்தம் தருகின்றன. மிகுந்த தாக்கத்தை ஏற்படுத்திய தொடக்ககால வரையறை, *1935* கம்யூனிஸ்ட் அகிலத்தால் கொடுக்கப்பட்டதாகும். அதன்படி, 'அதிகாரத்தில் உள்ள பாசிசம் பணமுதலீட்டின் மிகப் பிற்போக்கான, ஆண் மேலாதிக்கம் நிறைந்த ஏகாதிபத்திய அம்சங்களின் வெளிப்படையான பயங்கரவாத சர்வாதிகாரம்' எனப்பட்டது. முதலாளித்துவத்தை அழிப்பதற்கான உழைக்கும் வர்க்கத்தின் அழுத்தம் உச்சக்கட்டத்தை அடைந்தபோது, முதலாளித்துவ வாதிகள் உற்பத்திக் கருவிகளைப் பாதுகாக்கப் பயங்கரவாதத்தை மேற்கொண்டனர் என்று நம்பப்பட்டது.

கம்யூனிஸ்ட் அகிலத்தைப் பொறுத்தவரை, முதலாளித்துவத்தின் நெருக்கடி மிகமோசமானதாக ஆனதால், மரபுசார்ந்த சர்வாதிகாரம் போதுமானதாக இல்லாமல் போனது. எனவே, அவர்கள் வெகுசன பாசிச இயக்கங்களைப் பயன்படுத்தி, சோஷலிசத்தை அழிக்க முயன்றனர். *1935* வரையறைப்படி பாசிசம் முதலாளித்துவவாதிகளால் உருவாக்கப்பட்டது அல்ல. ஏனெனில் பாசிசம் குட்டி முதலாளித்துவவாதிகளை உறுப்பினர்களாகச் சேர்த்தது. அவர்களுக்குப் பெரும் முதலாளிகள் மீது நிறைய வருத்தங்கள் இருந்தன. இருந்தபோதிலும் தொடர்ந்து குழப்பத்தில் இருந்த இவர்களை, சோஷலிசவாதத்திற்கு எதிராகச் சொத்துகளைப் பாதுகாப்பதே அவர்கள் நலனுக்கு உகந்தது என முதலாளித்துவவாதிகளால் அவர்களை நம்பவைக்க முடிந்தது. பாசிசம் அதிகாரத்துக்கு வந்து, தொழிலாளர்கள் இயக்கம் நசுக்கப்பட்டவுடன் முதலாளிகளுக்கு பாசிஸ்ட் கட்சி தேவைப் படாமல் போனது. எனவே அதனை ஓரங்கட்டி ஒடுக்கினர்.

மார்க்சிஸ்டுகள் மத்தியில் இந்த வரையறைக்கு விமரிசனங்கள் எழாமல் இல்லை. சிலர் எல்லா சர்வாதிகார ஆட்சிகளையும் வித்தியாசம் ஏதுமில்லாமல் 'பாசிஸ்ட்' என முத்திரை குத்துவதாகக் கருதினர். லியோன் டிராட்ஸ்கி (Leon Trotsky) 'போனபார்ட்டிய' சர்வாதிகாரத்தை, பாசிச சர்வாதிகாரங்களில் இருந்து வேறுபடுத்த விரும்பினார். தொழிலாளர்களும் முதலாளிகளும் நேருக்குநேர் வெற்றிதோல்விக்குச் சாத்தியமில்லாமல் மோதிக்கொண்ட சமயத்தில் உருவானது 'போனபார்ட்டியம்'. தற்காலிகமாக ஆட்சியை நடத்த அது உகந்ததாக இருந்தது. அந்த ஆட்சிக்கு

இடதுசாரிகளை அழிப்பதற்கான அதிகாரம் இருக்கவில்லை. எனவே அது பாசிசத்தைவிடக் குறைந்த அபாயம் கொண்டது என்பது டிராட்ஸ்கியின் வாதம்.

குட்டிமுதலாளிகள் கம்யூனிஸ்டு அகிலம் கருதுவதைவிட சுயமான செயல்பாடு மிக்கவர்கள்; அவர்களும் ஓரளவு முதலாளி களின் அக்கறைகளை எதிர்த்து வந்துள்ளனர் என்பது வேறு சில மார்க்சிஸ்டுகளின் கருத்து. 1960, 70களில் மார்க்சிஸ்டுகள் இந்த விமரிசனங்களை மனதில்கொண்டு, தங்கள் வரையறையில் கூடுதல் நெகிழ்ச்சியைப் புகுத்த முயன்றனர். இருந்தாலும், பெரும்பாலான மார்க்சியவாதிகள் பாசிசம் முதலாளிகளின் அக்கறைகளைக் கொண்டே 'அடிப்படையில்' செயல்பட்டது என்பதிலிருந்து விலகவில்லை. முதலாளித்துவ பாதுகாப்பின் முதன்மை என்ற கருத்தை விடாத மார்க்சிஸ்டுகளின் விவரணைகள், மார்க்சிஸ்ட் அல்லாதவர்களின் விவரிப்புகளி லிருந்து வேறுபட்டவையாக இல்லை.

பாசிசத்துக்கும் முதலாளித்துவத்துக்குமான உறவைத் தெளிவு படுத்துவதில் மார்க்சிய வரலாற்றாசிரியர்களுக்குப் பெரும்பங்கு உண்டு. மிகுந்த தேர்ச்சியோடும் கற்பனையோடும் அவர்கள் பாசிசத்தின் புரட்சிகரக் கருத்தாடலை அப்படியே ஏற்கக்கூடாது என்பதைக் காட்டியுள்ளனர். மார்க்சிய அணுகுமுறையின் வலிமை, அது பாசிசத்தை 20ஆம் நூற்றாண்டின் பரந்துபட்ட சமூகப் போராட்டங்களின் பின்னணியில் அணுகியதாகும்.

மார்க்சிய அணுகுமுறைகள் காரணங்கள் குறித்து மட்டுமே நோக்குகின்றன என்பது உண்மை; பாசிச இயக்கத்தை எப்படி அடையாளம் காண்பது என்பது குறித்து அதிகம் சொல்வதில்லை. அதாவது குட்டி முதலாளிகளிலிருந்து பெரிய அளவில் கட்சிக்கு உறுப்பினர்களைச் சேர்ப்பதலிருந்து, முதலாளித்துவம், சோசலிசம் ஆகிய இரண்டையும் ஏதோவொரு வகையில் எதிர்த்துச் சர்வாதி காரத்தை அடைய விரும்புதல்; அல்லது பிறர் முதலாளித்துவ நலனுக்குச் சேவை செய்தல் போன்றவற்றை மட்டுமே இவ்வணுகு முறைகள் சுட்டிக்காட்டின.

பாசிசம் முதலாளித்துவ ஈடுபாடுகளுக்கு ஆதரவளித்தது என்று குறிப்பிடுவது பெரிய விஷயம் அல்ல என்பது நமக்குள்ள பெரும் சிக்கலாகும். ஏனெனில் முதலாளித்துவம் நவீன சமூகத்தின்

வலுவான சக்தி. அதனை அழிக்க முடியாத எந்த ஆட்சியின் கீழும் அது தழைக்கும். முதலாளித்துவவாதம் எல்லாவகை சமூக உறவுகளையும் கட்டுப்படுத்துகிறது என்பதை மறுக்கமுடியாது. ஆனால் கொள்கை, மதம் போன்றவை முதலாளித்துவவாதிகளின் ஈடுபாடுகளை வெளிப்படுத்தும் விதத்தைத் தீர்மானிக்கின்றன என்பதும் உண்மையாகும். எனவே, ஏன் சில முதலாளிகள் பாசிசம் தமக்கு ஆதரவானது எனக் கருதினர்? சிலர் ஏன் அப்படி நினைக்கவில்லை என்பதை நாம் விளக்க வேண்டும்.

முதலாளித்துவத்தின் வலிமை இதுதான் என்பதன் பொருள், அதுதான் பாசிசத்திற்கான 'இறுதி' விளக்கம் என்பது அல்ல. அதனை அப்படிக் கட்டமைப்பதற்காக, மார்க்சியவாதிகள் பாசிசத்தின் பல விஷயங்களை இரண்டாம்பட்சமாக்க வேண்டி வந்தது. பாசிசம் முதலாளித்துவ ஆதரவோடு செயல்பட வேண்டும்; இல்லையெனில் குலைந்துவிடும் என்ற நம்பிக்கை, நிறுவனமயமாக்கப்பட்ட நிர்வாகத்தின் உயர்வர்க்கத்தினர் மற்றும் இடது, வலதுசாரி மையநீரோட்ட அரசியல்வாதிகள் ஆகியோரைப் பாசிசம் எதிர்த்தது; ஒதுக்கித் தள்ளியது. ஒன்று திரட்டப்பட்ட தேச, சமூக உருவாக்கத்திற்குத் தடையாக இருந்த போது வணிகத்தின் ஈடுபாட்டைப் பாசிசம் புறக்கணித்ததையும் மார்க்சியம் கணக்கில் கொள்வதில்லை.

பாசிசம் முதலாளித்துவ அக்கறைகளுக்கே சேவை செய்கிறது என்று நிரூபிக்கவேண்டிய அவசியம் காரணமாக, மார்க்சிஸ்டுகளில் சிலர் பாசிசத்தின் பெரும் பரப்பிற்குரிய விஸ்தரிப்பையும் இனவாதத்தையும் கவனக்குலைப்பு முயற்சியாக மட்டுமே கண்டனர். பாசிசத்தின் குட்டி முதலாளித்துவத்துக்கும் முதலாளித்துவ ஆதரவாளர்களுக்குமிடையே ஏற்பட்ட அழுத்தங்களைச் சரிகட்டவே இச்சதி மேற்கொள்ளப்படுகிறது என்றோ, முதலாளித்துவத்தின் தொழில்நுட்ப வளர்ச்சியின் குற்றங்களில் ஒன்று என்றோ கருதினர். (மலைப்பகுதியை விளைநிலமாக மாற்றுவது போல) உழைப்பவர்களின் வர்க்க ஈடுபாட்டைக் குறைப்பதற்காக, பாசிசவாதிகள் தேசியவாதத்தை முன்வைத்தனர் என்ற முடிவை ஏற்பதாகவே வைத்துக்கொள்வோம். அப்போது கூட முதலாளித்துவத்துக்குச் சார்பான நிலைதான்; நாஜி ஜெர்மனியில் மனநலம் குன்றியவரைக் கொல்லுதல், அல்லது தெற்கு டைரோலில் குடும்பப் பெயர்களை இத்தாலியமயமாக்குதல்

போன்ற செயல்பாடுகளைத் தூண்டிய மனப்போக்கை நாம் விளக்கியாக வேண்டும். முதலாளித்துவ தர்க்கத்துக்குத் தொடர் பற்ற காரணங்களால்தான், இந்த நோக்கங்கள் உருவாகின என்பதைக் கணக்கில் கொள்ள வேண்டும்.

பாசிசமும் நவீனத்துவ எதிர்ப்பும்

நாம் அடுத்துப் பரிசீலனை செய்யவிருப்பது 'வெபரியன் (Weberian)' எனப் பொதுவாக அறியப்படும் கோட்பாடு ஆகும். அதனுடைய மூலம் மாக்ஸ் வெபரின்(Max Weber, 1864-1920) சமூகவியலுக்குள் இருந்தாலும், அது நேரடித் தொடர்புடையது அல்ல. ஸ்பெயின், இத்தாலி சூழலுக்கு இக்கோட்பாட்டைப் பொருத்தி விளக்கியதில் மார்க்சிய வரலாற்றியலாளர்கள் முதன்மைப் பொறுப்பாளர்கள் ஆவர். எனினும், வழமை கருதி 'வெபரியவாதம்' என்ற தொடரே இங்கு பயன்படுத்தப்படுகிறது.

மார்க்சியவாதிகள் பாசிசத்திற்கு முதலாளித்துவமே பொறுப்பு என்று கருதினர். ஆனால் வெபரியவாதிகள், தொழில்மயமாக் கலுக்கு முந்தைய, நிலவுடைமைத்துவ ஆளும் வர்க்கத்தினரைக் குற்றம் சாட்டினர். கிழக்கு ஜெர்மனியின் பெரும் நிலவுடைமை யாளர்கள், இத்தாலிய போ (Po) பள்ளத்தாக்கின் நிலவுடைமை யாளர்கள், தெற்கு ஸ்பெயினின் லடிஃபன்டிஸ்ட்டுகள்(Latifundists), அல்லது ஜப்பானிய இராணுவ வர்க்கத்தினர் போன்றோர் இப்பிரிவில் அடங்குவர். இந்த மேல்தட்டினர்(Elites), அவர்களது தேச வரலாற்றில் பெரும் தாக்கம் ஏற்படுத்த முடிந்தது. ஏனெனில், அவர்களுடைய நாட்டில் 19ஆம் நூற்றாண்டில் உண்மையான முதலாளித்துவ, முற்போக்கு ஜனநாயக புரட்சிகள் ஏற்பட வில்லை. எனவே இப்பிரிவினர் கல்வி மூலம் தங்களது பிற்போக்கு மதிப்பீடுகளைச் சமூகத்தின் பிறபகுதியினர் மத்தியில் பரப்பினர். தமது நிலைமைகளைக் காத்துக்கொள்ள என்னென்ன வழியுண்டோ, அந்த வழிகளில் எல்லாம் முயன்றனர். முற்போக்கு ஜனநாயக இயக்கங்களுக்கும், சோஷலிசத்தை வளரவிடாமல் தடுக்க வெகுசன தேசிய இயக்கங்களுக்கும் பலவகையில் புரவலராக விளங்கினர். 1914இல் ஜெர்மன், இத்தாலி நாட்டு மேல்தட்டினர் தமது நாடுகளைப் போருக்குள் தள்ளினர். நாட்டுப்பற்று வேகத்தில் உள்நாட்டு எதிரிகளை நசுக்க வாய்ப்புக் கிடைக்கும் என நம்பினர். அம்முயற்சி தோற்றதும்

அவர்களுடைய எதிரிகளை அழித்தொழித்திட கடைசிச் சாக்கடை யாகப் பாசிசத்திற்குள் விழுந்தனர். பாசிசம் நவீனமயமாக்கலுக்கு எதிரான இயக்கம் என்பதே முதன்மையானது. தொழில்மய மாக்கலுக்கு முந்தைய காலத்தின் மேல்தட்டினரும் பிற்போக்கு குட்டி முதலாளித்துவவாதிகளும் இணைந்ததன் விளைவாக உருவானது பாசிசம்.

பாசிசத்தை அதனுடைய சமூகச் சூழலில் நாம் புரிந்து கொள்வதற்கான தேடலை வெபரிய அணுகுமுறை பெருமளவு செழுமைப்படுத்தியுள்ளது. 1933 ஜனவரி திங்களில் ஹிட்லர் அதிகாரத்தைப் பெற்றதில் முதலாளித்துவவாதிகளைப் போலவே பழைய ஆளும் வர்க்கத்திற்கும் உடனடிப் பொறுப்பு உண்டு என நிறுவியுள்ளது. இந்த அணுகுமுறை பற்றிய விரிவான விமரிசனத்திற்கு இங்கு இடமில்லை. எனவே, பாசிசத்தை முழுமையாக நவீனமயமாக்கலுக்கு எதிரானது என்று கூறுவதை அப்படியே ஏற்க முடியாது. ஏனெனில், பாசிசத்தில் சில 'நவீன' தன்மைகளும் இருந்தன. இன்னொரு சிக்கல் என்னவெனில், மார்க்சிய ஊகத்தினைப் போலவே, வெபரியவாதமும் மேல் தட்டினர், மக்கள் கூட்டத்தின் பிற பிரிவினரை – குறிப்பாகக் குட்டி முதலாளித்துவவாதிகளை – தம் விருப்பத்திற்கேற்ப இணங்கவைக்க முடியும் எனக் கருதியது. மார்க்சியத்தைப் போலவே, வெபரியவாதமும் பாசிசத்தின் தீவிரக் கூறுகளைக் கணக்கிலெடுக்கவில்லை என்பது உண்மை. மார்க்சியத்தைவிட பாசிசக் கருத்தாக்கத்தில் வெபரியம் கூடுதல் கவனம் செலுத்து கிறது; ஆனால் பாசிசத்தின் கருத்துகளை நவீனமயமாக்கல் எதிர்ப்பின் வெளிப்பாடாகச் சுருக்கி விடுகிறது.

பாசிசம் என்ற சர்வாதிகார தேசியவாதம்

சர்வாதிகாரத்துவம் பாசிசம் குறித்த பல்வேறு அணுகுமுறை களை உள்ளடக்குகிறது. இது வெபரியவாதத்திலிருந்து முழுக்க வேறுபட்டது அல்ல. ஏனெனில், வெபரியவாதம், நவீனத்துக்கு முந்தைய கற்பனை உலகத்தை மீட்டுருவாக்கம் செய்வதை, சர்வாதிகாரத் திட்டமாகவே கண்டது.

'சர்வாதிகாரத்துவம்' என்ற சொல்லை இத்தாலிய பாசிஸ்டுகள் கண்டுபிடித்தனர். இத்தாலிய மக்களை 'தேசியமயமாக்கி' இத்தாலியின் தேவைகளைப் பூர்த்திசெய்வதற்கேற்றபடி

நிலைப்பட்ட, ஒன்றுதிரட்டப்பட்ட, இராணுவமயமாக்கப்பட்ட சமூகத்தில் அவர்களை ஒன்றுசேர்ப்பதற்கான முயற்சிக்கு, அவர்கள் கொடுத்த சொல் அது. 1950, 1960களில் புலமைக் கருத்தென்ற வகையில் இச்சொல் மிகுந்த செல்வாக்கைப் பெற்றிருந்தது. மார்க்சிய எதிர்ப்புச் சமூக அறிவியலாளர்கள் கம்யூனிசத்தை, பாசிசத்தோடு தொடர்புபடுத்தி அதனைக் குறைகூற இவ்வாதத்தைப் பயன்படுத்திய காலம் அது.

அமெரிக்க அரசியல் அறிஞர் சி.ஜே. பிரிட்டிக் (C.J.Friedrich) சர்வாதிகாரத்தைப் பின்வருமாறு வரையறை செய்தார்:

1. ஒரு வெகுசனகட்சி, ஒரு மனிதரால் வழிநடத்தப்படும். அது ஆட்சியின் மையமாக இருக்கும். அரசாங்க அதிகாரத்தோடு பின்னிப் பிணைந்தோ, அதைவிட உயர்அதிகாரம் கொண்டோ விளங்கும்.
2. காவல்துறை, இரகசிய காவல்துறை மூலம் பயங்கர அமைப்பு ஒன்று ஆட்சியின் உண்மையான பகைவர்களுக்கும் கற்பனை யான பகைவர்களுக்கும் எதிராகத் திருப்பப்படும்.
3. வெகுசன ஊடகம் ஏகபோகக் கட்டுப்பாட்டில் இருக்கும்.
4. ஆயுதங்கள் பெருமளவு ஏகபோக உரிமையில் இருக்கும்.
5. மையப்படுத்தப்பட்ட பொருளாதாரக் கட்டுப்பாடு.
6. மனித இருப்பின் எல்லா அம்சங்களையும் உள்ளடக்கிய பரந்துபட்ட கொள்கை, ஆற்றல்மிக்க மதச்சார்புடைய கணங் களைக் கொண்டிருக்கும்.

கடைசியாகக் கூறப்பட்ட கருத்து மிக முக்கியமானதாகும். பாசிஸ்டுகள் கொள்கைரீதியான வரைபடத்தின் அடிப்படையில் சமூகத்தை மறுசீரமைப்பு செய்யும் நோக்கம் கொண்டிருந்தனர். சர்வாதிகாரத்துவக் கொள்கை, மரபார்ந்த சமூகங்களில் ஒரு தனிமனிதனின் இடம் தெய்வீகத் திட்டத்தால் ஒழுங்கமைக்கப் படுவதாக வாதிடுகிறது. நவீனமயமாக்கம் மதம்சார் நம்பிக்கை களை உடைக்கிறது. சிலர் இதில் அதிர்ந்து போகின்றனர். (பண்பாட்டு வேதனையால் பாதிக்கப்படுகின்றனர்). எனவே அவர்கள் பதிலியாக கம்யூனிசம், பாசிசம் போன்ற 'மதங்க'ளை உருவாக்குகின்றனர். ஹன்னா அரெண்ட் (Hannah Arendt) சர்வாதி காரத்துவத்தின் சாராம்சம் அச்சுறுத்தலைப் பயன்படுத்தி, உலகம் குறித்த இருண்மையான, சித்தாந்தரீதியான புரிதலை மெய்யாக்குவதில் அடங்கியுள்ளது என்ற வாதத்தை வைக்கிறார்.

இத்திட்டத்தின் பெயரால் நிலவும் மனித ஒற்றுமைகள் அழிக்கப் படுகின்றன என்கிறார்.

1970களில் சர்வாதிகாரத்துவம் பயன்பாட்டில் இல்லாமல் போனது. பனிப்போர் நெகிழ்ந்தது. நாஜிச, பாசிச (கம்யூனிசம் உட்பட) ஆட்சிகளில் 'மேலிருந்து கீழ்நோக்கிய' கட்டுப்பாட்டு அமைப்பு இருந்தது என்ற நம்பிக்கைக்கு மாறாக, தெளிவற்ற அதிகார அமைப்புகளும் நிர்வாகக் குழப்பங்களும் இருந்தன என்பதை ஆய்வுகள் நிரூபித்தன.

1989இல் கம்யூனிசம் தகர்ந்தவுடன், ஸ்டாலினிசப் பயங்கரங் களின் புதிய சாட்சியங்கள் வெளியே தெரியவந்தன. அதே சமயத்தில் மேலைப் பல்கலைக்கழகங்களில் பின்நவீனத்துவத்தின் வளர்ச்சி, கருத்துகளின்பால் அறிஞர்களின் ஈடுபாட்டை மீண்டும் புதுப்பித்தது. பின்நவீனத்துவவாதிகள் கருத்துகளை வெறுமனே சமூக, பொருளாதார மற்றும் பிற ஈடுபாடுகளின் வெளிப்பாடாக அணுகுவதைவிட உள் அமைப்புக்களை ஆராய வேண்டும் என்பதை வலியுறுத்தினர். சிலர், எந்தவொரு அடிப்படையான அமைப்பாக்கக் கொள்கையும் உள்ளீட்டளவில் அடக்குமுறை சார்ந்தது என்று வாதிட்டனர். கடவுள், வர்க்கம், தேசம், இனம் என்று எதுவானாலும் அப்படித்தான் இருக்கும் எனக் கருதினர். பாசிசம் மாறாத கொள்கைகளின் அடிப் படையில், உன்னத உலகத்தை உருவாக்கும் முயற்சியின் பிரதிநிதித்துவம் என்று கருதும் சர்வாதிகாரக் கொள்கையின் கருத்தோடு இது ஒத்துப்போனது. பின்நவீனத்துவக் கொள்கை களை ஏற்காத அறிஞர்கள் கூட, மீண்டும் பாசிஸ்டுகளின் கருத்துக் களை, குறிப்பாகத் தேசியத்தை, ஆய்வு செய்யத் தொடங்கினர்.

சமகால அறிஞர்களில் பலர் தீவிர தேசியவாதத்தை பாசிச தத்துவத்தின் மையமாகப் பார்க்கிறார்கள். ரோஜர் கிரிஃபின் (Roger Griffin) பாசிசத்தை 'வெகுசன விருப்பு தீவிர தேசிய வாதத்தின்' ஒரு வடிவம் என வாதிட்டார். நெருக்கடிகளும் வீழ்ச்சியும் நிறைந்ததாகக் கருதப்படும் காலத்தைப் பின் தொடர்ந்து தேசத்தை மீட்டுருவாக்கம் செய்யும் முயற்சியோடு வரக்கூடியது என்றார். பாசிசத்தின் தன்மையை விளக்க அவர் 'பாலின் ஜெனடிக்' (palingenetic) என்ற விக்டோரியத் தொடரைப் பயன்படுத்தினார். 'சாம்பலில் இருந்து மறுபிறப்பு' என்பது அதன்

பொருளாகும். இந்த தேச மறு உருவாக்கம், கருத்துமட்டத்தில் சர்வாதிகாரத்துவமானது(அதனைச் சாதிக்கவில்லை என்றாலும் கூட). அதற்குள் மைக்கேல் பர்லெய் (Michael Burleigh) நாஜிச மானது மதத்திற்குப் பதிலியானது என்ற கருத்தை மீண்டும் கொண்டுவந்தார்.

சர்வாதிகாரத்துவக் கொள்கைப்படி, பாசிசக் கருத்துகள் புரட்சிகரமானவை. கற்பனாவுலகம் உருவாக்க எல்லா அமைப்பு களும் சமநிலைப்படுத்தப்பட வேண்டும். கட்சிகள், தொழிற் சங்கங்கள், குடும்பங்கள், தேவாலயங்கள் அனைத்தும் இதில் அடங்கும். இப்புரட்சி 'புதிய பாசிச மனிதனை' உருவாக்கும் நோக்கத்தையும் கொண்டது. தேசத்துக்காக வாழும் ஒருவனாக இம்மனிதன் இருப்பான். நடைமுறையில் மனிதர்கள் வேறு பட்டவர்களாகவும் முழுமையற்றவர்களாகவும் இருப்பதால் அவர்கள் கற்பனாவுலகில் இடம்பெறச் செய்வதற்கான ஒரே வழி ஆதிக்கமுறைகள்தான். கற்பனாவுலகம் எப்போதுமே பயங்கர அச்சுறுத்தலுக்கே இட்டுச் செல்லும்.

சமகாலச் சர்வாதிகாரத்துவக் கொள்கையாளர்கள், அதன் முந்தைய வடிவங்களுக்கு எதிரான விமரிசனங்களுக்கு மறுப்புத் தெரிவித்தனர். நிர்வாக அதிகார மட்டத்தில் இருந்த குழப்பம் அரசாங்கத்தில் நிச்சயமற்ற தன்மையை உருவாக்க உதவியது. எனவே தனிமனிதர்கள் ஆட்சியை எதிர்க்க இயலாமல் போனது. நடைமுறையில் சர்வாதிகாரத்தை அடைய முடியவில்லை என்றாலும், கற்பனாவுலகத் திட்டத்தைச் செயல்படுத்தும் ஆசை இருந்தது என்று இவர்கள் முன்வைக்கிறார்கள். பர்லெய் பயன் படுத்தும் உவமை மிகவும் முக்கியமானதாகும். அவர் கூற்றுப்படி நாஜிகள் ஜெர்மனியை, பொறியாளர்கள் பாலத்தை மீண்டும் கட்டுவதுபோலக் கட்ட முயன்றனர்; அதனை இடித்துவிட்டால் போக்குவரத்துத் தடைபடும். எனவே அதன் ஒவ்வொரு பகுதி யையும் பயணிகள் கவனிக்காதபடி மாற்றினார்கள்.

சர்வாதிகாரத்துவக் கோட்பாடு, தீவிரதேசியவாதம் பாசிச நோக்கத்தின் மையம் என நிரூபித்தது. பாசிஸ்டுகளின் நம்பிக்கை முக்கியமானது என வாதிட்டது. பாசிஸ்டுகள் தேசத்தை முதன்மைப்படுத்தியதன்மூலம் குடும்பத்தையும், சொத்துரிமை யையும் இரண்டாம்பட்சமாக்கும் வாய்ப்பு இருந்தது என்ப

புரட்சிகர சிந்தனைகளை உள்ளடக்கியதாகும். பாசிசத்திற்கும் மத அடிப்படைவாதத்திற்கும் பொதுக்கூறுகள் இருந்தன என்பதையும் சுட்டிக்காட்டியது. தங்களுடைய எதிரிகள் அசுரத்தனமான சதித் திட்டத்தின் பகுதி என நம்புவதால், பாசிசம் தனது நோக்கங்களை அடைய வன்முறையை நியாயப்படுத்தியது.

சர்வாதிகாரத்துவக் கொள்கையின் பலவீனங்கள், மார்க்சிய, வெபரிய அணுகுமுறைகளுக்கு நேர்மாறானவையாகும். முதலாவதாக, அதன் ஒருமுகப்பட்ட கவனம் முழுதும் கருத்துகளிலேயே சென்றதால், பாசிசத்தின் மூலகாரணங்களில் அக்கறை செலுத்தவில்லை. மரபார்ந்த கருத்துகளில் ஏற்பட்ட நெருக்கடிகள் குறித்த இயந்திரரீதியிலான பொதுமைப்படுத்தல், அதனால் ஏற்பட்ட குழப்ப உணர்வு, பதிலி மதங்களுக்கான தேடல் ஆகியவை பற்றிப் பேசுவதோடு திருப்தி அடைந்துவிடுகிறது. போரில் ஏற்பட்ட தோல்வி, புரட்சி குறித்த அச்சத்தோடு சேர்ந்து ஜெர்மானியரை அதிர்ச்சிக்குள்ளாக்கியது. எனவே பலகாலமாக ஏங்கிக்கொண்டிருந்த உறுதிகளை மீண்டும் தருவதாக உறுதியளித்த அரை-மதத்துவ தேசியவாத கருத்துகளுக்கு ஆதரவு அளித்தனர்! இதுதான் அவர்களது விளக்கம். 1918இல் பலர் 'குழப்பத்தில்' இருந்தனர் என்பதில் சந்தேகமில்லை. ஆனால் இம்மாதிரியான கலகங்கள், கட்டாயம் குழப்பத்திற்கு இட்டுச் செல்லும் என்று எந்தவிதியும் இல்லை. மாறாக, நெருக்கடிக்கான எதிர்வினைகள் வேறுபட்டவையாக இருந்தன. மக்களது கல்வி, சமூக, மத நிலைப்பாடு, வயது, பாலினத்தைப் பொறுத்து இவை மாறின. எனவே பாசிச இனவாத திட்டங்களின் மூலங்களை பொதுமைப்பட்ட குழப்பவுணர்வில் தேடக்கூடாது; தனிப்பட்ட குழுக்களின் தனிப்பட்ட வரலாறுகளில் அடையாளம் காண வேண்டும். எடுத்துக்காட்டாக, மருத்துவர்கள் இதில் காட்டிய ஈடுபாடு தனித்து அணுகப்படவேண்டிய ஒன்று. மேலும் தேசியத்தின் தீர்க்கதரிசன வடிவங்களை ஏற்றுக்கொண்ட மக்கள் மட்டும், எப்படி அரசியல் சக்தியை ஏகபோகமாக அனுபவித்தனர் என்பது போன்ற கேள்விகள் எழுப்பப்படவேண்டும்.

இரண்டாவதாக, சர்வாதிகாரத்துவக் கொள்கை பாசிசத்தின் புரட்சிகரமான பக்கத்தை அளவுக்கதிகமாக பெரிதுபடுத்துகிறது. சர்வாதிகாரத்துவ ஆட்சி அனைத்து மாற்று ஒருமைப்பாடுகளையும் அழித்து, எல்லா தனிமனிதர்களையும் ஆட்சியைச் சார்ந்து

இருக்க வைத்து, புதிய சமூகத்தை உருவாக்க நினைக்கிறது என்று இக்கொள்கை கருதுகிறது. இப்படிப்பட்ட ஒரு கனவு செயல்படுத்தமுடியாதது என்பதைவிட நினைத்துப் பார்க்கவே முடியாதது. ஏனெனில், இதற்குத் தேவை நடைமுறை சாத்திய மற்ற பாரபட்சமின்மை. உண்மையில், சொந்த விருப்பு வெறுப்பு களும், வெளிப்படையாகச் சொல்லப்படாமல் இருந்த ஊகங் களும், பாசிஸ்டுகளின் தலைகீழ் கற்பனா உலகினை(dystopia) உருவாக்கின. பெருவணிகமும் குடும்பமும் (குறிப்பிட்ட எல்லை வரை) கிட்டத்தட்ட பாசிஸ்டுகளின் ஒன்றுதிரட்டப் பட்ட தேசம் குறித்த கண்ணோட்டங்களுக்கு ஒத்தவையாகும். கம்யூனிசமும் பெண்ணியமும் இதற்குள் அடங்கவில்லை. சர்வாதிகாரத்துவம் என்ற கருத்தாக்கம், தம்மையறியாமல் உணர்வு மட்டத்தில் செயல்படும் விருப்புவெறுப்புகளின் அடிப்படையில் உருவாக்கப்படும் உலகக் கண்ணோட்டத்தைத் திணிக்க முயல்கிறது என்பதை நினைவில் கொண்டால்தான் இங்கு பயனளிக்கும். எனவே பாசிசக் கற்பனா உலகம், இருக்கும் உலகிலிருந்து முற்றிலும் வேறுபடும் என்று எதிர்பார்க்கக் கூடாது. அதில்தான் பலருடைய பாசிசம் மீதான கவர்ச்சி தங்கியிருக்கிறது.

பாசிச தேசியவாதம் எல்லோருக்கும் சமத்துவம் என்ற பொதுமைக் கொள்கையின் பெயரால், எல்லா தேசியக் குழுக் களின் உரிமைகளையும் பாதுகாக்கவில்லை என்பதை மனதில் கொண்டால் அது பெரியளவு புரட்சிகரமானதல்ல என்பது புலனாகும். ஒரு தேசிய இனம் தன் மேலாண்மையை மீண்டும் நிறுவி, குறிப்பிட்ட அரசியல் ஆதிக்க சக்தியாக உருவாதல் அல்லது ஒரு நாட்டிற்குள் ஆதிக்கம் செலுத்துதலுடன், சர்வதேச அளவிலும் ஆதிக்கம் செலுத்தவேண்டும் எனப் பாசிசம் முயன்றது. பலசமயங்களில் பாசிச தேசியம் என்பது 'மேலாதிக்கம்' பெற்ற இனக்குழுவின் தேசியம்தான்; அல்லது சரியாகவோ, தவறாகவோ, தாம் புறக்கணிக்கப்படுவதாகக் கருதும் மேலாண்மைமிக்க தேசிய இனத்தின் ஒரு பிரிவினுடைய ஆதிக்கம் மட்டுமே. சிலசமயம், பாசிசம் சிறுபான்மை இனத்த வருக்கும் ஏற்புடையதாக இருந்திருக்கிறது. 1930களில் செக்கோஸ்லோவாகியாவில் இருந்த ஜெர்மானியர் நம் நினைவுக்கு வருகின்றனர். இங்கு, பாசிஸ்டுகள் தமது இனக்குழு

ஏற்கனவே மேலாதிக்கம் செலுத்தியவிடத்தில் இன்னொரு ஆட்சியோடு சேர விரும்பினர்.

சர்வாதிகாரத்துவ அணுகுமுறையின் ஆதரவாளர்கள் பாசிசத்தின் பழமைவாத உள்ளுணர்வு குறித்த விமரிசனத்தைப் பெரிதுபடுத்தக்கூடாதென மறுக்கின்றனர். பழமைவாதிகளோடு பாசிசம் மேற்கொண்ட சமரசங்கள் 'நடைமுறைத் தந்திரங்கள்' என வாதிட்டனர். அல்லது மைக்கேல் பர்லேய் போலத் தாங்கள் 'அடிப்படை உளவியலில் ஈடுபாடு மிக்கவர்கள்; மேலோட்டமான விஷயங்களில் கவனம் செலுத்தாதவர்கள்' என்று சொல்லிக் கொள்கின்றனர். மார்க்சிய அணுகுமுறை தமக்கு மாறாக உள்ள நிகழ்வுகளைக் கணக்கிலெடுக்காமல் போகும் போக்கையே இவர்களும் மேற்கொள்கின்றனர்.

மொத்தத்தில், பர்லெயின் 'பாலம்' பற்றிய உவமையானது நமக்கும் உதவியாக உள்ளது. பலர் பாசிசம் தங்கள் தேசத்தை சீர்செய்யும்; நாம் நம் போக்கில் போகலாம் என நம்பினர். ஆனால் அது போதுமானதாக இல்லை. பாசிஸ்டுகளின் கையில் இருந்த பாலத்தின் மறுஅமைப்புக் குறித்த வரைபடம் பெருமளவு மாற்றங்களைக் கொண்டிருந்தது. அவர்களது திட்டத்திற்கு, பெரும் வளங்களைச் சேர்க்க வேண்டியதாக இருந்தது. பாலத்தை அதன் அடித்தளம் வரை அசைத்தது. பயணிகளைக் கீழே தள்ளும் அச்சுறுத்தல் இருந்தது. ஆனால், பல பயணிகள் பொறியாளர்களைப் பாராட்டினர்; உதவிக்கரம் நீட்டினர். பிற பயணிகள், பயணம் செய்யும் பாலத்தைத் தகர்க்கச் சதித்திட்டம் தீட்டிக் கொண்டிருப்பதாகப் பொறியாளர்கள் வேறு நம்பினர். எனவே பாலத்தைக் கடந்துசெல்லும் தொடர்வண்டிகளில் நடந்த காட்சிகளில் இருந்து நாம் கவனத்தைச் சிதறவிடக்கூடாது. அவற்றில் குண்டர்கள் பயணச் சீட்டு வாங்கிப் பயணிகளை வெளியே தள்ளினர்; சக பயணிகள் கண்டும் காணாமலும் இருந்தனர். கொலையாளிகளின் சீருடைகள், பழக்கமான காவலர் களுடையதைப் போல இருந்ததாகக் கருதி இருந்திருக்கலாம். சர்வாதிகாரத்துவ திட்டம் ஒருபாதி பழக்கமானது; மறுபாதி புதிதானது. குறிப்பிட்ட குழுக்களை இப்போக்குக் கவர்ந்தது என்பதையும் அவர்களுக்கு இருந்த அதிகாரம் வெகுமக்கள் ஆதரவும் குறித்த புரிதலைப் பொறுத்தே அதனை உணர்ந்து கொள்ள முடியும்.

வரையறை

நமது வரையறை மார்க்சிய, வெபரிய, சர்வாதிகாரத்துவக் கொள்கைகளின் பலங்களை உள்ளடக்கியதாக இருக்க வேண்டும். பாசிச கருத்துகள், பிற சமூகக் குழுக்களுடனான அதன் உறவைப் புறக்கணிக்கக் கூடாது. பாசிசத்தின் புரட்சிக் கருத்துகள், பிற்போக்கு அம்சங்களைக் கணக்கில் கொள்ளவேண்டும். முற்போக்கு, பிற்போக்கு அம்சங்கள் இரண்டும் முக்கியம் என்பது போலவே, நமது வரையறையின் 'அனைத்து' அம்சங்களும் முக்கியம். ரோஜர் கிரிபின் போருக்கு இடைப்பட்ட காலகட்டப் பாசிசத்தின் தனிப்பட்ட தன்மைகள் அக்காலத்தை மட்டுமே சேர்ந்தவை; எனவே அத்தியாவசியமானவை அல்ல என்கிறார். (தலைவர் வழிபாடு, இணை இராணுவமயமாக்கம், வெகுசனப் பேரணிகள், ஒன்றுபட்ட பொருளாதாரம் போன்றவை இப்பிரிவில் அடங்குவதாக அவர் குறிப்பிடுகிறார்). இதற்கும் 'வரையறைப் பண்புகளுக்கும்' உள்ள வேறுபாட்டை அவர் முன்னிறுத்துகிறார். மரபணு வகைப்பட்ட தீவிரவாத தேசியவாதம் மிக முக்கியத்துவம் வாய்ந்தது என்கிறார். இப்பார்வையில் எனக்கு ஒப்புதல் கிடையாது. இப்பார்வையில் உள்ள சிக்கல் பாசிஸ்டுகள் மேற்கொண்ட தேசியவாதம் போருக்கு இடைப்பட்ட காலகட்டத்தின் விளைவு. பாசிசத்தின் பிற அம்சங்களும் அப்படியே. எடுத்துக்காட்டாக, தேசியவாதம், இணை இராணுவமயமாக்கம், தலைவர் வழிபாட்டோடு பின்னிப் பிணைந்தது. ஏனெனில் தேசம் அதன் புகழ்வாய்ந்த போராளிகளிலும் தலைவரிலும் தங்கி இருப்பதாக பாசிஸ்டுகள் நம்பினார்கள். தேசத்தை உருவகப்படுத்தத் தலைவர் ஒருவரின் பிம்பமும் வெகுசனக் கட்சியும் இல்லாமல் இருந்திருந்தால் பாசிசமும் அதன் வரலாறும் வேறாக இருந்திருக்கும். அத்தியாயங்கள் 4, 5 இதனை விரிவாக விளக்கும். ஒவ்வொரு அம்சத்துக்கும் கொடுக்கவேண்டிய முக்கியத்துவம், அவற்றின் பொருள் ஆகியவை குறித்துப் பாசிஸ்டுகள் வேறுபட்ட கருத்துகள் கொண்டிருந்தாலும் அவை அனைத்தும் ஒன்றோடொன்று இணைந்தே இருந்தன. கிரிபினின் கருத்தை ஏற்றுக்கொண்டால் போருக்கு இடைப்பட்ட காலகட்டப் பாசிசத்தின் கூறுகளைத் தவறாகப் புரிந்துகொள்ள நேரிடும். அதன் உள்ளீடான தொடர்புகள், பிற பகைமைத் தத்துவங்களில் இருந்து வேறுபட்ட தன்மைகள் ஆகியவை குறித்தத் தவறான புரிதலுக்கு இட்டுச்செல்லும்.

பாசிசத்தின் சில கூறுகளை மட்டும் ஏற்றுக்கொண்ட பல இயக்கங்கள் இருந்துள்ளன. அவற்றுள் சிலவற்றைத் தீவிர வலதுசாரி இயக்கங்களோடு இணைத்துப் பார்க்க முடியும். இடதுசாரிகளுக்கு எதிரான 'தீவிர' வெறுப்பு இவர்களுக்குள் பொதுவான அம்சமாகும். அதிகாரத்துவ, பழமைவாத, சர்வாதி காரத்துவ ஆட்சிகளின் பல எடுத்துக்காட்டுகளைப் பின்வரும் பகுதிகளில் காண்போம். அவை மேற்குறித்த போக்கின் எடுத்துக் காட்டுகளாகும். *1936-39*வரை பிரான்சில் செழித்தோங்கிய பிரான்ஸ் சோஷியல் கட்சி (Parti social francais) இதிலிருந்து வேறுபட்ட பாணியைக் கொண்டது. பாசிஸ்ட் போக்குக் கொண்ட க்ராயி தெ ஃப்யூ (Croix de fex)விலிருந்து வளர்ந்த இந்த இயக்கம் பாசிசத்தின் தேசியவாதம், வெகுசனவாதத்தை இருத்திக் கொண்டது. ஆனால் மெதுவாக இணை இராணுவமயமாக்கலைத் தவிர்க்கத் தொடங்கியது; அதன் ஜனநாயக எதிர்ப்புப் போக்கைக் குறைத்துக் கொண்டது; மரபுசார் தேர்தல் அரசியலோடு மென் மேலும் ஒன்றாகக் கலந்து வருகிறது. அதுபோல சமகால இயக்கங்களான பிரிட்டிஷ் தேசிய கட்சி, பிரான்ஸ் தேசிய முன்னணி ஆகியவை தீவிர வலதுசாரிகளைச் சேர்ந்தவை; ஆனால் அவை பாசிச இயக்கங்கள் அல்ல. இம்மாதிரியான நுண்ணிய வேறுபடுத்தல்கள், கல்விப்புலமை சார்ந்ததாகத் தோன்றலாம். ஆனால் அவை முக்கியமானவை. ஏனெனில் பாசிஸ்ட் அல்லாத தீவிர வலதுசாரி இயக்கங்கள், பாசிசக் குழுக்களைப்போல சமூக, அரசியல் அமைப்பில் தாக்கம் செலுத்துவதில்லை.

நமது வரையறை எந்த வடிவில் இருக்க வேண்டும்? பாசிசத்தின் வரையறையைப் பட்டியல் இடுவது எளிதானது. தீவீரதேசியவாதம், சோஷலிச எதிர்ப்பு, இணை இராணுவ மயமாக்கம், தேசியவாதம், முதலாளித்துவ எதிர்ப்பு... என்று பல அம்சங்களை அடுக்கிக்கொண்டே போகலாம். வரையறையை விளக்கத் தொடங்கும்போது மோதல்கள் உருவாகத் தொடங்கு கின்றன. எடுத்துக்காட்டாக, 'முதலாளித்துவ எதிர்ப்பு' என்பது இப்பின்னணியில் எதுவாக இருக்கும்? பாசிஸ்டுகள் பொது வாகப் பெருவணிகத்தைத் தடுக்கவில்லை என்பது எதார்த்தம். எனவே, தொடர்நிலைக்கூற்று வடிவில் வரையறையை வழங்கு வதையே விரும்புகிறேன். அவ்வகையில், நாம் கூறும் கூற்றுகளின் பொருள் மற்றும் தொடர்புகளை வெளிப்படுத்தி, பாசிசத்தின்

முரண் இயல்பைக் காட்டமுடியும். சில சொற்களின் முழுமை யான முக்கியத்துவம் பின்வரும் அத்தியாயங்களில் தெளிவு படுத்தப்படும்.

மேலே விளக்குவதற்கு முன்னர், எனது வரையறை சொந்த மான, புதுமையான கருத்து எனக்கூற முடியாது என்பதைத் தெளிவுபடுத்த விரும்புகிறேன். எனது அணுகுமுறை எர்னஸ்டோ லக்லௌவின்(Ernesto Laclau) முந்தைய ஆய்வுக்குப் பெரிதும் கடன்பட்டுள்ளது. நவீன சமூகத்தில் உள்ள பல்வகைச் சிக்கல் களோடு தொடர்புபடுத்திப் பாசிசத்தை விளக்குவதில் அவரது முயற்சி மிகச்சிறந்தது. அண்மைக் காலத்திய ரோஜர் ஈட்வெல்லின் (Roger Eatwell) ஆய்வும் எனது வரையறையை ஒத்ததாகும். பாசிசத்தின் உள்ளீடான முரண்பாடுகள் குறித்து இவ்வாய்வு கூர்மையாக அணுகுகிறது. சமீபத்தில் வந்துள்ள வரலாற்று ஆய்வுகள், பாசிச இயக்கங்கள் ஆட்சிகளில் - பெண்கள், தொழிலாளர்கள் பங்கு குறித்து மேற்கொண்ட அணுகுமுறைகள், மற்றும் முடிவுகளில் இருந்து பல விஷயங்களை நான் பயன் படுத்தியுள்ளேன். இவ்வாய்வுகள் பாசிசம், தீவிர தேசியவாதம், வர்க்கம், பாலினம், மதம் மற்றும் பிற அடையாளங்களோடு கொண்ட சிக்கலான உறவுகளைக் காட்டுகின்றன. பாசிசத்தை விவரிக்க எதிர்வுகளைப் பயன்படுத்துவதை - நவீனம்/மரபு ; முற்போக்கு/பிற்போக்கு - மறுபரிசீலனை செய்யவேண்டிய அவசியத்தை இவ்வாய்வுகள் வெளிப்படுத்தியுள்ளன. பாசிசம் அடிப்படையில் முரண்பாடுகள் கொண்டது.

பாசிசத்தை குறிப்பிட்ட கருத்து மற்றும் செயல்பாடுகளின் ஒருங்கிணைப்பாகவும் அதன் அனைத்துக் கூறுகளும் முக்கியத் துவம் கொண்டவையாகவும் காண விரும்புகிறோம். புரிதலுக்காக ஏதோவொரு புள்ளியில் தொடங்க வேண்டும். எனவே 'புதிய ஒருமித்த உடன்பாடு' உள்ள தீவிர தேசியவாதக் கொள்கையையும் செயல்பாட்டையும் நான் ஏற்றுக்கொண்டு, அதிலிருந்து தொடங்குகிறேன். தேசியம் என்ற 'மையத்தி'லிருந்துதான் பாசிசத்தின் பிற தன்மைகள் பெறப்படுகின்றன என்றோ, பாசிசத்தின் எல்லாக் கூறுகளையும் தேசியத்தைக் கொண்டு விளங்கிக் கொள்ளலாம் என்றோ இதற்குப் பொருளல்ல. எடுத்துக்காட்டாக, சோஷலிசவாதிகள் தேசிய ஒற்றுமைக்கு அச்சுறுத்தல் எனக்கருதி பாசிஸ்டுகள் அவர்களை எதிர்த்தார்கள்

என்றோ, மாறாகப் பாசிசம் சோஷலிசத்துக்கு மாற்று மருந்தாக தேசியத்தைக் கண்டதால்தான், தேசியத்தை முதன்மைக்கூறாக ஏற்றுக்கொண்டது என்றோ கூற முடியாது. தீவிர தேசியவாதத்தில் தொடங்குவதால், பாசிஸ்டுகள் தம்மைப் பற்றிக் கூறிக் கொண்டதை எவ்விதமான விமரிசனமும் இன்றி ஏற்கிறோம் என்றும் பொருளல்ல; பாசிசக் கொள்கையில் பல ஏற்கமுடியாத கருத்துக்களும் ஊகங்களும் சேர்ந்திருந்தன என்பதை நாம் நினைவில் கொள்ளவேண்டும். தீவிர தேசியவாதத்தில் நம் கவனத்தைக் குவிப்பதன் மூலம், பாசிஸ்டுகள் தம்மைப் பிற எல்லாவற்றையும்விட தேசியவாதிகள் என 'அறிவித்துக் கொண்டதை' ஏற்க முடிகிறது எனக் கொள்ளலாம். மேலும், ரோஜர் கிரிபின் பாசிசம், சீரழிந்த ஒரு காலத்திற்குப் பின்னர் தேசத்தை மறுசீரமைக்கிறது என்று கூறும்போது பாசிசத்தின் முரண்பாடுகளை வெளிப்படுத்தும் சாத்தியத்தை முன்வைக்கிறார். பாசிசம் மாற்றத்தை முன்வைக்கிறது; ஆனால் கடந்த காலத்தை நோக்கியும் திரும்புகிறது.

பாசிஸ்டுகள் ஒன்றுதிரட்டப்பட்ட தேசிய சமூகத்தை உருவாக்க முயன்றனர். அதில் இடம்பெறும் அனைத்துப் பிரிவினரும் ஆட்சியின் மீது என்றும் மாறாக் காதல் கொண்டிருப்பர்; 'புதிய பாசிச மனிதன்' ஆட்சிக்குச் சேவை செய்வதில் திருப்தி அடைபவன். நாஜிகள் தேசத்தை உளவியல்ரீதியாக வரையறை செய்தனர். பிறர் அதனை வரலாற்றுரீதியாகவோ, பண்பாட்டு ரீதியாகவோ வரையறை செய்தனர். இந்தத் தேசியம் இராணுவ ரீதியான எல்லைப் பரவலாக இருக்கவேண்டும் என்ற தேவை இல்லை. சில பாசிஸ்டுகள், நாஜிகள் உள்பட, ஐரோப்பிய, மேலை, கிறிஸ்தவ, ஆரிய, வெள்ளை இனத்தவர் இணைந்த 'பாசிச அகிலம்' உருவாக்க முயன்றனர். இந்த 'அனைத்துலகப் பாசிஸ்டுகள்' உள்நாட்டுக் கொள்கைகளைத் தேசியக் கொள்கைகளே முடிவு செய்யவேண்டும் என்பதை மறுக்கவில்லை. அத்தியாயங்கள் 8, 9, 10 ஆகியவை தேசியம், இனவாதக் கருத்துகளோடு நெருக்கமாகத் தொடர்புகொண்டு, நலத் திட்டம் மற்றும் குடும்பம் குறித்த பாசிசக் கொள்கைகளை உருவாக்கியது பற்றியும் தொழிலாளர் - வேலை அளிப்பவர், ஆண்கள் - பெண்கள் உறவுகள் குறித்த பாசிசக் கருத்துகளையும் விளக்குகின்றன.

சோஷலிசம், பெண்ணியம், முதலாளித்துவம், இன்னபிற 'இசங்கள்' வேறு ஏதோ ஓர் அம்சத்தைத் தேசத்தைக் காட்டிலும் முதன்மை இடத்தில் வைப்பதால், (வர்க்கம், பாலினம், பொருளாதார ஈடுபாடு போன்றவை) பாசிசம் அவற்றை வெறுக்கிறது. அதனால்தான் பாசிசம் எதிர்மறை கொள்கையாகப் பெரும்பாலும் பார்க்கப்படுகிறது. இதற்கு - எதிர்ப்பு, அதற்கு - எதிர்ப்பு என்றே பாசிசம் பேசுகிறது. சாதாரண 'பிரிவுகளின்' மேலுள்ள ஈடுபாட்டுக்கு மாறாக தேசம் முழுமைக்குமானது என்ற ஆக்கபூர்வமான மேல்நிலையைத் தேசியம் பாசிசத்திற்கு வழங்குகிறது. பாசிசம் புரட்சிகரமானதென்ற வாதத்தை முன் வைக்கும்போது சர்வாதிகாரத்துவக் கொள்கையாளர்கள், அது தேசத்தை முதன்மையாக வைப்பதைக் குறித்தே பேசுகின்றனர். ஆனால் சர்வாதிகாரத்துவம் குறித்த விவாதத்தில் நாம் விளக்கியது போல, தேசம் குறித்த பாசிசத்தின் கருத்துருவாக்கத்தில் புரட்சிகர உணர்வுகளோடு, பழமைவாதக் கருத்துகளும் இணைந்திருக் கின்றன. தேச நலனைக் குறித்த விஷயத்தில் சோஷலிசவாதிகளை விட, முதலாளித்துவவாதிகளை ஏற்கக்கூடியவர்களென பாசிசம் கருதுகிறது. ஒரு 'புது மனிதனை' உருவாக்குதல் பற்றி அவர்கள் பேசியபோது, மெய்யாகவே 'ஆண்' என்பதையே குறித்தார்கள். பெண் குறித்த அவர்களது பார்வை பழமைவாதக் கருத்துகளாக இருந்தது. அத்தியாயங்கள் 8, 9, 10 ஆகியவற்றில் வர்க்கம், பால் பற்றிய மனத்தடைகள் பாசிஸ்டுகளின் தேசிய முன்னுரிமை களை 'நனவிலியாக' வடிவமைப்பது விளக்கப்படுகின்றது.

பாசிசத்தைத் துல்லியமாக விளக்க இன்னொரு வழிமுறை, அதனைப் பழமைவாத சர்வாதிகாரங்களோடு ஒப்பிட்டுப் பார்ப்ப தாகும். (போருக்கு இடைப்பட்ட கிழக்கு ஐரோப்பா, இலத்தீன் அமெரிக்க இராணுவ ஆட்சிகள் போன்றன) அதிகாரத்துவ பழமைவாதிகள் பழமைவாத 'ஈடுபாடுகள்' பலவற்றிலான பிரபஞ்சத்தைப் பாதுகாத்தனர். சொத்து, தேவாலயம், குடும்பம், இராணுவம், நிர்வாகம் ஆகியவை இதில் அடங்கும். அவர்கள் தேசியவாதிகள்தான். ஆனால் தேசத்துக்காக மேல்தட்டினர் மட்டுமே பேச வேண்டும் - மக்கள் அல்ல - என்று நினைத்தனர். பழமைவாத ஈடுபாடுகளின் சுயாட்சியைப் பாதுகாக்க வேண்டிய தேவையின் அடிப்படையில், அவர்களது தேசியம் தன்னை தகவமைத்துக் கொண்டது. எனவே தனிநபர் முன்முயற்சி

களுக்கு சிறிது இடம் அளித்தனர். 'சிவில் சமூகத்தை' முழுமை யாக ஒழிக்கவில்லை. பொருளாதார, அரசியல் மற்றும் பிற காரணங்களுக்காக, தனிநபர்கள் சுதந்திரமாக ஒன்றிணைவதை மறுக்கவில்லை. தேசநலனின் பெயரால் குடும்பத்தையும் பொருளாதாரத்தையும் முறைப்படுத்த அதிக முயற்சிகள் எதுவும் எடுக்கவில்லை.

மாறாக, பாசிசம் பழமைவாதிகள் புனிதமாகக் கருதிய சொத்து, குடும்பம் ஆகியவற்றுக்கு முழுமையான ஆதரவு காட்டவில்லை. தீவிர தேசியவாதம் பாசிசத்தின் சொத்து, குடும்பம் குறித்த அணுகுமுறைகளில் மூன்றுவிதமாகத் தாக்கம் செலுத்துகிறது. முதலில், விருப்பத்திற்குரிய தேசிய இனத்தைச் சேர்ந்தவரா என்பதைப் பொறுத்துக் குடும்பத்தையும் நிர்வாகங் களையும் பாசிசம் வேறுபடுத்துகிறது; 'அந்நியரின்' சொத்து அபகரிக்கப்படுகிறது; தேசத்திற்கு (இனத்திற்கு) ஏற்ற குடும்பங் களுக்கு வேலைவாய்ப்பு மற்றும் நலத்திட்டங்கள் பகிர்தலில் பயன்கள் வழங்கப்படுகின்றன.

இரண்டாவதாக, பாசிசம் முதலீட்டை எதிர்க்காமல், பெரு வணிகத்தின் 'தன்னலப் போக்கினால்' தொழிலாளர்களை வறுமையில் ஆழ்த்திச் சோஷலிசத்தின் கரங்களுக்குள் தள்ளி விடுகின்றது என்பது கருத்து ' (பெருவணிகம் தேசத்திற்குள் நிலவவேண்டிய அமைதியை விட இலாபத்தை விரும்புவதை மட்டுமே பாசிசம் எதிர்த்தது). அதுபோல ஆண்கள், பெண்களின் தன்முனைப்புத் தன்மையானது வசதியான வாழ்க்கை, வேலை ஆகியவற்றை முன்னிலைப்படுத்தி, தேசத்திற்காக உடல்நலம் மிக்க குழந்தைகள் பெற்றுத் தருவதைப் பின்னுக்குத் தள்ளு கின்றது. இதுபோன்ற நம்பிக்கைகளைப் பழமைவாதிகள் பாசிச ஆட்சிகள் பொருளாதார, குடும்பச் சூழலில், சட்டம் மூலம் 'இடையீடு' செய்வதாகக் கருதுவார்கள். வணிகங்கள் விதி களுக்கு ஆட்பட்டன; தொழிலாளர்கள் பாசிச சங்கங்களில் சேருமாறு கட்டாயப்படுத்தப்பட்டனர்; குழந்தைப்பேறு அரசியல் கடமையாயிற்று. அதிகாரத்துவ பழமைவாதிகள் சொத்து மீதான எந்தத் தாக்குதலையும் ஏற்கமாட்டார்கள். அது யூதர்களின் சொத்தானாலும் சரி. அதுபோல, பழமைவாதிகள், குறிப்பாக மதப் பழமைவாதிகள், தேசநலனின் பெயரால் குடும்பம் தாக்கப்படுவதையும் விரும்பவில்லை.

பாசிசம், நிறுவனரீதியாகவும் அதிகாரத்துவ பழமைவாதத்திலிருந்து வேறுபடுகிறது. அவர்கள் நிறுவப்பட்ட அமைப்புகளான தேவாலயங்கள், இராணுவம், நிர்வாகச் சேவை மூலம் ஆட்சி நடத்துவார்கள். அவர்கள் சிலசமயம் ஆதரவைத் திரட்ட வெகுசன அமைப்புகளை உருவாக்குவார்கள். ஆனால், குடும்பம், வணிகம் ஆகியவை அரசு இடையீட்டுக்கு அப்பாற்பட்ட தனிவாழ்வுக்களனின் அரணாகக் கருதப்படுவதால், தாய்மார்கள், தொழிலாளர்களை வெளிப்படையான அரசியல் மயமாக்கப்பட்ட அமைப்புகளில் இணைக்க முயலவில்லை. சொல்லப்போனால், இருப்பில் உள்ள அரசியலற்ற அமைப்புகள் எதையும் பழமைவாத சர்வாதிகாரிகள் பெரும்பாலும் ஒடுக்குவதில்லை.

ஆனால், பாசிஸ்டுகள் வெகுசனக்கட்சியின் தலைமையை ஏற்கும் புதிய மேல்தட்டினரை அதிகாரத்துக்குக் கொண்டுவர முயல்கின்றனர். அவர்களே மக்கள் மற்றும் தேச அடையாளத்தின் மூலமாக உருவகப்படுத்தப்படுகிறார்கள். கட்சி அரசியல் பிரதிநிதித்துவத்தில் ஏகபோகத்தை விரும்புகிறது. எனவே நிர்வாக, இராணுவ, தேவாலயப் படிநிலைகளை உடைக்க முயல்கிறது. எப்போதும் அதில் வெற்றி பெறவில்லை என்பது உண்மைதான். ஆனால், பழமைவாதிகள் அவற்றை நம்பியே ஆட்சி நடத்துபவர்கள். அதிகாரத்துவப் பழமைவாதிகள், காவல் துறை, இராணுவம் மூலம் இடதுசாரிகளை ஒடுக்க முயலுவர். ஆனால் பாசிச இணை இராணுவ அமைப்புகள் தாங்களே அப்பணியை மேற்கொள்ளும். இதனைச் செய்ய அதிகாரிகளுக்கு போதுமான தகுதி இல்லை எனப் பாசிசம் கருதியது. வலுவற்ற, 'பெண்மைத் தன்மை கொண்ட' 'நபும்சகமான' அரசியல்வாதிகளுக்கு மாறாகப் பாசிஸ்டுகள் புதிய 'ஆண் தன்மைமிக்க' மேல்தட்டினரைப் பிரதிநிதித்துவப்படுத்தினர். அவர்கள் தேசிய நலனுக்கு அடுத்தபட்சமாக வணிகம், குடும்பத்தை முன்வைப்பதை உறுதிப்படுத்தினர்.

மக்களிடம் பேசும்போது பாசிஸ்டுகள் என்ன பொருளில் பேசுகின்றனர் என்பதைத் தெளிவுப்படுத்தவேண்டியது அவசியம். அவர்கள் மக்களைப் பொருளாதார அல்லது சமூகவர்க்கமாகப் பார்ப்பதில்லை. எடுத்துக்காட்டாக, குட்டி முதலாளித்துவவாதிகள் என்ற பொருளில் பேசுவதில்லை. 'மக்கள்' என்ற சொல் எந்தக் குழுவானாலும் அதன் நிறுவன எதிர்ப்பு உணர்வை

வெளிப்படுத்தியது. அது அதிருப்தியுற்ற தொழிலாளர்களாகவும் இருக்கலாம்; செல்வம்மிக்க முதலாளிகளாகவும் இருக்கலாம். நிலவும் இடதுசாரி, வலதுசாரிக் கட்சிகளால் தாம் புறக்கணிக்கப் படுவதாகப் பாசிஸ்டு ஆதரவாளர்கள் கருதிக் கொள்கின்றனர். (மெய்யாகவே அப்படித்தான் இருந்ததா என்பது வேறு விஷயம்) இப்புறக்கணிக்கப்பட்ட உணர்வு பாசிசத் தீவிர வாதத்தை மீண்டும் வலியுறுத்துகிறது.

மேலும் பாசிஸ்டுகள் ஊழல்மிக்க மேல்தட்டினருக்கு எதிராக மக்களது உறுதி மேம்படவேண்டும் என்று கூறும் போதோ, அல்லது நிலவும் அரசாங்கங்களை 'பிரதிநிதித்துவம் அற்றவை' என வர்ணிக்கும்போதோ, முற்போக்குச் சமூகங்களில் புரிந்து கொள்ளப்படும் ஜனநாயகத்துக்கான அறைகூவலாக அது இல்லை. புதிய மேல்தட்டினரின் மூலமாக மக்களை உருவகிப்பதிலும் வெறுப்புணர்வுக் கலந்தே இருந்தது. ஏனெனில் பாசிஸ்டுகள் தனிநபர்களின் திறமைகளில் சமத்துவமின்மை நிலவுவதை வலியுறுத்தினர். வீரதீரத் தலைமை இல்லையெனில், வெகுசனம் சீரழியும் என அஞ்சினர். மக்கள் வாக்குப்பெட்டி மூலம் தலை வரைத் தேர்ந்து எடுக்க இயலாதவர்கள். தேர்தல்கள் சராசரி வெகு சனங்கள், சராசரித்தனமான பிரதிநிதிகளைத் தேர்ந்தெடுக்கவே அனுமதிக்கின்றன. பிரபலம்மிக்க மேலாண்மையானது, பாசிசக் கட்சி மற்றும் அதன் தலைவர்மூலம் 'உள்ளுணர்வு' பூர்வமாக வெளிப்படவேண்டும். காட்ரெனொவின் தொண்டர்களில் ஒருவர் பின்வருமாறு குறிப்பிட்டார்:

> வெகுசனத்திற்கு எதிரான மனிதனோ ([பழமைவாத] சர்வாதிகாரி) அல்லது ஒரு மனிதனுக்கு எதிரான வெகு சனமோ (நம்காலத்திய சீரழிந்த ஜனநாயகம்) இல்லாமல், வெகுசனங்கள் கண்டெடுத்த மனிதன் என்ற படைப்பாக்கத் தன்மை வரலாற்றில் கட்டாயம் இருக்கவேண்டும்.
>
> குவின்டுல், 27 ஜனவரி 1938

வரலாற்றுரீதியாக, பாசிச இயக்கங்கள் இரு மூலங்களில் இருந்து உருவாகின. போருக்கு இடைப்பட்ட காலத்தில் பாதிக்கப்படாத வலதுசாரி கட்சிகளின் ஆதரவாளர்கள், பெரும் பாலான (அனைவரும் அல்ல) பாசிச இயக்க உறுப்பினர்களாக இருந்தனர். அத்தியாயங்கள் 4,5,6, இதைக் குறித்து விளக்கும். நெருக்கடியான சூழலில் பழமைவாதத் தொண்டர்கள் பலர்,

மரபுரீதியான வலதுசாரிகள் தேசிய ஒற்றுமையை உருவாக்கவோ, சோஷலிசம், பெண்ணியம், பொருளாதார நெருக்கடி மற்றும் சர்வதேசிய சிக்கல்களை எதிர்கொள்ளவோ வலுவற்றவர்கள் எனக் கருதினர். மரபுசார் பழமைவாதிகளைவிட பாசிஸ்டுகள் தேசப்பற்றும் உறுதியும் மிக்கவர்களாக இருந்ததாகக் கருதினர். விளைவு, நிலவும் அமைப்பை ஒழித்தலை ஒழுங்கமைப்பை மீட்டெடுப்பதற்கான முன்நிபந்தனையாகக் கண்டனர். புரட்சி யின் பெயரால் ஒழுங்கையும், ஒழுங்கின் பெயரால் புரட்சியையும் கோரினர்.

இடதுசாரிகள் மத்தியில் உள்ள நெருக்கடி மூலமாகவும் பாசிசம் உருவாகலாம். போருக்கு இடைப்பட்ட காலத்தில் இப்போக்கு அரிதாக இருந்தது; ஆனால் இருக்கத்தான் செய்தது. தற்காலத்தில் இது மேலும் தெளிவாகப் புலனாகிறது. இடதுசாரி களில் இருந்து பாசிசம் உருவாகும்போது, அதன் தீவிரவாதமும் எதிர்ப்பும் நிறுவனங்களுக்கு எதிரான இடதுசாரி எதிர்ப்பின் மிச்சங்களில் இருந்து வருகிறது. அதோடு இடதுசாரிகள் மக்களை ஏமாற்றிவிட்டனர் என்ற உணர்வும் சேர்ந்து கொள்கிறது. சிறு பான்மை இனத்தவர் மற்றும் பெண்ணியவாதிகளிடம் கூடுதல் கவனம் செலுத்தியதால் இப்படி நேர்ந்தது எனக் கருதினர். நிலையான கட்சிகளைப் புறக்கணித்த எல்லோரும், பாசிசத்திற்கு திரும்பினார்கள் என்று கூறமுடியாது.

பாசிஸ்டுகளான பலருடைய பின்னணிகளின் வேறுபாடுகள், பாசிசத்தின் முரண்பாடுகள் நிறைந்த இயல்பை மீண்டும் வலியுறுத்துகின்றன. மேலும் பாசிஸ்டுகளுக்குள் அவர்களுடைய இயக்கத்தின் அடிப்படைகள் குறித்த வெவ்வேறு கருத்துகள் இருந்தன என்பதையும் நினைவுபடுத்துகிறது. சிலர் பாசிசத்தின் புரட்சிகர அம்சங்களுக்குக் கூடுதல் அழுத்தம் கொடுத்தனர்; சிலர் அதன் பழமைவாதத்திற்கு அழுத்தம் கொடுத்தனர். (சிலர் அதன் புரட்சிகர அல்லது பிற்போக்குக் கூறுகளை மட்டுமே ஏற்றனர்; நமது பார்வையில் அவர்கள் பாசிஸ்டுகள் அல்ல - அவர்களே அப்படிச் சொல்லிக் கொண்டாலும்சரி.) பாசிசத்தின் புரட்சிகர இயல்பைக் குறித்தும் மாறுபட்ட கருத்துகள் நிலவின. சிலர் தொழிலாளர் உறவில் பாசிசம் முன்வைத்த ஒன்றுபட்ட அணுகுமுறையில் அதன் புரட்சிகரத் தன்மை நிலவுவதாகக் கருதினர். சிலர் அதனால் தேசிய ஈடுபாட்டின் முதன்மை

குன்றியதாகக் கருதினர். சிறுபான்மை மக்கள் பாசிசத்தைப் பெண்கள் முன்னேற்றத்துக்கான வாய்ப்பாகக் கண்டனர். பெரும்பான்மையானோர் அதனை 'ஆண்மைமிக்க புரட்சி'யாகக் கண்டனர். பழமைவாதத்துடனான பாசிசத்தின் உறவினால் மேலும் விவாதங்கள் கிளம்பின. இடதுசாரிகளை அழித்து, ஒழுங்கை நிலைநாட்ட விரும்பும் பாசிசத்தின் விருப்பம் எப்போதுமே அதிகாரத்துவப் பழமைவாதிகளின் ஆதரவை ஈர்த்தது. ஆனால், பாசிஸ்டுகள் தேசத்தின் உருவகமாகக் கருதப் படும் பழமைவாதிகளை மாற்ற விரும்பினர். பாசிஸ்டுகள் பழமைவாதிகளிடம் இருந்து முழுமையாக உடைத்து வெளி வருவது அரிதாக இருந்தது; ஆனால் உறவுகள் சிரமமானவை யாகவே இருந்தன.

போருக்கு இடைப்பட்ட ஐரோப்பாவின் குறிப்பிட்ட சூழல் தான் பாசிசத்தைக் குறிக்கிறது. போர் விட்டுச் சென்ற அடையாளங் களும், அறிவுப்புலச் செயல்பாடுகளும் அதனைத் தீர்மானித்தன. (மனித சமூகம் மற்றும் அரசுகளுக்கு இடையிலான உறவை இயற்கை விதிகளுக்கேற்ப சித்திரிப்பது; முதலாளித்துவம், சோஷலிசம் இரண்டுக்கும் மாறான 'மூன்றாம் பாதை'க்கான தேடல்) அக்காலச் சமூக நெருக்கடிகள் இதனை உந்தின. இருந்தாலும், பாசிசம் உருவாக்கப்பட்ட பின்னர், வெவ்வேறு சூழலில் செயல்படுத்தக் கூடிய சாத்தியம் நிறைந்த 'கொள்கை' நமக்குக் கிடைத்தது. பெரிதும் மாறிய வடிவத்தில் அது மீண்டும் தோன்றாது எனக் கூறமுடியாது.

பாசிசம் தேசத்தை முன்னிறுத்த விரும்பும் கருத்தியல்கள், செயல்பாடுகளின் தொகுதி; தேசம் உயிரியல், பண்பாடு மற்றும் வரலாற்றுபூர்வமாக வரையறை செய்யப்படும்; பிற சார்புகளைவிட மேலானதாகக் கருதப்படும். ஒன்றிணைக்கப் பட்ட தேச சமூகத்தை உருவாக்கும் தேவை ஒன்று உள்ளது எனப் பாசிசம் கருதுகிறது. சோஷலிசம், பெண்ணியம் போன்றவை வர்க்கம், பாலினத்தைத் தேசத்தைவிட முதன்மைப் படுத்துவதால், பாசிச தேசியம் அவற்றுக்கெதிரான மாறாத வெறுப்பைக் கொண்டுள்ளது. எனவே அது பிற்போக்குத் தனமானதாகும். அதனால்தான் பாசிசம் 'தீவிர' வலதுசாரி களின் இயக்கமாகிறது. சோஷலிச, பெண்ணிய தோல்வி,

4

ஒன்றுதிரட்டப்பட்ட தேசத்தை உருவாக்குவது ஆகியவை புதிய மேல்தட்டினர் ஒன்று அதிகாரத்துக்கு வருவதைப் பொறுத்து உள்ளது என நம்புவதாலும் பாசிசம் தீவிர வலது சாரி இயக்கமாகிறது. இப்புதிய மேல்தட்டினர் மக்களின் பெயரால், புகழ்வாய்ந்த தலைவரின் வழிகாட்டலில், வெகுசன இராணுவமயமாக்கப்பட்ட கட்சியின் வடிவத்தில் அதிகாரத்தை அடைவர். சோஷலிசம், பெண்ணியத்துக்கு எதிரான பொதுவான வெறுப்புக் காரணமாகப் பாசிஸ்டுகள், பழமைவாதிகளை நோக்கித் தள்ளப்படுகின்றனர். ஆனால், தேசத்தின் நலன் காரணமாகப் பழமைவாதிகளின் முக்கிய ஈடுபாடுகளான குடும்பம், சொத்து, மதம், பல்கலைக் கழகங்கள், நிர்வாகசேவைகள் ஆகியவற்றைத் தூக்கி யெறியப் பாசிசம் தயக்கம் காட்டுவதில்லை. பாசிசத்தின் தேசத்தை முதன்மைப்படுத்தி எழக்கூடிய தொழிலாளர், பெண்கள் இயக்கங்களின் குறிப்பிட்ட கோரிக்கைகளை ஏற்று, அதிருப்தியை நீக்கிடப் பாசிசம் முயலுகிறது. அதிலிருந்து புரட்சிகரத்தன்மை உருவாகிறது. தொழிலாளர்கள், பெண் களின் தேவைகளை நிறைவு செய்ய அவர்களைக் கட்சியின் அல்லது ஒன்றுபட்ட அமைப்பின் தனிப்பிரிவுகளாகவோ, சேர்த்தோ இணைத்துத் தேசத்திற்குள் பாசிசம் ஒன்றிணைக் கிறது. இந்த அமைப்புகளில் சேர்வது, அதன் உறுப்பினர் களுக்கான பலன்களை அனுபவிப்பது ஆகியவை, அவர வருடைய தேசிய அரசியல் மற்றும் இனக் குணநலன்களைப் பொறுத்தே அமையும். பாசிசக் கொள்கையின் எல்லாக் கூறுகளிலும் தீவிரத் தேசியவாதம் நிரம்பி வழிகிறது.

மேற்கூறிய வரையறை கிட்டத்தட்ட முழுமையானது பொருந்தாதவற்றை 'நடைமுறைத் தந்திரம்' என்று விளக்ச வேண்டியதில்லை; சில பகுதிகள் 'அடிப்படையில்' மிக முக்கிய மானவை எனக் கூறவேண்டியதில்லை. அது பாசிசக் கருத்துகள் மற்றும் சூழல்களை உள்ளடக்கியுள்ளது. அதன் புரட்சிக மற்றும் பிற்போக்கு அம்சங்களைக் கணக்கில் கொண்டுள்ளது அவை ஒன்றோடொன்று நெருங்கிய தொடர்புடையவை என காட்டி உள்ளது. பாசிசத்தின் நிச்சயமற்ற தன்மை அது பழமை வாதத்தால் கவரப்படுவதற்கும் அருவருப்பு அடைவதற்குமா

காரணத்தை **விளக்குகிறது**. அதன்மூலம் அடிக்கடி கூறப்படும் பாசிச வரலாற்றின் புரட்சிகர, பிற்போக்குத் தன்மைகளுக்கு இடையிலான ஊசலாட்டத்தை விளக்குகிறது. பாசிச வரலாற்றைத் தொடர்ச்சியான, வரையறை செய்யப்படக்கூடிய 'மட்டங்களாக'ப் பார்ப்பதற்கான முயற்சிகள் மேற்கொள்ளப்பட்ட போதும், பாசிசத்தின் அடிக்கடி மாறும் போக்குகளில் எந்தவொரு திட்டமிட்ட வரைவும் இருக்கவில்லை. முன்னரே ஊகிக்கமுடியாத வரலாற்றுச்சூழலில் இயங்கிய பாசிச இயக்கங்களுக்குள் ஏற்பட்ட நெருக்கடிகளால் இம்மாற்றங்கள் ஏற்பட்டன. பின்வரும் அத்தியாயங்களில் அவை கவனமாகப் பரிசீலிக்கப்படும்.

இந்த வரையறை மூலம் மிதமிஞ்சிய தன்னிறைவை நான் பெறமுடியாது. ஸ்டாலினிசத்திற்கும் நாஜிசத்திற்கும் இடையே உள்ள பொதுவான கொள்கை கட்டமைப்பைப் பரிசீலிக்க விரும்பினால், சர்வாதிகாரத்துவம் என்ற கருத்தாக்கம் கூடுதலான பொருத்தப்பாடு உடையதாக இருக்கும். யூத இன ஒழிப்பை விளக்குவது எனது நோக்கமெனில், பாசிசம், சர்வாதிகாரத்துவம், முதலாளித்துவம் போன்ற கருத்துகளின் கூட்டு மூலமே அதன் தனிப்பட்ட மற்றும் பொதுமைத் தன்மைகளைப் புரிந்துகொள்ள முடியும். இந்த வரையறை, இச்சிறு நூலின் தேவை கருதி உருவாக்கப்பட்டது என்று மட்டுமே நான் சொல்லிக் கொள்ள முடியும். பாசிசத்தை அதன் சமூக, பண்பாட்டு அரசியல் சூழலில் வைத்துப் பரிசீலிப்பதே இந்நூலின் நோக்கமாகும்.

அத்தியாயம் 3

பாசிசத்திற்கு முன்பே பாசிசமா?

பாசிசம் முதல் உலகப்போர், அதனைத் தொடர்ந்த நெருக்கடி களால் உருவானது. ஆனால் பாசிசம் குறித்த முன்னெச்சரிக்கை உணர்வுகள் 1914க்கு பல ஆண்டுகளுக்கு முன்பே தோன்றத் தொடங்கின. அவற்றுள் எதுவும் முழுமையாக வெடிக்கவில்லை. அமெரிக்க உள்நாட்டுப் போரினை தொடர்ந்து டென்னிசியில் செயல்திறன் இழந்த கூட்டணி அதிகாரிகள் கேகேகே(Ku Klux Klan - KKK) அமைப்பை உருவாக்கியபோதே பாசிசத்திற்கான எதிர்பார்ப்பு தொடங்கியிருக்கலாம். அரசாங்கம் கறுப்பர்களிடம் காட்டுவதாக நம்பப்பட்ட வெளிப்படையான ஒருதலைச் சார்பினுக்கு எதிராக, வெள்ளை இனத்தின் மேலாண்மையை நிறுவிட இந்த கேகேகே அமைப்பு உருவானது. தனிப்பட்ட உடை அணிந்த இவ்வுறுப்பினர்கள், விநோதமான சடங்குகளை மேற்கொண்டு தாங்கள் தனியொரு குழுவைச் சேர்ந்தவர்கள் எனக் காட்டிக்கொண்டார்கள். 'எந்த மனித விதியும் நிரந்தரமாக மீறமுடியாத' விதியின் பெயரால் கறுப்பர்களைக் கொன்றனர். 1869இல் கிளான் கலைக்கப்படும் முன்னர், அதன் உறுப்பினர் தொகை அரை மில்லியனைத் தொட்டிருக்கக்கூடும். 1915இல் அந்த அமைப்பின் இரண்டாம் அலை தொடங்கியது. டி.டபிள்யூ கிரிஃபித்தின் (D.W.Griffith) மௌனப் படமான 'ஒரு தேசத்தின் பிறப்பு' இவ்வமைப்பின் முதல் உறுப்பினரை அமெரிக்காவின் காவலராகக் காட்டியதன் மூலம், இப்போக்கை உசுப்பிவிட்டது. கேகேகே இனவாதம் உட்பட பாசிசத்தின் பல கூறுகளை முன்னரே கொண்டிருந்தாலும் பாசிசத்திலிருந்து வேறுபட்டு

விளங்கியது. அரசு எதிர்ப்பு, முற்போக்குவாதம், வெகுசன விருப்புமிக்க தனிமனிதத்துவம் போன்றவை பெரும்பாலும் அமெரிக்க தீவிர வலதுசாரிகளின் தன்மைகளாக எப்போதுமே இருந்து வந்துள்ளன. பாசிசத்தின் நேரடி முன்னோடிகளைக் காண நாம் ஐரோப்பாவைப் பார்க்க வேண்டும். அங்கும்கூட, தீவிர தேசியவாதம் பாசிசத்தின் முக்கிய தன்மைகளைப் பெற்றிருக்கவில்லை. பாசிசம் அதிகாரத்திற்கு வராத பிரான்ஸில் அதன் தன்மைகள், ஜெர்மனி, இத்தாலியைவிடக் கூடுதலாக இருந்தன.

மாபெரும் போருக்கு முன் பழமைவாதக் கட்சிகள் ஒருசில செல்வந்தர்களின் கட்டுப்பாட்டில் இருந்தன. அவற்றில் சில அரசியல்மயமான கனவான்களின் சங்கத்தினைவிடச் சற்று மேம்பட்டவையாகும். மாறாக, 1880, 1890களின் பிற்பகுதியில் உருவான புதிய தீவிர வலதுசாரித்துவம் மக்களைக் கவர்ந்தது. பலவித அறிவுப்புல, அரசியல், சமூக, பொருளாதார வளர்ச்சிகள் ஒன்றிணைந்து இதனைச் சாத்தியமாக்கியன. பின்வரும் பகுதி களில், தீவிர வலதுசாரித்துவம் எல்லாவித அரசியல் தளங்களி லிருந்தும் கருத்துகளையும் நடவடிக்கைகளையும் - பொதுவாக ஒத்துவராதவற்றைக்கூட - கடன்வாங்கும் தன்மையை அழுத்த மாக விவாதிக்க உள்ளேன்.

பாசிசத்தின் அறிவுப்புலத் தொடக்கங்களை முதலில் பார்ப்போம். பாசிசத்தைக் குறுகலான வரையறைக்குள் அடக்கிப் பார்த்தால், அதனைச் சீர்திருத்தவாதச் சமூகத்தின் தீவிரக் பிரிவு அல்லது பழங்கால சமூகத்தில்கூடப் காணமுடியும். சகிப்புத் தன்மையற்ற, முற்போக்கற்ற, அரை-மதம் சார்ந்த கண்ணோட்டத்தை ஆராய்வது நம் நோக்கமெனில், அம்முயற்சி பயனுள்ளதாக இருக்கும். ஆனால், சமீபகால வரலாற்றின் சில இயக்கங்கள் மற்றும் ஆட்சிகளின் பொதுத் தன்மைகளை ஆராய்வது நமது நோக்கம் என்பதால், 18ஆம் நூற்றாண்டிலிருந்து தொடங்குவது உதவிகரமாக இருக்கும். அக்காலகட்டத்தில்தான் நவீன அரசியல் உறவுகளை ஒத்த முறை உருவானது.

18ஆம் நூற்றாண்டு மரபுரிமை சிக்கலானது. ஒருபுறம், பாசிசம் அறிவொளிக் கருத்தினுக்குக் (Enlightenment idea) கடன்பட்டுள்ளது. அதன்படி, சமூகம் மரபினால் தீர்மானிக்கப்படவேண்டும் என்ற

கட்டாயம் இல்லை; பொதுமைக் கொள்கைகளின் திட்ட வரைவிலிருந்து சமூகத்தை அமைக்கமுடியும் என்ற கருத்து எழுந்தது. பகுத்தறிவுவாத சிந்தனையாளர் ரூஸோ 'பொது உறுதி(General Will)' என்ற பொதுக்கொள்கையின் அடிப்படையில் சமூகம் நிர்வகிக்கப்பட வேண்டும் எனக் கருதினார். பிரெஞ்சு புரட்சிவாதிகளான ஜெகோபின்(Jacobins) குழுவினர் இதனைக் கையிலெடுத்ததால், இக்கருத்து சிறப்பான முக்கியத்துவம் பெறுகிறது. அக்குழு புதிய அமைப்பை உருவாக்க வன்முறை யைக் கடைபிடிப்பதை நியாயப்படுத்தியது. ஜெகோபினர்கள் பொது உறுதிக்கு (தேசத்திற்கு) எதிரானவர்களைக் களை எடுப்பதை ஏற்றனர். அவர்கள் மக்கள் தன்னிச்சையாக இருப்பதற்காக கட்டாயப்படுத்திடத் தயாராக இருந்தனர்.

மறுபுறம், பாசிசம் பகுத்தறிவுவாத எதிர்ப்புக்கும் கடன் பட்டுள்ளது. ஜெர்மானிய எதிர்ப்பாளர்கள் தேசிய மரபுகள் பெயரால் பொதுமைக் கொள்கைகளை மறுத்தனர். பிரெஞ்சு எதிர்புரட்சியாளர்களான ஜோசப் தெ மெஸ்ரே (Joseph de Maistre) போன்றவர்கள் 'இயல்பான' சமூகக் குழுக்கள் – தேசம், தொழில் மற்றும் குடும்பம் – தனிமனிதர்களைவிட முக்கியம் எனக் கருதினர். அறிவொளித் தத்துவ மறுப்பு 19ஆம் நூற்றாண்டு புனைவியல்வாதத்தில் (Romanticism) பெரும் தாக்கத்தை ஏற்படுத்தியது. அது இயற்கை வழிபாட்டினைத் தர்க்கத்தை முன்னிறுத்தி மறுத்தது; கலைஞர்களின் அறிவுத்திறனை வெகுசன சராசரித்துவத்துக்கு எதிராக நிறுத்தியது.

மையப்புள்ளியை குவித்துக் குறுக்கிப் பார்த்த சிலர் தர்க்கத் திற்கு எதிரான சூழலில், தீவிரவாத வலதுசாரித்துவ வளர்ச்சியை கண்டனர். 19ஆம் நூற்றாண்டின் இறுதிக் காலம் இத்தன்மையைக் கூடுதலாகப் பெற்றிருந்தது. இதில் ஓரளவு உண்மை உண்டு. ஆனால் தொல்மாதிரிப் பாசிசத்தின்(Proto-Fascism) பகுத்தறிவு மறுப்பு எளிய பொருளைக் கொண்டதல்ல. பல சமூக மதிப்பீட்டு மரபுகள், பழக்கங்களை எதிர்த்த சிந்தனையாளர்கள்(fin de siècle) பகுத்தறிவு வாதத்தையும் அதன் அடியொற்றிய பிற வடிவங் களான முற்போக்குவாதம், சோஷலிசவாதம், பொருள்நிலை வாதம் மற்றும் தனிமனிதவாதத்தையும் எதிர்த்தனர் என்பது நிச்சயம். வரலாற்றை வளர்ச்சி நோக்கில் பார்க்க மறுத்து, நசிவுத் தன்மைக்கு எதிரான கடைசிப் போராட்டமாக கண்ட

மாரிஸ் பாரே

2. 1888இல் மாரீஸ் பாரே 19ஆம் நூற்றாண்டின் பிற்பகுதியில் நிலவிய உடையமைப்பு முறையானது, தேசிய அறிவுஜீவிகளை மக்களோடு கலந்த மாந்தராகக் காட்டுவதற்கு ஏற்றதாக இல்லை.

நம்பிக்கையின்மைவாதிகள் **இவர்கள்**. பாசிசத்தின் தேசத்தை நசிவிலிருந்து மீட்டல், – சாம்பலில் இருந்து மறுஉயிர்ப்பு பெறுதல் – என்ற கருத்து இந்தச் சூழலில்தான் உருவானது.

ஜெர்மனியில் புனைவியல்வாதத்திலிருந்து தோன்றிய ஆன்மீகக் கருத்துகள் பல ஜெர்மன் 'மக்கள் (Volk)' என்ற கருத்தாக்கத்திற்கு வலுச்சேர்த்தன. ஒழுக்க மதிப்பீடுகள் நிறைந்த, சமூகரீதியாக இணைந்த, தந்தைவழிச் சமூகம், இனம், மொழி சார்ந்த சமூகம் என்பதே 'மக்கள்' ஆயிற்று. பிரான்சில், பாரே (Barres) நிலம் மற்றும் மூதாதையர் வழிபாட்டு முறையின் பெயரால் பகுத்தறிவு முற்போக்கு வாதத்தை எதிர்த்தார். பாசிஸ்டு களுக்குள் தாக்கம் ஏற்படுத்தியவருள் மற்றொரு பிரெஞ்சு சிந்தனையாளரையும் குறிப்பிடலாம். குஸ்தவே லே பான் (Gustave Le Bon) சிந்தனைத் திறனற்ற கூட்டம் கவர்ச்சிகரமான தலைவர்களால் தகவமைப்படும் என்ற வாதத்தை முன்வைத்தார். ஜார்ஜ்ஸ் சொரெல் (Georges Sorel), மக்கள் கூட்டம் தொன்மங் களால் உந்தப்படுகின்றது என்றார். இத்தாலிய அரசியல் அறிஞர் களான கேதெனா மோஸ்கா (Gaetana Mosca), வில்ஃப்ரெடோ பரேடோ (Veilfredo Pareto) ஆகியோர் அரசியலில் வலிமையைப் பயன்படுவதற்கு அழுத்தம் தந்தனர். ஜெர்மன் தத்துவவாதி பிரெட்ரிக் நீட்சே (Friedrich Nietzsche) பொதுமைத்துவம், வலிமை மிக்கவருக்கான மரியாதையைக் குறைத்துவிட்டது என நம்பினார். விதியைத் தீர்மானிக்கும் மனிதன், மேம்பட்ட உன்னதமான ஆன்மீக சமூகத்தை அமைப்பான் என்று எதிர்பார்த்தார். இந்தச் சிந்தனையாளர்கள் எவ்வளவு தூரம் தம்மளவில் தொல்மாதிரி பாசிஸ்டுகளாக இருந்தனர் என்பதில் அறிஞர்களிடையே வேறுபட்ட கருத்துகள் உள்ளன. தொல்மாதிரி பாசிஸ்டுகள் இவர்களுடையது கருத்துகளைச் சரியாகவோ, தவறாகவோ தமதாக்கிக் கொண்டனர் என்பதுதான் இங்கு முக்கியமாகிறது.

தொல்மாதிரிப் பாசிஸ்டுகள் சமகால அறிவியல், (உண்மையில் போலியான அறிவியல்), பகுத்தறிவின்மை ஆகிய இரண்டி லிருந்தும் தமக்குத் தேவையானவற்றை எடுத்துக் கொண்டனர். டார்வினின் வன்மை மிக்கவர்கள் வெல்வார்கள் என்ற கொள்கை அன்றும் இன்றும் அறிவியல்ரீதியாக மதிப்பு மிக்கதாக உள்ளது. ஆனால் அதனைச் சமூகக் கொள்கையில் பயன்படுத்தியது ஐயத்திற்குரியதாக இருந்தது. சமூக டார்வினியவாதிகள், நவீன

சமூகத்தின் வசதிகள், ஏழைகளுக்கு அளிக்கப்படும் உதவிகளோடு சேர்ந்து சமூகம் சீரழியக் காரணமாகும் என அஞ்சினர். 'இன மரபியல் மேன்மையை' இதற்குத் தீர்வாகப் போதித்தனர். அதனைச் செயல்படுத்தத் தகுதியற்றவருக்குக் கருத்தடை செய்தல் போன்ற 'தீய' முறைகளையோ, உடல்நலம் மிக்கவர் மறு உற்பத்தியில் ஈடுபடுவதற்கு ஆர்வம் ஊட்டுவது போன்ற 'நல்ல' முறைகளையோ, அல்லது இரண்டையும் சேர்த்தோ முயற்சிக்கலாம் என ஆலோசனைகள் தந்தனர். சில சமூக டார்வினியவாதிகள் வலுவான தலைவர்களால்தான் மக்களை இன்றைய 'குண்டாச்சட்டி' மன நிலைக்கு நிகரான 19ஆம் நூற்றாண்டு மெத்தனத்திற்குப் பலியாகாமல் காக்கமுடியும் என நம்பினர். தேசிய அரசுகளுக்கு இடையே மேலாதிக்கப் போராட்டம் நிலவியது என்றும் நம்பினர். சிலர் தேசத்தோடு ஒப்பிடுகையில் தனிமனிதர்களின் விதிக்கு எந்த முக்கியத்துவமும் இல்லை எனக் கருதினர்.

சமூக டார்வினியவாதம், மேலும் கேள்விக்குரிய இன 'அறிவியலோடும்' சேர்ந்துகொண்டது. 1853இல் வெளியிடப்பட்டு, கண்டுகொள்ளப்படாமல் இருந்த பிரெஞ்சு முடியாட்சிவாதி பிரபு கோபினியூவின் (Count Gopineau) 'மனித இனங்களுக்கிடையே உள்ள சமத்துவமின்மை' என்ற கட்டுரை, 1890களில் மீண்டும் வாசிக்கப்பட்டது துரதிஷ்டவசமானது. இசையமைப்பாளர் ரிச்சர்ட் வாக்னர் (Richard Wagner) யூத எதிர்ப்பு, யூத அம்சங்கள் நீக்கப்பட்ட ஜெர்மானிய கிறிஸ்தவம், உருவவழிபாடு கலந்த உன்னத ஜெர்மானிய தொன்மத்தை உருவாக்கினார். அவரது மருமகன் ஹூஸ்டன் ஸ்டூவர்ட் சேம்பர்லெயின் (Houston Stewart Chamberlain) அதனோடு நவநாகரிக 'அறிவியல்மயமான' சமூக டார்வினியவாத, இனவாத கருத்துக்களைச் சேர்த்தார். ஹிட்லர் சேம்பர்லெயினின் பக்தர். அவர் தனது வாழ்நாள் முழுதும் வெற்றி அல்லது மரணம் குறித்த வாக்னரியன் கனவுகளைக் காண்பதில் கழித்தார். ஆனால், நாஜிசம் மதமல்ல என்று ஹிட்லர் கூறினார். அவரது சில உரைகள் 'அறிவியல்வாத சோஷலிஸ்டுகளால்' செதுக்கப்பட்ட கொள்கைப் பிடிப்பின் பகடிகள் போலத் தோன்றின.

இந்தப் பண்பாட்டுச் சூழலுக்கும் பாசிசத்துக்குமான நேரடித் தொடர்புகளைக் காண்பது ஆர்வமூட்டுவதாக இருந்தாலும் அது

அது பயனற்ற முயற்சியாகும். ஏனெனில் பாசிசம், பல்வேறு விளைவு களுக்கான சாத்தியப்பாட்டில் ஒன்று மட்டுமே. எடுத்துக் காட்டாக, இனமரபியல் மேன்மை பிரிட்டனில் பழமைவாத பிரான்சிஸ் கேல்டன் (Francis Galton) மற்றும் அவரது இடதுசாரிச் சீடர் கார்ல் பியர்சனால் (Karl Pearson) கண்டுபிடிக்கப்பட்டது. தொல்மாதிரி பாசிசம் பலவகைப்பட்ட கருத்துகளின் ஒரு பகுதியாகும். ஆன்மீகவாதம், அறிவியல்வாதம், மரபுவாதம் நவீனத்துவம், தர்க்கம், தர்க்கமின்மை போன்ற பல கருத்துகள் இதில் அடங்கும். சில தேசியவாதிகள் கிராமப்புறச் சொர்க்கத்தைப் பின்னோக்கிப் பார்த்தனர். இத்தாலிய எதிர்காலவியலாளர்களோ இயந்திர யுகத்தைக் கொண்டாடினர்.

எனவே, இக்கருத்துகள் எவ்விதம் தொல்மாதிரி பாசிச, பாசிச இயக்கங்களில் உருப்பெற்றன என்பதை விளக்குவதற்கு நாம் சூழல் குறித்த ஆய்வை மேற்கொள்ளவேண்டும். முதலில் இக்காலகட்டத்தில் நவீனத்துறைகள் பல பல்கலைக்கழகங்களில் உருவாகத் தொடங்கின. வரலாறு, சமூகவியல், அரசியல், இயற்பியல், உயிரியல், இலக்கிய விமரிசனம் போன்ற பல துறைகள் உருவாக்கப்பட்டன. பயிற்சி மிக்க சிறப்புத் தேர்ச்சி கொண்ட ஆய்வுகள் பழைய பாணி அறிஞர்கள், பல துறைகளில் புலமை உள்ளதாகக் காட்டிக்கொண்ட அமெச்சூர்கள் போன்றவர் களைக் கழித்துக் கட்டின. முன்பு பல்கலைக்கழக ஆசிரிய சமூகத்தில் ஆதிக்கம் செலுத்திய வழக்கறிஞர்களும் மருத்துவர் களும் இம்மாதிரிப் பல்துறை தேர்ச்சி இருப்பதாக நடிப்பதற்கான சாத்தியம் அதிகம் இருந்திருக்கலாம். இது போன்றவர்கள், மேலே விவரிக்கப்பட்ட இனவாத, மரபணு மேம்பாட்டுவாத, உளவியல், வரலாற்றுக் கருத்துகளால் ஈர்க்கப்பட்டனர்.

இந்தச் சதாவதானிகள் தொழில்முறைக் கல்வியியலாளர்கள் தமக்குப் போதுமான மதிப்பு வழங்காததைக் கண்டு பொறுமினர். அரசியல் வெற்றி மூலம் அதனை ஈடுகட்ட நினைத்தனர். சிலர் தீவிர இடதுசாரிகளை ஆதரித்தனர். (சட்டப்பயிற்சி பெற்ற லெனின் பொதுமைவாதத்தின் பிரதிநிதி.) பிறர் புதிய வலது களை ஆதரித்தனர். முற்போக்கு நிர்வாகம் மறக்கப்பட்டுவிட்ட இனவியல் கொள்கையாளரை மதிக்க மறுத்ததே, அரசியலில் நுழையக் காரணம் என்று பாரே தெரிவித்தார். தீவிர வலதுசாரி களில் மருத்துவர்களும் வழக்கறிஞர்களும் முக்கிய பங்கேற்றது

விபத்து அல்ல. தொழில்முறையாளர்கள் ஏற்காததோடு, இத் துறைகளில் யூதர்கள், பெண்கள் நிறைந்திருப்பதால் ஏற்பட்ட அச்சமும் அரசாங்கம் 'சோஷலிச, உடல்நலத்திட்டங்களை அறிமுகப்படுத்துவதன் மீதான வெறுப்பும் சேர்ந்துகொண்டன. மரபணு மேம்பாட்டுக் கொள்கைகள், தங்களுக்குக் கடவுளர் உரிமையை வழங்கும் என்ற எண்ணத்தில் மருத்துவர்களும் வழக்கறிஞர்களும் இதனை ஏற்றுக்கொண்டனர். பயிற்சிபெற்ற தொழில்முறைக் கல்வியாளர்களும் இத்தகைய போலி அறிவியல், தேசியவாதக் கருத்துகளால் பாதிக்கப்பட்டனர். போருக்கு முந்தைய தீவிர தேசியவாத இயக்கங்களில், தொழில்முறையாளர்கள் சில சமயம் பெரும் இடம் வகித்தனர். ஆனால் பொது அறிவாளிகள் தங்களைத் தாங்களே உயர்வாகக் கருதிக்கொண்டு நிகழ்ச்சி நிரல் தயாரிப்பில் மென்மேலும் இடம் பெறலாயினர்.

மரபணுவியல், இனவாதம் கொண்ட கட்டமைப்புக்குள் இருந்துதான், 20ஆம் நூற்றாண்டின் தொடக்கத்தில் ஜனநாயகத்தின் வளர்ச்சியை மேல்தட்டினர் எதிர்கொண்டனர் என்பது குறிப் பிடத்தக்கது. அவர்கள் அஞ்சிய 'வெகுசனங்களின் காலம்' வந்துவிட்டது. அபாயகரமான மக்கள் கூட்டத்தை ஆளவும் நிர்வகிக்கவும் புதிய இனவாத, மரபணு மேம்பாட்டுவாதக் கருத்துகள் வலுவான வழிகளாக இருக்கும் எனச் சிலர் கருதினர். ஐரோப்பா முழுவதும், முற்போக்கு பிரான்சிலிருந்து, சர்வாதிகார ரஷ்யா வரை, 1914க்கு முன்பு வாக்குரிமை பரவலாக்கப்பட்டது. (பொதுவாக, பெண்கள் தவிர) வெகுசன தேசியவாத, சோஷலிச கத்தோலிக்க, விவசாயக் கட்சிகள் உருவானதால் தேர்தல்களில், பொதுமக்களின் ஈடுபாடு அதிகரித்தது. கூடவே, பலவகைப்பட்ட ஒற்றை மையக்குழுக்கள் பல முளைவிட்டன. சைவ உணவுக் குழுக்களில் இருந்து தொழிற்சங்கங்கள் வரை, பெண்கள் குழுக்கள், காலனியக் குறுங்குழுக்கள் வரை இதில் அடங்கும். தொழில்நுட்ப வளர்ச்சியின் காரணமாக, நிரந்தர தேசிய அமைப்புகள் சாத்தியமாயின. இருப்புப்பாதைகள் பெருவழி களில் இருந்து சிறு பகுதிகளுக்கும் பரவின. தொலைபேசியும், தட்டச்சு இயந்திரமும் பெரும் தாக்கத்தை ஏற்படுத்தின. வாக்குகள் மற்றும் ஜனநாயக சமூகத்தை ஒன்றிணைப்பதற்கான தொழில்நுட்ப வசதிகள் இல்லாமல் பாசிசம் வந்திருக்கவே முடியாது. இது ஏகாதிபத்தியத்தின் காலமாகவும் இருந்தது.

பெரும் சக்திகள் 1880, 1890களில் ஆப்பிரிக்கா மற்றும் ஆசியாவின் பெரும்பகுதியை வளைத்துப்போட்டன; தேசங்களுக்கு இடையே பகைமைகளையும், இனவாதத்தையும் வளர்த்தன; தங்களுக்குப் போதுமான பங்கு கிடைக்கவில்லை என நம்பிய இத்தாலிய, ஜெர்மானிய தேசிய சக்திகளின் மிகைஉணர்ச்சி தூண்டப்பட்டது. ஆனால் பிரிட்டிஷ், பிரெஞ்சு தீவிரதேசியவாதிகள் பேரரசுகளைக் காப்பது அவசியம் எனக் கருதினர். ஐரோப்பிய சக்திகள் சமகால இனவாத அறிவியல் மூலம் ஐரோப்பியர் அல்லாத மக்கள் மீதான ஆதிக்கத்தை நியாயப்படுத்தின. 'கீழான' இனங்களின் 'குணநலன்கள்' பற்றிய இவர்களது முடிவுகள், காலனிய சக்திகள் விரும்பிய போது சட்டத்தைப் புறந்தள்ள உதவின. சில பூர்வீகக் குடிகளுக்கு எதிராக நடத்தப்பட்ட, கிட்டத்தட்ட முழு இனத்தையும் ஒழிக்கும் நடவடிக்கைகள், பின்னோக்கிய பார்வையில் யூதஇன ஒழிப்பிற்கு முன்னோடிகளாகத் தோன்றுகின்றன.

தேசியவாதமும் தழைத்தது. இந்தக்காலத்தில் தேசப் பிரிவினை வாதிகள் முற்போக்காளர், ஜனநாயகவாதிகள் அல்லது சோஷலிஸ்டு களாக இருந்தனர். பல தேசிய இனங்கள் கொண்ட ரஷியா, ஹாப்ஸ்பர்க், பிரிட்டிஷ் ஆட்சிகளின் ஆளும் வர்க்கத்தை எதிர்த்த இவர்கள், எல்லா தேசிய இனங்களுக்கும் சமமான நடைமுறை என்று கோரிக்கை வைத்தனர். (சிலசமயம் பொதுமைத்துவம் மெல்லிய இழையாக இவற்றுள் ஊடாடியது.) ஆனால் சில தேசியவாதிகள் ஜனநாயக மறுப்பு பொதிந்துள்ள கற்பனாவாத தேசியவாதத்தை ஆதரித்தனர். அதன்படி எல்லோரும் தினசரி அரை-மறைபொருள் வழிபாடாக தேசம் என்று கருத்திற்கு ஒப்புதல் அளிக்கவேண்டும் என்றனர். எடுத்துக்காட்டாக, 1890களில் போலிஷ் தேசியவாதிகள் முற்போக்குவாதத்திலிருந்து துண்டித்துக் கொண்ட 'பொது உறுதி'யை முதன்மைப்படுத்தினர். அந்நியர் அகற்றல், படையெடுப்பு, வன்முறை மூலம் போலிஷ் தேசத்தைக் கட்டமுடியும் என நம்பினர்.

தொல்மாதிரி பாசிசம், தேசியவாத இயக்கங்கள் சமீபத்தில் புதிய அரசுகளை நிறுவியுள்ள நாடுகளில் வலுவாக இருந்தது; ஜெர்மனி, இத்தாலி ஆகியவை இவற்றுள் முக்கியமானவை. இந்நாட்டு அரசாங்கங்கள் தமது ஆட்சிக்கு உட்பட்ட குடிமக் களைத் தேசக் குடிமக்களாக மாற்ற முயன்றன. கல்வி, மொழி ஒற்றுமை, கட்டாய இராணுவ சேவை, நாடுகடந்த தேவாலயத்தின்

தாக்கத்தைக் கட்டுப்படுத்துதல் ஆகியவை மூலம் இம்முயற்சி மேற்கொள்ளப்பட்டது. புதிதாக நிறுவப்பட்ட பிரெஞ்சுக் குடியரசும் தனது உழவர் மக்களை, பிரெஞ்சுக்காரர்களாக் குவதில் ஆர்வம் காட்டியது. வேலை, பரிசுகள், கல்வி மூலம், இனங்களுக்கு இடையேயான போட்டியை இக்கொள்கைகள் அதிகரிக்கச் செய்தன. அய்குவே - மார்டெஸ் பகுதி உப்பளத் தொழில் இதற்கொரு நல்ல எடுத்துக்காட்டாகும்.

ஆளும் தேசியவாதிகள் பிரிவினை இயக்கங்களால் அச்சுறுத்தப் பட்ட நாடுகளில் தீவிர வலதுசாரி இயக்கங்கள் தோன்றின. ஆஸ்ட்ரோ-ஹங்கேரியப் பேரரசின் ஆஸ்திரியப் பகுதியில், மேலாதிக்கம் பெற்றிருந்த ஜெர்மானியர், செக், போலிஷ் இனத்த வருக்கு நிறைய சலுகைகள் கிடைப்பதாகக் கருதினர். 1911-14இல், ஐரிஷ் ஹோம் ரூல் நெருக்கடியின்போது பிரிட்டனில் தீவிர தேசியவாத இயக்கங்கள் தோன்றியதுபோலவே, ரஷியாவிலும் 1905 புரட்சிக்குப்பின் பல வலதுசாரி இயக்கங்கள் தோன்றின.

பாசிசத்துக்கு முந்திய 'சூப்' தயாரிப்பில் இன்னொரு முக்கிய பொருள் சோஷலிச எதிர்ப்பாகும். 1890, 1900 ஆண்டுகளில் ரஷியா, ஆஸ்திரியா, ஜெர்மனி, பிரான்ஸ், இத்தாலி போன்ற பலநாடுகளில் சோஷலிசக் கட்சிகள் வெகுசன அரசியலில் இறங்கின. ஐரோப்பா, அமெரிக்கா முழுவதும் அரசியல்ரீதியான வேலைநிறுத்தங்கள் பரவின. இக்கட்சிகளுக்கு இணையாக, இவற்றுக்கு எதிர்ப்பு தெரிவிக்கும் விதத்தில் பல சோஷலிச மறுப்பு அமைப்புகள் தோன்றத் தொடங்கின. மார்க்சிய எதிர்ப்பு தொழிற்சங்கங்கள், கைவினைஞர் அமைப்புகள், விவசாய அமைப்புகள், வணிகக்குழுக்கள் உருவாகின. இந்த அமைப்புகள் பலசமயங்களில் உறுப்பினர் சேர்ப்பு மற்றும் அமைப்புமுறையில் தேசியவாத இயக்கங்களின் செயல்பாட்டோடு ஒன்றிணைந்தன.

பெண்ணியத்தின் தோற்றம் ஒன்றுதிரட்டப்பட்ட அரசியல் மற்றும் மக்கள்திரள் சமூகத்தின் இன்னொரு தன்மையை பிரதிநிதித்துவப்படுத்தியது. அமெரிக்கா, பிரிட்டனில் பெண்ணியம் வலுவாக இருந்தது. ஐரோப்பிய நாடுகளில் கூடவோ, குறையவோ வேறுபட்ட விகிதத்தில் பெண்ணியம் இருந்தது. 1890களில் பெண்ணியவாதிகள் தொழில்களுக்கான வாய்ப்புக் குறித்த கோரிக்கைகளில் மிகத் தீவிரமாயினர். சிலநாடுகளில், அதற்கடுத்த பத்தாண்டுகளில், வாக்குரிமை குறித்துக் கவனத்தைத் திருப்பினர்.

தவிர்க்கமுடியாத ஆண்கள் எதிர்ப்பலையில் முன்னணியில் நின்றவை வலதுசாரி அமைப்புகளே.

தீவிர வலதுசாரிகள் தீவிர தேசியவாதம், அதிதீவிர சோஷலிச எதிர்ப்பிலிருந்து மட்டும் உருவாகவில்லை. வேலை, பணக் கொடை, கல்வியில் வெற்றி ஆகியவற்றுக்கான தினசரிப் போராட்டத்தில் வேரூன்றிய பரவலான எதிர்வினையாக அது இருந்தது. ஏகாதிபத்தியமும், தேச உருவாக்கமும் நிலவிய சூழலில், சோஷலிஸ்டுகள், சிறுபான்மை இனத்தவர், பெண்ணியவாதிகள், முற்போக்குவாதத்தினர் ஆகியோருக்கு எதிரான அரசியல் கௌரவம் என்ற வகையில் இது பரவியது. எனவே ஜெர்மனியின் தீவிர வலதுசாரி அமைப்புகளில் வெளிப்படையான ஜெர்மானிய நாடு தழுவிய தேசியவாதத்தினர், பெண்கள் முன்னேற்றத்திற்கு எதிரான போராட்டப் படையணி, சமூகக் குடியரசுக்கு எதிரான ஏகாதிபத்திய படையணி ஆகியவை இடம்பெற்றன. எல்லா இடங்களிலும் தீவிர தேசீயவாதிகளைப் பொறுத்தவரை தேசத்துக்கு எதிரான அபாயங்கள் எல்லாம் ஒன்றுக்கொன்று தொடர்புகொண்டவை. சோஷலிசம் சொத்துரிமைக்கு அபாயம், தேசத்திற்குக் கேடு மற்றும் குடும்பத்தில் ஆணின் அதிகாரத்திற்கு அபாயம் ஆகியவற்றைப் பிரதிநிதித்துவப்படுத்தியது. தேசத்தைச் சீர்குலைத்து, பெண்ணியம், சோஷலிசத்தை வளர்ப்பதாக யூதர்கள் குற்றம் சாட்டப்பட்டனர். பெண்ணியவாதிகளும் சோஷலிஸ்டுகளும் யூதக் கோட்பாட்டின் தரகர்களாகக் கருதப் பட்டனர். தீவிர வலதுசாரிகள் தமது எதிரிகளை அசுர சதித் திட்டத்தின் பகுதியாகக் கண்டனர்.

தீவிர வலதுசாரி சக்திகள் நிறுவனமயமாக்கப்பட்ட வலது சாரிகளால் அபாயத்தைச் சமாளிக்க முடியாது எனக் கருதின. அதில் உண்மை இருக்கத்தான் செய்தது. அரசாங்கங்கள் மக்கள் கூட்டத்தின் உணர்ச்சி வேகத்தைக் கிளப்பிவிடக்கூடும் என்ற பயத்தில் தேசிய சிக்கல்களை மிகக்கவனமாக கையாண்டன. தீவிர வலதுசாரிகள் அரசாங்கம், மக்களுடைய தேவைகளுக்கு செவிகொடுக்க வேண்டும் என வற்புறுத்தினர். ஜெர்மானிய தீவிர தேசியவாதிகள் 'அரசவை திருச்சபைக் கற்பனா உலகத்தை' கடுமையாக எதிர்த்தனர். 'தேசிய விஷயங்களில் தேசத்தின் எல்லாப் பகுதியினரின் கருத்துக்களும் அறியப்பட வேண்டும்; பங்கேற்பும் வேண்டும்' எனக் கோரினர். வேடிக்கை என்ன

50

வென்றால், இவை ஒரு வலுவான தலைவர் மூலம் நடத்தப் படவேண்டும் எனக் கருதியதுதான்.

அரசியல்ரீதியாக, இந்த வெகுசனவாதம் மூவகைப்பட்ட பிரிவுகளின் இணைப்பினால் உருவானது. முதலாவதாக, பழைய 1848 புரட்சிகளில் உச்சக்கட்டத்தை அடைந்த ஐரோப்பிய ஜன நாயகத் தீவிரவாத மரபுகளின் திரிந்த வடிவ வாரிசுகளைப் பிரதிநிதித்துவப்படுத்தியது. ஜனநாயக தீவிரவாதம், தீவிர வலது சாரிகளைவிட கூடுதலாகப் பெருந்தன்மை கொண்டிருந்த போதிலும் எப்போதும் முழுமையான மனிதாயவாதம் கொண்டி ருக்கவில்லை. பெண்கள் உரிமைகளை ஆதரித்ததில்லை; சில சமயம் அந்நியர்கள் கண்ணில்படுவதைக்கூட விரும்பவில்லை. ஏகாதிபத்தியம், தேசியவாதம், பெண்ணிய எதிர்ப்பு, சோஷலிச எதிர்ப்பு பெருகிய 19ஆம் நூற்றாண்டின் பிற்பகுதியில், இந்தத் தனிமைப்படுத்தும் உள்நோக்கம் மேலெழும்பத் தொடங்கியது. பெண்ணிய வளர்ச்சி, வெகுசனவாத தீவிரவாதத்தில் பொதிந்து இருந்த பெண்-வெறுப்பை அம்பலப்படுத்தியது. குறிப்பாக மார்க்சிய சோஷலிசத்தின் வளர்ச்சி வெகுசனவாத தீவிரவாதத்தை வலதுசாரித்துவத்திற்குத் தள்ளியது. (எல்லா அம்சங்களிலும் அல்ல என்பதை அடிக்கோடிட வேண்டும்). மரபுரீதியான தீவிர வாதம் 'மக்கள்', 'தேசம்' ஆகியவற்றின் உரிமைகளை வலியுறுத் தியது. மாத ஊதியக்காரர்கள் சிறு எஜமானர்கள், கடைக்காரர்கள், உழவர்கள் ஆகியோரும் இவ்விரண்டு பிரிவிலும் அடங்குவர். மார்க்சியம் கனரகத் தொழிற்சாலைத் தொழிலாளர்களை மட்டுமே கவர்ந்தது; சர்வதேசியவாதத்தை முன்வைத்தது. இவ்வாறு இடது சாரியிலிருந்து வலதுசாரிக்கு மாறிய பல எடுத்துக்காட்டுகளைக் கூறமுடியும்: இசையமைப்பாளர் ரிச்சர்ட் வாக்னர் 1848இல் தடை தகர்ப்பில் கலந்துகொண்டவர்; பாரிஸ், வியன்னா கடை உரிமை யாளர்கள் தீவிரவாதத்திலிருந்து, அந்நியர் எதிர்ப்பு வலதுசாரி களாக மாறினர்.

இரண்டாவதாக, பொது வாக்குரிமை மற்றும் சமூக, பொருளா தார வளர்ச்சிகள் இதுவரை அமைதியாக இருந்த பழமைவாத ஊழியர்களை, தீவிர வலதுசாரிகளாக ஒன்று திரட்ட அனுமதித்தது. சில பிரெஞ்சு, இத்தாலிய கிராமப்புற பகுதிகளில் கத்தோலிக்க மதகுருமார்கள் விவசாயிகளை உசுப்பிவிட்டனர். (இப்பகுதியினர் நிர்வாக அமைப்பின் காப்பரணாக கருதப்பட்ட பிரிவு.)

மூன்றாவதாக, மேல்தட்டினரின் ஆதரவை தீவிர வலதுசாரி களால் திரட்ட முடிந்தது. பிரிட்டிஷ் பழமைவாதிகள் கார்சனின் உல்ஸ்டர் தொண்டர்களோடு (Carson's Ulster Volunteers) சேர்ந்து கொண்டனர்; பிரஷிய உயர்குடியினர், ஜெர்மானிய நிலப் படை யணியை (German Land League) உருவாக்கினர். டிரெய்ஃபஸ் (Dreyfus) விஷயத்தில் பிரெஞ்சு அரசு ஆதரவுவாதிகள் (Royalists) யூத எதிர்ப்புப் படையணிக்கு (Antisemitic League) நிதிஉதவி செய்தனர். பழைய மற்றும் புதிய வலதுசாரிகள் பெண்ணிய, சோஷலிச, தேசிய சிறுபான்மையினர் எதிர்ப்பில் ஒரேவிதமான பார்வையைக் கொண்டிருந்தனர் என்ற புரிதல் இந்த ஆதரவுக்கு ஓரளவான காரணமாக இருந்தது. ஆனால், மேல்தட்டினரின் சுயபாதுகாப்பு உணர்வும் இதில் கலந்து இருந்தது. ஏனெனில் 'மக்கள் எழுச்சி' தவிர்க்க முடியாமல் மரபுவாதிகளை அவர்களோடு சமரசம் செய்யவைக்கும் அல்லது அரசியல் சாவுக்கு வழிவகுக்கும் என்ற அச்சம் பல மரபுவாதிகள் மத்தியில் பரவலாக இருந்தது. எனவே தீவிரப் பண்புநலன்கள் பிடிக்காத போதிலும் அவர்கள் தீவிர வலது சாரிகளோடு கைகோர்த்தனர். பெரும் ஜனநாயக கோரிக்கை களை, குறைந்த அளவு தீமைபயக்கக்கூடிய அதிகாரத்துவ வெகுசனவாத மாக்கலாம் என்ற நம்பிக்கை அவர்களுக்கு இருந்தது. தொல்மாதிரி பாசிச இயக்கங்களின் வரலாறு, குறிப் பிட்ட தேசிய சூழலில் மேல்தட்டினரும் தீவிரவாதக் குழுக் களும் இணைந்த விதத்தைப் பொறுத்தே தீர்மானிக்கப்பட்டது.

போருக்கு முந்தைய ஐரோப்பாவில் தொல்மாதிரி பாசிசத்திற்கு ஏற்ற களமாக பிரான்ஸ் இருந்தது. பிரான்ஸ் 1870இல் ஜெர்மனி யால் தோற்கடிக்கப்பட்டது; பிரிட்டனோடு மிக மோசமான ஏகாதிபத்திய சிக்கல்களோடு இருந்தது. பிரான்சில் புரட்சிகள் அடிக்கடி வெடித்த வண்ணமே இருந்து வந்துள்ளன. மார்க்சிய சோஷலிசமும் புரட்சிகர தொழிற்சங்கவாதமும் புதிய போராட்டங் களை உருவாக்கும் என்ற அச்சுறுத்தல் இருந்தது. குடியரசுவாத அரசாங்கங்கள் முற்போக்கு - ஜனநாயகக் கொள்கைகளோடு கூடிய ஒன்றுபட்ட தேசத்தை உருவாக்க முயற்சித்து, குறிப்பிடத்தக்க வெற்றியும் கண்டன. ஆனால் கத்தோலிக்க வாதத்தினரிடம் இருந்து பலத்த எதிர்ப்புகளைச் சந்தித்தன. பிரான்சின் புதிய, பெரும் தொழிற்சாலைகளில் பணியாற்றக் குடியேற்றம் தேவைப் பட்டது. அதனால் வெகுசன அந்நிய எதிர்ப்புத் தூண்டப்பட்டது.

பிரெஞ்சு தீவிர வலதுசாரித்துவம் மூன்று பிரிவுகளின் கூட்டணியால் உருவானது. குடியரசுக் கட்சிகளால் தொடர்ந்து தோற்கடிக்கப்பட்டதால் ஒதுக்கப்பட்டு, தீவிரம் அடைந்த அரசாட்சி வாதத்தினர்; கத்தோலிக்க வெகுசனவாதிகள் சோஷலிஸ்டுகளிடம் இருந்து உழைக்கும் வர்க்கத் தலைமையைப் பறிக்க எடுத்த முயற்சிகள்; ஜெர்மனியைப் பழிவாங்க முயற்சி எடுக்காத அரசாங்கத்தினால் வேகம் கொண்ட தேசியவாதிகள், சமூக மட்டத்தில் வர்க்கமேன்மை குறைந்த ஆளும் வர்க்கத்தினர் (மார்க்விஸ் டி மொரே'ஸ் போன்ற யூத எதிர்ப்பாளர்கள்), பாரிஸின் இனவாதக் கடைக்காரர்கள், 1900களில் அந்நிய எதிர்ப்பு உணர்வு கொண்டு 'மஞ்சள்' தொழிற்சங்கங்களை நாடிய தொழிலாளர்கள் ஆகியோருக்கு தீவிர வலதுசாரித்துவம் ஏற்புடையதாக இருந்தது.

1859-1870க்கு இடைப்பட்டக் காலத்தில் இத்தாலியானது பீட்மாண்ட் அரசினாலும் அதனுடைய பிரெஞ்சு நட்புறவினாலும் எடுக்கப்பட்ட இராணுவ நடவடிக்கையால் ஒன்றிணைக்கப் பட்டதே தவிர, பரந்துபட்ட தேசியவாத இயக்கத்தால் ஒன்றுபடவில்லை. எனவே, சில தேசியவாதிகள் இத்தாலி உண்மையிலேயே ஒற்றுமையாக இல்லை எனக் கருதினர். 1914க்கு முந்தைய முற்போக்கு அரசுகளின் குறுகிய அரசியல் அடிப்படை அக்கருத்தை உறுதி செய்வதாக இருந்தது. வாக்குவங்கி குறுகியதாக இருந்தது. மத்திய இத்தாலி போப்பின் ஆட்சியை மாற்றி ஒன்றிணைக்கப்பட்டதால், கத்தோலிக்கர்கள் தேர்தலில் பங்கேற்க மறுத்தனர். மேலும், 1890களில் இத்தாலி பாராளுமன்ற ஊழல்களைச் சந்தித்தது. வடக்கில் தொழிலாளர் அமைதியின்மை, தெற்கில் ஏழை உழவர்கள் நிலங்களைக் கையகப் படுத்துதல், 1896இல் அபிசீனியாவில் இராணுவத் தோல்வி, 1900இல் அரசர் படுகொலை ஆகியவற்றை எதிர்கொண்டது.

அடக்கி ஆளுதல் பலனளிக்கவில்லை என அறிந்ததும் இடது முற்போக்குவாதி ஜியோவன்னி ஜியோலிட்டி (Giovanni Giolitti) – 1901இலிருந்து பிரதமமந்திரியாக இருந்தவர் – மிதவாத சோஷலிஸ்டுகளையும் கத்தோலிக்கரையும் தனது அரசுக்குள் இழுக்க முயற்சித்தார். ஓரளவு வெற்றியடைந்த போதிலும் தீவிர வலதுசாரிகள் அவருக்கு எதிராகத் திரள்வதை அவரால் தடுக்க முடியவில்லை. சோஷலிஸ்டுகளுக்கு இடம் தரும் இழிந்த செயல் மூலம் தேச ஒற்றுமையை மேலும் குலைப்பதாக,

தேசியவாதிகள் கருதினர். 1910இல் தேசியவாதிகள் இத்தாலிய தேசிய அமைப்பில் (INA) ஒன்றிணைந்தனர். இந்த அமைப்பு பெருவணிகர்கள், நிர்வாகத்தினர், கல்வியாளர்களின் ஆதரவைப் பெற்றது. நடுத்தர வர்க்கத்தினர் – வழக்கறிஞர்கள் ஆசிரியர்கள் உட்பட – மத்திய தர உறுப்பினர்களைப் பரவலாகச் சேர்த்தது. அதில் பாசிசத்தின் எதிர்கால தத்துவவாதி ஜியோவன்னி ஜென்டைலும் (Giovanni Gentile) ஒருவர். இத்தாலியர்களை 'உருவாக்கும்' போராட்டத்தில் ஆசிரியர்கள் முன்னணியில் இருந்தனர்.

இத்தாலிய தேசிய அமைப்பினர் 19ஆம் நூற்றாண்டு நாட்டுப் பற்றாளர் மாஜினியின் (Mazzini) தேசியவாதத்தை முன்வைத்து விவாதித்தனர். ஆனால் அதன் முற்போக்கு மனிதாபிமானத்தைக் களைந்துவிட்டனர். அதோடு தேச ஒற்றுமை சர்வாதிகார அரசால் மட்டுமே சாத்தியம் எனப் போதித்தனர். இதனால் சோஷலிச அமைப்புகள் ஒடுக்கப்பட்டன. புதிய ஒன்றுபட்ட அமைப்புகளில் இத்தாலிய தேசத்துக்கு உண்மையாக உள்ள தொழிலாளர்கள் சேர்த்துக் கொள்ளப்பட்டனர். போர் மூலம் தேசத்தை மறு வடிவமைப்புச் செய்யவும் இவ்வமைப்பு விரும்பியது. என்ரிகோ கோராடினி (Enrico Corradini) என்ற அறிவுஜீவி 'பெண்தன்மை கொண்ட' முற்போக்கு சர்வதேசியவாதத்தை விடுத்து 'ஆண்மை' மிக்க வீரியத்தை மேற்கொள்ளுமாறு அறிவித்தார். அவரது, துல்லியமான அயலுறவுக் கொள்கையானது சந்தை அல்லது கச்சாப் பொருட்கள் பெறுவதற்கு ஒரு கருவியாகப் போரைப் பார்க்கவில்லை. ஆனால் எல்லா வர்க்கத்தினரையும் ஒன்று திரட்டப்பட்ட தேசத்திற்குள் கொண்டுவரப் போர் உதவும் என நினைத்தார்.

மேலும், இத்தாலிய தேசிய அமைப்புக்கும், புரட்சிகர சிண்டிகலிஸவாதிகளுக்கும் இடையே ஓர் இணைப்பு இருந்தது. (சிண்டிகலிஸ்டுகள் தொழிற்சங்கம் மூலம் சோஷலிசத்தை அடையமுடியும் என நம்பியவர்கள்) சில சிண்டிகலிஸ சோஷலிஸ்டுகள் வேலைநிறுத்தங்களின் தோல்விகள் காரணமாக சமகால இத்தாலியில் சோஷலிசம் சாத்தியமில்லை என்ற முடிவுக்கு வந்திருந்தனர். தொழிலாளர்கள் அதிகாரத்துக்கு வரும் முன், உண்மையான தேசிய அரசொன்று உருவாக்கப்பட வேண்டும் எனக்கருதினர். அத்தகைய அரசு உருவாகப் போர்

உதவும் என தேசியவாதிகளைப் போலவே நம்பினர். எப்படியிருப்பினும், சிண்டிகலிஸவாதிகள் தொழிலாளர் வர்க்கத்தினரை விட, 'மக்கள்' மீதே நம்பிக்கை வைத்தனர். முன்னர் விவரித்த மரபணுவியல் மேம்பாட்டுக் கருத்துகளும் பண்பாட்டுச் சூழலும் இவர்களிடம் தாக்கம் செலுத்தின.

பிரஷ்ய இராணுவத்தின் புண்ணியத்தில் ஜெர்மனியும் 1866-71இல் 'மேலிருந்து' ஒன்றிணைக்கப்பட்டது. மேல்தட்டுப் பழமைவாத தேசியவாதிகளால் ஜெர்மன் தேசம் உருவாக்கப்பட்டது. கத்தோலிக்க, சோஷலிச, பெண்ணிய, முற்போக்கு எதிர்ப்பு, இதன் முக்கிய அம்சங்களாகும். இச்சூழலில் தீவிர தேசியவாதம் செழித்தோங்கியது. ஜுலியஸ் லாங்பென்னின் (Julius Langbehn) பெயர் குறிப்பிடப்படாமல் வெளியிடப்பட்ட 'ரெம்ப்ராண்ட் ஒரு கல்வியாளர் (Rembrandt as Educator - 1890).' இந்த வெளிப்பாட்டின் சரியான எடுத்துக்காட்டாகும். டச்சு ஓவியரான ரெம்ப்ராண்ட் உண்மையில் ஜெர்மனிய இனத்தவர் என்றும் புதிய ஜெர்மன் சீர்திருத்தத்தின் பிதாமகன் என்றும் இந்தக் குழப்பமான நூல் விவரித்தது. அமெச்சூர் பொது அறிவுவாதிகளின் மொத்த உருவமாக லாங்பென் இருந்தார். அறிவியல் சிறப்புக் கல்வியாக 'சீரழிந்தது' அவரது வாழ்நாட்காலத் துக்கமாகும். அறிவியலைக் கலையோடு சேர்க்கவேண்டும்; உலர்ந்துபோன தொழில்முறை வரலாற்றை, இன உணர்வின் எதார்த்தம் புரிந்த வரலாறு பதிலீடு செய்ய வேண்டும் என்பன அவரது வாதங்கள். சமகால மரபணு மேம்பாட்டியல் மற்றும் வாக்னரின் கலைஞன் - தலைவன் கோட்பாடுகளில் நம்பிக்கை கொண்டிருந்தார். (முன்னதின்படி, பெர்லின் 'மதுவிடுதி'களை, பொது குளிப்பிடங்களாக மாற்றினால் சோஷலிசம் அடித்துக்கொண்டு போகப்படும் என எண்ணினார்.) மக்களில் வேரூன்றிய கலைஞன் - தலைவன் அரசியல் ஒற்றுமையை ஆன்மிக ஒற்றுமையாக்கி முழுமையாக்குவான் எனவும் நம்பினார். அவரது புதிய சீர்த்திருத்தம் அரசியல் பிரிவினைகளை அடக்குதல், மேலும் 'வீரியம்' மிக்க ஜெர்மானிய கிறிஸ்தவ மறுஉருவாக்கம், யூதர்களை 'விஷம்' என நடத்துதல், ஆம்ஸ்டர்டாம் முதல் ரீகா வரை ஜெர்மானியப் பேரரசை நிறுவுதல் ஆகியவற்றைக் கோரியது. அவரது புத்தக விற்பனை பெரிய அளவில் இருந்தது. கத்தோலிக்கர்கள் கூட, அவரது கடவுள்மறுப்பு மற்றும் புராடெஸ்டெண்ட் உழவர்

களோடு ஜெர்மனியை அடையாளப்படுத்துதல் ஆகிய கருத்து களை மீறி, முற்போக்குக் கருத்துக்களை விமரிசனம் செய்த தற்காக அந்நூலை வரவேற்றனர். 1920களின் பிற்பகுதியில் அவரது புத்தக விற்பனை மீண்டும் தொடங்கியது.

1890களில் தீவிர தேசியவாதிகளின் எதிரிகள், பொருளியல் பாதுகாப்புக்காக தேசிய மக்கள் கூட்டத்தை நுகத்தடியில் மாட்டுவது போன்ற பொதுக்கூறுகளுக்காக, மரபுவாதிகளில் பல இந்த மக்கள் திட்டத்தை அக்கறையோடு ஏற்றனர். மரபுவாத நிலவுடைமையாளர்கள் மக்கள் விருப்புவாத (populist), சோஷலிச எதிர்ப்பு, யூத எதிர்ப்பு நிலப்படையணியை ஆதரித்தனர். உழவர் களின் ஆதரவை, பாதுகாப்பான வரித்திட்டங்களுக்காகத் திரட்ட இதனை ஒரு வழியாகக் கருதினர். கீழைப்பகுதி பேரணி அமைப்பு (Eastern Marches Society) போலிஷ் இனத்தவரை எதிர்த்து புதிய வேளாண்மை நிலங்களைக் கைப்பற்றப் போராடியது. வணிகத்துறையினர், பணக்கார தொழில் வல்லுநர்கள், அரசு அதிகாரிகள் ஆகியோர் ஜெர்மானிய நாடு தழுவிய படையணி (Pan-German League) மற்றும் கடல் இராணுவ படையணியை (Navy league) ஆதரித்தனர். காலனியம் ஜெர்மன் தேசத்தை ஒன்று திரட்டி, தொழிலுக்கான சந்தையை வழங்கும் என்ற நம்பிக்கையில் இப்புரவலர் செய்கை நடந்தது.

வெகுசன தேசியவாதமும் ஜெர்மனியில் முக்கியமாக இருந்தது. உழவல் படையணி (Agrarian League) ஓரளவு ஏற்கனவே இருந்த வேளாண்மை அமைப்புகளில் இருந்தே கட்டமைக்கப் பட்டது. அவற்றுள் 'உழவர்களின் மன்னரான' ஓட்டோ பாக்கல் (Otto Böckel) தலைமையிலான குழுக்கள் போன்றவை தமது சிக்கல்களுக்கு யூதர்கள், நகரங்கள், மதகுருமார்கள், மருத்துவர்கள், அரச பரம்பரை ஆகியவற்றைக் காரணமாக்கின. 1893 டிவோலி மாநாட்டில் ஜெர்மன் பழமைவாதக் கட்சி யூத எதிர்ப்பைத் தனது களத்தில் சேர்த்துக் கொண்டது. மேற்கூறிய அதிருப்தியை திசை திருப்ப இம்முயற்சி மேற்கொள்ளப்பட்டது. 1896இல் மிகவும் பழமைவாதம் நிறைந்த அரசு தனது கப்பற்படைக் கட்டிடத் திற்கான திட்டத்தைத் தொடங்கியபோது ஜெர்மானிய நாடு தழுவிய படையணியைத்தான் தனது பிரச்சாரத்திற்கு நம்பி இருந்தது. ஆனால், இக்குழு அரசைவிட தீவிரவாதம் மிக்கதாக கத்தோலிக்க எதிர்ப்பு மற்றும் பிரிட்டிஷ் கொள்கை எதிர்ப்பி

ஈடுபட்டது. 1902க்குள் ஹென்ரிச் க்ளாப் (Heinrich Clab) தலைமையில் ஜெர்மானியவாதிகள் தமது ஆதரவை கெய்சரில் இருந்து 'மக்களுக்குத்' திருப்பினர். 1913 இல் கிளாப் வெளியிட்ட 'நான் கெய்சர் ஆனால்...' என்ற பிரசுரம் வலுவான தலைவரால் மட்டுமே ஜெர்மனியைக் காக்கமுடியும் என வாதிட்டது.

ஆஸ்திரிய தீவிர தேசியவாதம் ஜெர்மன் அனுபவத்தோடு நெருக்கமான உறவு கொண்டிருந்தது. ஹாப்ஸ்பார்க் பேரரசின் ஆஸ்திரியப் பகுதி தனிப்பட்ட விதத்தில் ஒருங்கிணைக்கப் பட்டிருந்தது. அரை ஜெர்மானிய பரம்பரையும் ஆளும் அதிகார வர்க்கமும் குறிப்பிடத்தக்க உரிமைகள் கொண்ட பல தேசிய குழுக்களின் கூட்டமைப்பினை வழிநடத்தின. எனவே, பெரும் பான்மை இனமான ஜெர்மானியர்கள் அரசாங்கம் சிறுபான்மை இனத்தவருக்குச் சாதகமாக இருந்ததெனக் கருதினர். கிட்டத் தட்ட சுயாட்சியோடு இருந்த ஹங்கேரியர்களும், செக் இனத்த வரும் அவர்களுக்கு உறுத்தலாக இருந்ததில் வியப்பு இல்லை. மிக முக்கியமான தீவிர தேசிய இயக்கமான கார்ல் லியூகரின் கிறிஸ்தவ சோஷியல் கட்சி (Karl Lueger's Christian Social Party) வியன்னாவில் உருவானது. வியன்னா, இனப் பகைமைகளின் அவியல் பகுதி; வலுவான சோஷலிச இயக்கத்தின் தலைமை யகம். லியூகர், தொடக்கத்தில் முற்போக்கு - ஜனநாயக இடது சாரிகளுக்கு ஆதரவாக இருந்தார். நாளடைவில் வியன்னாவின் கைவினைஞர்கள், 'உடல் உழைப்பற்ற' அலுவலர்கள், ஆசிரியர்கள் ஆகியோரின் ஆதரவை வென்றார். அவர்கள் 'யூத' முதலாளித்துவம், சோஷலிசம் மற்றும் அதிகார வர்க்கத்திலிருந்து தாம் ஒதுக்கப்பட்டதை வெறுத்தனர். முதலில் இந்த இயக்கத்தின் தீவிர யூத எதிர்ப்பும், கத்தோலிக்க சமூகக் கொள்கையும் பழைய வலதுசாரிகளைப் பயமுறுத்தின. இரு ஆண்டுகளுக்குப் பேரரசர் பிரான்ஸ் ஜோசப் (Franz - Joseph) லியூகர் வியன்னாவின் மேயராகத் தேர்தலில் வென்றதை ஏற்க மறுத்தார். அதைத் தொடர்ந்து லியூகர் சற்றே மிதவாதியாக மாறி, கிராமப்புற பழமைவாதிகளோடு நட்புகொண்டார். மேலும் பல தீவிரமான குழுக்கள் நுழைய இது வழிவகுத்தது. ஆஸ்டிரா சங்கம் (Ostara Society) போன்ற தீவிரக் குழுக்கள் கீழான இனத்தவர், முற்போக்கு வாதிகள், சோஷலிஸ்டு களால் புரையோடிப்போன ஆரிய இனத்தை சுத்தமாக்க முயன்றனர். வியன்னாவின் குறிக்கோள் ஏதுமற்ற ஏழை

மக்களுள் ஒருவராக அப்போது இருந்த ஹிட்லர் ஆஸ்டாராவின் வெளியீடுகளுக்கு வாசகராக இருந்தார்.

1905 புரட்சியின்போது, ரஷ்யப் பழமைவாதிகளும் சிறு பான்மை இனத்தவர் எழுச்சியை எதிர்த்தனர். ரஷிய மக்கள் அமைப்பு (Union of the Russian People) ஜார் மற்றும் நிர்வாகத்தின் புரவலின் மூலம் இயங்கியது. கருப்பு நூற்றுவர் என அறியப்பட்ட இக்குழுவினர் யூதர்களின் சூழ்ச்சியே இப்புரட்சி என்ற கருத்தைப் பகிர்ந்து கொண்டனர். அதிகாரிகளின் ஒப்புதலோடு கருப்பு நூற்றுவர் வழங்கிய நூற்றுக்கணக்கான திட்டங்களில் 3000க்கும் மேற்பட்ட யூதர்கள் கொல்லப்பட்டனர். பழைய வலதுசாரி களோடு சேர்ந்து கொண்டது மட்டுமல்லாமல், இடதுசாரிகளைச் சமாளிக்க முடியாத ஜாரைக் குறித்து கருப்பு நூற்றுவர் அதிர்ச்சி யுற்றனர். 'வெகுசன ஆதரவுகொண்ட சர்வாதிகாரத்'தை நிறுவ விரும்பினர்.

1914க்கு முன் பிரிட்டிஷ் பழமைவாதம் தீவிர தேசியவாதக் கூறுகளைக் கொண்டிருந்தது. 1906இல் முற்போக்குக் கட்சி வெற்றி பெற்றதும், தொடர்ந்து தேர்தல்களில் வெற்றிப் பெற்றுக் கொண்டே இருந்ததும் பழமைவாதக் கட்சியை மோசமான முறையில் பிளவுபடுத்தியது. அதேசமயம், முற்போக்குச் சமூக சீர்திருத்தங்கள், பிரபுக்களின் சபை (House of Lords) அதிகாரக் குறைவு, தொழிலாளர் எழுச்சி, வேலைநிறுத்தங்கள், வாக்குரிமைக் கான ஆர்ப்பாட்டங்கள் ஆகியவை புரட்சி குறித்த அச்சத்தைக் கிளப்பின. ஐரிஷ் ஹோம்ரூல் சட்டத்தின் ஒரு பத்தி பிரிட்டனி லிருந்து பிரிவதனை முன்னறிவித்தது. ஐரிஷ் ஹோம்ரூலை உல்ஸ்டர் எதிர்த்தது அங்கு தீவிர தேசியவாதத்தைத் தூண்டியது. பல பழமைவாதிகள் அதனுடன் ஒத்துப்போயினர். சிலர் ஜெர்மானிய யூத வட்டிக்கடைக்காரர்கள் தேசத்தைக் கொள்ளை அடிப்பதாகக் குற்றம் சாட்டினர். இலண்டனின் ஈஸ்ட் எண்ட் பகுதியில் சகோதரர் படையணி (Brothers League) 45,000 உறுப்பினர்களோடு இயங்கியது. ரஷ்யாவிலிருந்து தப்பிப் புகலிடம் நாடி வந்த யூதர்களை இக்குழு தாக்கியது.

கடைசியாக ஹங்கேரிய அனுபவம் சகிப்புத் தன்மையற்ற தேசியவாதத்தின் எல்லா வடிவங்களும் வலதுசாரியாக இருக்க வேண்டிய அவசியமில்லை என நிரூபித்தது. 1867இல் ஹாப்ஸ்பர்க்

முடியாட்சியின் கீழ் ஹங்கேரி சுயாட்சி பெற்றது. சிறுபான்மை இனத்தவரை மாக்யரையமயமாக்கும்(Magyarization) திட்டத்தைத் தொடங்கியிருந்தது. கத்தோலிக்க தேவாலயத்தின் தாக்கத்தைக் குறைக்கவும் முயன்றது. மாக்யர் தேசியவாதிகள் எதிர்க்கட்சியாக இருந்தனர். அவர்கள் தேசத்தைக் கட்டமைப்பதில் கூடுதல் வேகம் வேண்டுமெனக் கோரினர். ஹங்கேரிய விவகாரத்தில் ஆஸ்திரிய பேரரசின் இடையீட்டை வெறுத்தனர்; மாக்யரியமய மாக்கலுக்குச் சிறுபான்மை இனத்தவர் மத்தியில் இருந்த எதிர்ப்பு மற்றும் புடாபெஸ்டில் சர்வதேசிய சோஷலிசத்தின் பரவல் ஆகியவற்றையும் எதிர்த்தனர். இச்சூழலில் இருந்து அப்புறப் படுத்திப் பார்த்தால் இக்கருத்துகள் பாசிசத்தின் தொடக்கப் புள்ளிகளாகத் தோன்றும். அதிலும் தேசியவாதிகள் ஹங்கேரியை அதன் வீழ்ச்சியாகக் கருதப்பட்ட காலத்திலிருந்து மீட்டெடுப்பது பற்றி வேறு பேசினார்கள். ஆனால் ஹங்கேரியில் தேசியவாத எதிர்க்கட்சியினர் இடதுசாரிகளாக இருந்தனர். வலதுசாரிகள் ஆஸ்திரியாவோடு நெருக்கமான இணைப்பை விரும்பியதால், அது தேசியவாதிகளுக்கு ஒவ்வாததாக இருந்தது. போருக்குப் பின் ஹங்கேரிய தேசியவாதம் பாசிசத்துக்குத் தீனிபோட்டது உண்மை தான் என்றாலும் அந்த நேரத்தில் தீவிர வலதுகளிலிருந்து பிரிந்து, பழமைவாதத்தைக் கடுமையாக எதிர்த்தது.

தீவிர தேசியவாத இயக்கங்கள் தோன்றிய இடங்களில் எல்லாம், அவை பாசிசத்தின் நேரடி முன்னோடிகளாக இல்லை. ஜெர்மனி குறித்த ஆய்வுகள் 1890களில் யூத எதிர்ப்பாளருக்கு இருந்த ஆதரவுக்கும் நாஜிகளின் ஆதரவுக்கும் தெளிவான தொடர்பு இல்லை எனக் காட்டுகின்றன. பிரான்சை விட தீவிர வலதுசாரிகள் அங்கு வலுவற்று இருந்தனர். ஆனால் பிரான்சில் பாசிசம் வெற்றி பெறவில்லை. முசோலினி, ஹிட்லர் வந்திரா விட்டால், போருக்கு முந்தைய தீவிர தேசியவாதிகள் இத்தாலி யிலும் ஜெர்மனியிலும் வரலாற்று அருங்காட்சியக வினோதங் களாக மட்டுமே பார்க்கப்பட்டிருப்பார்கள். நாம் மேற்கொண்ட ஆய்வில், பிரான்ஸ் தவிர, எந்த நாட்டிலும் அவர்கள் அதிகாரத்தைக் கைப்பற்ற விரும்பவில்லை. பல சமயங்களில், நிலவும் ஆட்சி களைத் தீவிரப்படுத்தவே அவர்கள் முயன்றனர். எல்லாவற்றிற்கும் மேலாகப் பாசிச இயக்கங்களைவிட இவற்றில் மேல்தட்டினரின் ஆதிக்கம் கூடுதலாக இருந்தது. பெரு வணிகம், தொழில்முறை

கல்வியாளர்கள், மதத்தலைவர்கள், அதிகார வர்க்கத்தினர் ஆகியோர் இதில் அடங்குவர். ஐரோப்பா முழுதும் வலதுசாரிகளுக்குக் கிடைத்த பல்வேறு மாற்றுக்களில், தீவிர தேசியவாதமும் ஒன்றாக இருந்தது என்று மட்டுமே நாம் எடுத்துக்கொள்ள முடியும். நெருக்கடி நிறைந்த காலத்தில் உதவிக்கு வரக்கூடிய ஒன்றாக அது இருந்தது. மேலும் தீவிர தேசியவாதம் வெகுசன எதிர்ப்புக்கான பல்வேறு வடிவங்களில் ஒரு சாத்தியம் மட்டுமே. அதனை யூதர்கள், பிற சிறுபான்மை இனத்தவர், முதலாளித்துவ வாதிகள், சோஷலிசவாதிகள் யார் மீதும் திருப்பலாம். எல்லோர் மீதும் பாயக்கூடிய ஒன்று இது. எனவே இத்தாலி, ஜெர்மனியில் பாசிசத்துக்குக் கிடைத்த வெற்றி 1914க்கு முன்பே தீர்மானிக்கப் பட்டது அல்ல.

மாபெரும்போர்

போர், அமைதி ஒப்பந்தங்கள், போருக்கு இடைப்பட்டகால பொருளாதார சிரமங்கள் ஆகியவை நிலைமையை அடியோடு மாற்றின. நிலைநிறுத்தப்பட்ட பழமைவாதம் வலுவிழந்தது. போரில் ஈடுபட்ட அரசாங்கங்கள் போர் முயற்சிகளுக்கு ஆதரவு திரட்ட தேசியவாதிகள், உழவர்கள், சோஷலிஸ்டுகள், பெண்கள் ஆகியோருக்கு நிறைய சலுகைகள் வழங்கின. போர் முடிந்ததும் ஐரோப்பாவில் அதிருப்தியும் எழுச்சிகளும் அதிகரித்தன. அவை அரசாங்கங்களை அச்சுறுத்தியதால் ஜன நாயகத்தை நிலைநிறுத்தி, பெண்கள், தொழிலாளர்கள் மற்றும் சிறுபான்மை இனத்தவருக்குக் கூடுதல் உரிமைகள் வழங்க நேரிட்டது. ஹங்கேரி, பின்லாந்து, பிரான்சு, ஜெர்மனியில் கம்யூனிச இயக்கங்கள் தோன்றியதால் ரஷியப் புரட்சி பழமை வாத ஐரோப்பாவை பீதியில் ஆழ்த்தியது. கம்யூனிசம் முதலாளித்துவ ஒழிப்பை மட்டும் பேசவில்லை. குடும்பம் என்ற நிறுவனத்தைத் தகர்ப்பது, ஐரோப்பா முழுவதும் சிறுபான்மை இனத்தவருக்காகப் போராடுவது போன்றவற்றைக் கம்யூனிசம் கையிலெடுத்தது.

இந்தப் பன்முக அச்சுறுத்தல்களுக்கான எதிர்வினைகள் வளர்ந்ததில் வியப்பேதும் இல்லை. நிலவிய பழமைவாத இயக்கங்கள் பலனற்றுப் போனதால், புதிய வலதுசாரிகள்

இவற்றுக்குப் பொறுப்பேற்றனர். போர், உள்நாட்டுப் போரினால் மிருகத்தனமாக மாற்றப்பட்ட சூழலில், தேசியவாதம் பெருமளவு ஊதிப் பெருத்திருந்த கட்டத்தில் இது நிகழ்ந்தது. போருக்குப் பிந்தைய உலகில் தமது நாடு தாக்குப்பிடிக்கும்; சிரமமான சர்வதேச நிலையை எதிர்கொள்ளும் என்ற உறுதியினை வழங்குவதில் அரசாங்கங்கள் ஈடுபட்டன. போர்க்கால ஐரோப்பிய அரசாங்கங்கள் சமூக, பொருளாதார, குடும்ப வாழ்வில் இதுவரை காணாத அளவு தலையிட்டன. அறிவியலும், அரசுத் திட்டங் களும் தேச மேன்மையை மறுஉயிர்ப்புச் செய்யும் என்று பலர் நம்புவதற்கான ஊக்கம் இதனால் கிடைத்தது. காப்பு வரித் தடை வரம்பினை மீறிய பொருளாதாரத் தன்னிறைவு, சோஷலிசத்தை ஒடுக்குதல், தொழிலாளர்களைத் தேச சமூகத்தில் இணைத்தல், வேலை, சமத்துவம் ஆகியவற்றை விட்டுவிட்டு நாட்டுக்காகக் குழந்தைகள் பெற்றுக்கொள்ளப் பெண்களை ஊக்குவித்தல், சிறுபான்மை இனத்தவரை ஒன்றுசேர்த்தல் அல்லது விரட்டுதல், இனமரபணுவியல் மேம்பாடு சார்ந்த நலத்திட்டங்களை அறிமுகப் படுத்துதல், அதன்மூலம் தேசத்தின் உடல்ரீதியான வலுவை மேம்படுத்தல் ஆகியவையே பாசிஸ்டுகளின் பார்வையில் தேசத்தின் வலுவாகும். எல்லா இடங்களிலும் பாசிஸ்டுகள் மேற்கொண்ட மிகத் தீவிர வடிவங்களில் இவை அனைத்தும் அடங்கும்.

அரசியல் முடிவுக்காக வலிமையைக் காட்டுவதைப் போர் ஊக்குவித்தது. எல்லா வயதான படைவீரர்களும் வன்முறையை வழிபடவில்லை. பலர் அமைதிவாதத்தை ஆதரிக்கத் தொடங் கினர். இருப்பினும், ஐரோப்பா முழுதும், போருக்கு இடைப் பட்ட காலத்தில் தோன்றிய இணை இராணுவ இயக்கங்கள் போரின் விளைவாக உருவானவையே. போரினால் ஏற்பட்ட விளைவுகளைக் கணக்கில் எடுக்காமல் பாசிசத்தைப் புரிந்து கொள்வது இயலாத காரியம். அதன் முக்கியத்துவம் மிக அதிக மாக இருப்பதால்தான் பாசிசம் தன்னைப் போருக்கு இடைப் பட்ட ஐரோப்பாவின் கால, இடச் சூழலுக்கு அப்பாற்பட்டுத் தன்னைத் திணித்துக்கொள்ளப் போராடியுள்ளது.

அத்தியாயம் 4
இத்தாலி: 'முஷ்டியால் உருவாக்கும் வரலாறு'

1912இல் இத்தாலிய சோஷலிஸ்ட் கட்சியின் தீவிரப்பிரிவின் தலைவராக, பெனிட்டோ முசோலினி முதன் முதலில் தேசத்தின் கவனத்தை ஈர்த்தார். ஜியோலிட்டியின் லிபியப் போரினுக்கு ஒத்துழைக்க மறுத்தவர் முசோலினி. தனது இடதுசாரிக் கொள்கைக்கு ஏற்ற வகையில், இத்தாலி மாபெரும் போரில் நடுநிலைமை வகிக்கவேண்டும் என்று முதலில் தெரிவித்தார். ஆனால் 1915இல் அவர் அரசியல்ரீதியாகப் பல தளங்களில் செயல்படும் இடையீட்டு இயக்கம் ஒன்றில் சேர்ந்தார். அங்கு வருங்காலவியலாளர், தீவிர தேசியவாதிகள், பழமைவாத முற்போக்காளர் ஆகியோரைச் சந்தித்தார். 1915இலிருந்து, முசோலினி தனது புதிய நண்பர்களுள், தேசியவாதிகளோடு இணைந்து நின்றார். வர்க்கத்தைவிட தேசம் வலுவான அரசியல் சக்தி என நம்பத்தொடங்கினார். ஆனால் அரசியல், வணிக நிறுவனங்கள் மீதான தார்மீக வெறுப்பை அவர் என்றும் இழக்கவில்லை. புரட்சிகர சிண்டிகலிஸ்டுகள் அவருள் தாக்கம் ஏற்படுத்தினர். அவர்களைப் போலவே தேசியவாதம் அடிப் படையில் பூர்ஷுவா முற்போக்குவாதத்தைப் போலவே ஓர் இயக்கத்தைக் கட்டமுடியும்; புதிய இத்தாலியை உருவாக்க முடியும் என்று அவரும் நம்பினார்.

1915இல் இடையீட்டாளர்கள் வென்றனர். இத்தாலி போரில் நுழைந்தது. போர் இத்தாலியை மாற்றியது; ஆனால் தேசிய வாதிகள் கனாக் கண்ட தேச ஒற்றுமையை உருவாக்கவில்லை.

மாறாக, வர்க்க, பாலினச் சிக்கல்கள் பெருகின. சோஷலிஸ்ட் கட்சி போருக்கு எதிரான தனது நிலைபாட்டைக் கடைசிவரை கைவிடவில்லை. அதன் பிற ஐரோப்பிய நேசக்கட்சிகள் அவ்விதம் இருக்கவில்லை. தொழிற்சங்கமயமாக்கம் அதிகரித்தது. வேலை நிறுத்தங்கள் பெருகின. 6,00,000 பேருக்கு மேல் கொல்லப் பட்டனர். இராணுவத்தால் ஒழுக்கக்கேடு பரவியது. போர், பாலினங்களுக்கு இடையிலான இயல்பான உறவைத் தலை கீழாக ஆக்கிவிட்டது போல் தோன்றியது. ஆண்களின் பணி களைப் பெண்கள் மேற்கொண்டனர். போர் முயற்சிகளில் உதவுவதைவிட, ஆண்கள் இல்லாத சூழலைத் தமக்கு இலாப கரமாக ஆக்கிக் கொள்வதில் பெண்கள் ஆர்வம் காட்டினார்கள் என நம்பப்பட்டது.

அக்டோபர் 1917இல் கேபொரெட்டோவில் ஏற்பட்ட தோல்வி, மக்கள் பொதுக்கருத்தைக் காலதாமதமாக ஒன்றிணைத்தது. போரின் எஞ்சிய பகுதிவரை நின்று தாக்குப்பிடிக்க இத்தாலிக்கு மக்கள் அனுமதி கிடைத்தது. அமைதி ஒப்பந்தத்தில் ஆஸ்திரியாவி லிருந்து எல்லைப்பகுதிகள் வெல்லப்பட்டன. ஆனால் தேசிய வாதிகள் விரும்பிய அளவிற்கான எல்லைகள் கிடைக்கவில்லை. கோபமடைந்த கொண்ட கவிஞர் டி' அன்னன்சியோ, நாட்டுத் தலைவர்களின் குழுவொன்றின் தலைவராகச் சென்று, ஏட்ரியாடிக் பகுதியிலுள்ள பியூம் துறைமுகத்தை செப்டம்பர் 1919இல் கைப்பற்றினார். அடுத்த ஆண்டுவரை அவர் வெளியேற்றப்பட வில்லை. 'ஊனமுற்ற வெற்றி'யினால் ஏற்பட்ட தேசியவாதி களின் கோபம், தொடர்ந்த சமூக அமைதியின்மையால் மேலும் வளர்ந்தது. 1918-20 இடைப்பட்ட 'சிவப்பு ஆண்டுகளில்' வடபகுதி நகரங்களில் தொழிற்சாலை உள்ளிருப்புப் போராட் டங்கள் இயல்பானதாக இருந்தன; போ(PO) பள்ளத்தாக்கில் வேளாண்மைக்கூலிகளும் உழவர்களும் வேலை நிறுத்தத்தில் ஈடுபட்டனர். தெற்கில் நிலமற்ற தொழிலாளர்கள் சாகுபடி இல்லாத நிலங்களைக் கையகப்படுத்தினர். எல்லைப் பகுதி களில் ஸ்லாவ், ஜெர்மன் சிறுபான்மை இனத்தவர் தன்னாட்சி கோரினர். பெண்கள் இயக்கமும் போர் முயற்சியில் ஈடுபட்டதால் வேகம் பெற்றது. பாராளுமன்றத்தின் கீழ்சபையானது பெண்கள் ஓட்டுரிமையை ஆமோதித்தது. ஆனால் அது சட்டமாக்கப் படவில்லை. 1919 பொதுத் தேர்தலில் சோஷலிஸ்டுகளும்

கத்தோலிக்கக் கட்சிகளும் பெரும் வெற்றிகள் பெற்றன. ஆனால் இருதரப்பினராலும் தனித்து ஆட்சி அமைக்க முடியவில்லை. ஒன்று சேரவும் விரும்பவில்லை. பழைய முற்போக்கு அரசியல் வாதிகள் கத்தோலிக்க ஆதரவோடு தொடர்ச்சியான நிர்வாகங் களை உருவாக்கினர். அவை ஜியோலிட்டியின் ஆதரவாளர்கள், எதிராளிகள், இடையீட்டாளர்கள், நடுநிலைவாதிகள் இடையே இருந்த பிரிவுகளால் இயங்கவியலாமல் போயின.

இந்தப்பின்னணியில்தான் பாசிசம் வெகுசன இயக்கமாக மாறியது. அதுவரை முசோலினி பொருத்தமற்றவராகவே இருந்தார். மிலானில் 1919 மார்ச் 23இல் அவர் உருவாக்கிய பாசியோ டி கம்பாட்டிமெண்டோ (Fascio di Combattimento) சில முன்னாள் படைவீரர்கள், சிண்டிகலிஸவாதிகள், எதிர்காலவியல் வாதிகளை உறுப்பினர்களாகச் சேர்த்தது. இவ்வமைப்பின் திட்டம் தேசியவாதத்தோடு குடியரசுவாதம், மதபோதகர் எதிர்ப்பு, பெண்கள் வாக்குரிமை, சமூக சீர்திருத்தம் ஆகியவற்றைச் சேர்த்தது. அதன் வழிநடத்தும் கருத்து ஆண்கள், பெண்கள், தொழிலாளர்கள், எஜமானர்கள், உழவர்கள், நிலவுடமை யாளர்கள் ஆகிய அனைவரையும் மதசார்பற்ற தேசியக் குழுவாக ஒன்றிணைப்பது என்பதாகும். 1919இல் பாசிசத்திற்கு பெருமளவு வாக்குகள் கிடைக்கவில்லை. ஆனால் 1921இல் தொழிலாள, வேளாண் வர்க்கப் போராட்டங்கள் உச்சத்தை எட்டியவுடன், அதன் உறுப்பினர்கள் அதிகரிக்கத் தொடங்கினர்.

வேளாண் அமைதியின்மை நிலவிய பகுதிகளில் பாசிசம் வளரத் தொடங்கியது. இளம், கிராமப்புற பூர்ஷுவாக்கள் பெரும் எண்ணிக்கையில் சேரத் தொடங்கினர். தோட்ட நிர்வாகிகள், சிறு நகர அதிகாரிகள், ஆசிரியர்கள், பல துறைபோகிய அனுபவ சாலிகள் ஆகியோரின் புதலவர்கள் பாசிசத்தைக் கருவியாகக் கொண்டு சோஷலிச, கத்தோலிக்கப் படையணியை முறியடிக் கலாம் என்று நினைத்தனர். அவர்கள் பழமைவாத சிறு விவசாயிகள் மற்றும் நிலமற்ற தொழிலாளர்களின் ஆதரவை வென்றனர். அப்பிரிவினர் இடதுசாரிகளிடம் இருந்து அதிகாரிகள் தமக்குப் பாதுகாப்பு அளிக்கவில்லை என்பதை ஏற்றுக்கொண்டனர். பாசிச அணிகள் (Squadristi) கத்தோலிக்கர், குறிப்பாக சோஷலிஸ்டு களை மோசமாக விமரிசிக்கும் தீவிர பிரச்சாரத்தைத் தொடங்கின. நூற்றுக்கணக்கானோர் இதில் கொல்லப்பட்டனர். 1922க்குள்

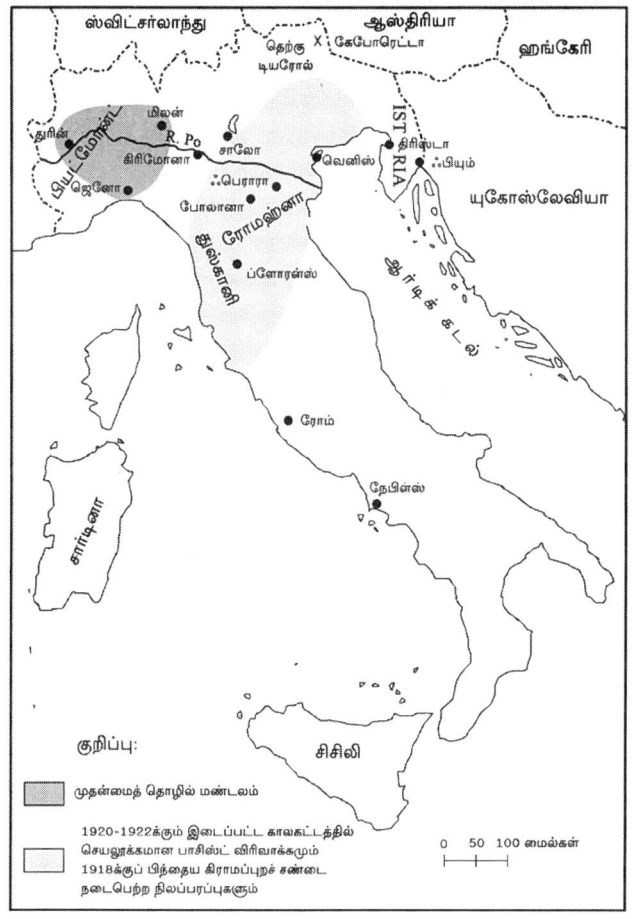

2. இத்தாலி

பாசிஸ்டுகள் பல கிராமப் பகுதிகளில் சட்டம் ஒழுங்கு நிர்வாகத்தைக் கைப்பற்றினர். அதே சமயம், வெனிசியா கியூலியாவில் ஸ்லாவ் சிறுபான்மை இனத்தவரோடு பாசிஸ்டுகள் போரிட்டனர். பாசிசம் நகரங்களுக்கும் பரவி, ஜுலை மாதத்தில் பொது வேலைநிறுத்தம் வெடிக்க உதவினர். 1922 இறுதியில் பாசிசத்துக்கு கால் மில்லியன் உறுப்பினர்கள் இருந்தனர்.

வேலை நிறுத்தம் செய்பவர்களுக்கு எதிரான அரசு ஆதரவைக் கண்டு நொந்த பெரும் நிலபிரபுக்களும் பெரும் வணிகர்களும் ஊக்கமும், பணமும் கொடுத்தனர். பழமைவாதிகளுக்கும், பாசிஸ்டுகளுக்கும் இடையே பலவகை இறுக்கங்கள் நிலவின. பூர்ஷுவாக்களின் 'பெண்தன்மை கொண்ட' மிருதுவான தன்மையைப் பாசிஸ்டுகள் ஒதுக்கித்தள்ளினர். ஒரு புதிய ஆண்மைமிக்க மேல்தட்டுக் குழு உருவாகியதாக அறிவித்தனர். போரினால் புடம்போடப்பட்டு, தேசத்தின் எதிரிகளை முறியடிக்க எதுவும் செய்யத் தயாராக உள்ள ஒரு குழு எனப் பறைசாற்றினர். பூர்ஷுவாக்களின் சோம்பேறித்தனத்தையும் ஒதுக்கினர். தங்களை வேலைத்திறன் மிக்கவரின் பிரதிநிதிகளாகக் கண்டனர். நாட்டை ஆளும் தகுதி பெற்ற, புதிய இத்தாலியை உருவாக்கும் ஆற்றல் கொண்டவர்களாகக் காட்டிக்கொண்டனர். ஆபத்து என்னவென்றால் பழமைவாதத் தேசியவாதிகளைத் தெருவில் கண்டால் பாசிஸ்டுகள் சண்டையும் போடலாம்; ஒத்துழைப்பும் தரலாம். முசோலினி, சோஷலிஸ்டுகளுடனான உறவை அறவே முறித்துக் கொள்ளத் தயாராக இல்லை. பணக்காரர்களுக்குச் சோஷலிச, கத்தோலிக்க அமைப்புகள் அழிக்கப்பட்டாலே போதுமானதாக இருந்திருக்கும். ஆனால் பாசிஸ்டுகள் தமது சொந்த சங்கங்களை அமைக்கத்தொடங்கினர். சில உழவர்கள், தொழிலாளர் மத்தியில் ஏற்கனவே இருந்த பழமைவாதத்தைப் பயன்படுத்திக் கொண்டனர். அதோடு சாம, தான, பேத, தண்ட முறைகள் மூலம் மக்களைக் கவர்ந்தோ மிரட்டியோ மேலும் பலர் சேர வழிவகுத்தது. இருந்தாலும், பாசிஸ்டுகள் சொத்துரிமையை எதிர்க்கவில்லை. எனவே பணக்காரர்கள் பார்வையில் அவர்கள் இடதுசாரிகளைக் காட்டிலும் ஏற்கக்கூடியவர்களாக இருந்தனர். 1921இல் பாசிஸ்டுகள் தேசியக் கட்சி (Partito Nazionale Fascista - PNF) உருவாக்கப்பட்டு, முடியாட்சி மற்றும் முற்போக்குப் பொருளாதாரத்தை ஏற்றுக் கொண்டவுடன் பழமைவாதிகளுக்கு ஆசுவாசமாக இருந்தது.

அப்போதுகூட பாசிசம் பாராளுமன்றத்தில் பெரும் வலுவோடு இருக்கவில்லை. 1921 தேர்தலில் 35 இடங்களை மட்டுமே வென்றது. வீதிகளில் இருந்த வந்த நெருக்கடிகள் மற்றும் நாட்டின் வணிக, வேளாண், அரசியல் மேல்தட்டினரின் இணைந்த ஆதரவோடு பாசிசம் அதிகாரத்திற்கு வந்தது. 1922 கோடையில்

அடிமட்ட பாசிஸ்டுகளின் அதிகாரக் கைப்பற்றலுக்கான நெருக்கடி அதிகரித்தது. கூதிர்க் காலத்தில் 'ரோம் நோக்கிய பேரணி' திட்டமிடப்பட்டது. முற்போக்கு அரசியல்வாதிகள் நெருடல் நிறைந்த தேர்வை மேற்கொள்ள வேண்டியதாயிற்று. அவர்கள் இதனைத் தடுத்தால், இருவகைப்பட்ட நிலை பாட்டோடு செயல்பட்டுக் கொண்டிருந்த இராணுவமும் காவல்துறையும் பாசிஸ்டுகளை எதிர்க்க மறுக்கலாம். அப்படியே பாசிஸ்டுகள் தோற்கடிக்கப்பட்டாலும் அது இடதுசாரிகளுக்குக் ஆதாயமாகிவிடும். எனவே பாசிஸ்டுகளை அராங்கத்திற்குள் கொண்டுவருவதே பாதுகாப்பானது என்று அரசியல்வாதிகள், வணிகர்கள் மற்றும் இராணுவம் முடிவுசெய்தது. அப்படிச் செய்தால், இடதுசாரிகளுக்கு எதிரான அதிகாரத்தின் பிடி இறுகும்; இத்தாலிய அரசியல் குழுமமும் புத்துயிர்ப்புப் பெறக் கூடும் எனக்கருதினர். கத்தோலிக்க, சோஷலிஸ்டு கட்சி களிடம் இழந்த வாக்குகளைச் சரிக்கட்ட பாசிசத்தை வெகுசன ஆதரவுக்கான மாற்றுச் சக்தியாக முற்போக்குக் கட்சியினர் முடிவு செய்தது அபாயகரமானதாகும். முசோலினி 1922 அக்டோபர் 29இல் பிரதம மந்திரியானார்.

நிர்வாகம் மற்றும் இராணுவ ஆதரவு உறுதியானவுடன், பாசிஸ்டுகள் எந்தவித தடையும் இன்றி இடதுசாரிகளைத் தாக்கினர். 1923இல் பாசிச இணை இராணுவத்தின் தாக்குதல் மற்றும் போப்பின் ஆதரவு நீக்கப்பட்டது காரணமாக கத்தோலிக்க போப்போலரி (Popolari) கலைந்தது. இந்த ஆதரவுக்குப் பதிலாக தேவாலயத்தின் நிலையில் முன்னேற்றம் ஏற்படுத்துவதாக மதகுருமார்களுக்கு முசோலினி உறுதியளித்தார். இதற்குமேல் பாசிசம் எதனைப் பேசியது என்பது நிச்சயமாகத் தெரிய வில்லை. மூன்றுவித சாத்தியங்கள் இருந்தன. கட்சி அதிகாரத் திற்கு வந்ததும் பழமைவாதிகள் வெள்ளம் போல் சேர்ந்தனர். குறிப்பாகத் தென்பகுதிகளில் இது கூடுதலாக நடந்தது. (அவர்கள் மாஃபியா கும்பலோடு வந்தனர்.) பழமைவாதிகள் முசோலினி சட்டம் ஒழுங்கை நிலைநிறுத்தி 'இயல்புமயமாதலை' மறுபடி கொண்டு வந்து விடுவார் என நம்பினர். பழைய அமைப்பை அடியொற்றிய, கூடுதலான சர்வாதிகாரம் கொண்ட வடிவத்தை அவர்கள் விரும்பினர். அவர்களது உரிமைகளும், சமூக அரசியல் வலுவும் உறுதியாகக் காக்கப்படும் அமைப்பு அது எனக் கருதினர்.

3. ரோம் நோக்கிய பேரணி, 28 அக்டோபர் 1922. இடமிருந்து வலமாக - இடாலோ பால்போ, முசோலினி, செசரேமரியா டி வீச்சி மற்றும் எமிலியோ டி போனோ.

ஆனால் பாராளுமன்ற அரசாங்கமும் ஓரளவு அரசியல் சுதந்திரமும் தங்களது தாக்கத்தைத் தொடர்ந்து நிலைநிறுத்தத் தேவை எனக் கருதினர். 1923இல் பாசிஸ்டுகள் தேசியக் கட்சியுடன் (PNF) இணைந்துவிட்ட பழைய இத்தாலிய தேசியவாத அமைப்பின் உறுப்பினர்கள் கூடுதலான அதிகாரத்துவ அரசை விரும்பினர். ஆனால் ஒழுங்குமுறையற்ற ஸ்குவாட்ரிஸ்டி குழு அவர்களுக்குப் பிடிக்கவில்லை. மாறாக, பல பாசிஸ்டுகள் 'இரண்டாவது புரட்சி'க்கு அறைகூவல் விடுத்தனர். ஏற்கனவே இருந்த அரசியல் வாதிகளை மாற்ற விரும்பினர். இந்தத் தீவிரவாதிகளில் சிண்டிகலிஸ அறிவுஜீவிகள், பாசிச தொழிற்சங்க தலைவர்கள், பெண்ணியவாதிகள், அதிகாரப்பசி கொண்ட உள்ளூர் கட்சித் தலைமை மற்றும் பொருளாதார நவீனவாதிகள் ஆகியோர் இருந்தனர்.

முசோலினி எந்தப் பக்கத்தோடும் தெளிவாகச் சார்ந்து நிற்கவில்லை. ஆனால் தேர்தல் விதிகளைத் திருத்தி, பாசிஸ்டு களுக்கு 1924இல் பாராளுமன்ற பெரும்பான்மை கிட்டுமாறு செய்தார். தேர்தல் பிரச்சாரத்தின்போது பாசிஸ்டுகள் சோஷலிஸ்டு களுக்கு எதிரான வன்முறையைக் கட்டவிழ்த்து விட்டனர். சோஷலிஸ்டு பிரதிநிதி ஜியோகோமோ மாட்டியோட்டியைக் (Giacomo Matteotti) கொல்லுமளவு சென்றது அதிகபட்ச அராஜகமாயிற்று. குற்றத்தில் முசோலினியின் பங்கும் இருந்தது எனப்பட்டது. இடதுசாரிகள் மற்றும் ஜீயோலிட்டி போன்ற முற்போக்கு கட்சியினர், சாலண்ட்ரா போன்ற பழமைவாதிகள் மத்தியில் இருந்து பலத்த எதிர்ப்பு எழுந்தது. முதலில் முசோலினி பழமைவாதிகளுக்குச் சிலசலுகைகள் வழங்கினார். ஆனால் அது தீவிரவாதிகளுடைய 'இரண்டாம் புரட்சி' முழக்கத்தை அதிகப்படுத்தவே உதவியது. பாசிச தொழிற்சங்கங்கள் வணிகத் திற்கு எதிரான அழுத்தங்களைக் குவித்தன. அதேசமயத்தில், பாசிசப் பெண்கள் வாக்குரிமைக்கான கோரிக்கையைப் புதுப்பித்தனர்.

1925 ஜனவரியில் முசோலினி தீவிரக்குழுவின் அழுத்தத்திற்கு அடிபணிந்து, அசலான பாசிச ஆட்சி உருவாக்கும் எண்ணத்தை அறிவித்தார். பழமைவாதிகள் இவரை விட்டுவிலகினால், இடது சாரிகள் மீண்டும் வந்துவிடுவார்கள் என்ற அச்சத்தில் அவருடனேயே இருந்தார்கள். அந்த ஆண்டு இறுதியில், அரசியல் எதிர்க்கட்சிகள்

தடைசெய்யப்பட்டன; பத்திரிகைச் சுதந்திரம் பறிக்கப்பட்டது; உள்ளூர் நிர்வாகத் தேர்தல்கள் இழுத்து மூடப்பட்டன.

தீவிரவாதிகளின் வெற்றி வெறுமையானது என்றும் இந்த அரச உண்மையில் பாசிசமயமாகவில்லை என்றும் வராற்றியலாளர்கள் ஒத்துக் கொள்கின்றனர். ஆனால் உருவாகிய ஆட்சியின் இயல்ப குறித்து ஒத்த கருத்து எழவில்லை. சிலர் ஐஎன்ஏ'யின் (Italian Nationalist Association - INA) வாரிசுகள் கட்சியில் ஆதிக்கப செலுத்தினர் என்று வாதிடுகின்றனர். ஐஎன்ஏ, வலுவான அரசு மூலம் இத்தாலியர்களைத் தேசியமயமாக்கி ஒழுங்கும், பழ நிலைத் தன்மையும் கொண்ட பூர்ஷ்வா சமூகத்தை மீண்டும் கொண்டுவர விரும்பியது என்பது நினைவிருக்கலாம். ஜெர்மன் தத்துவத் தாக்கத்தால் ஆட்கொள்ளப்பட்ட அவர்கள், வலுவான அரசு தேசிய நலனை வெளிப்படுத்தும் களத்தில் தான், தனிமனித சுதந்திரம் அர்த்தமுள்ளதாகிறது என்று நம்பினர். எனவே ஐஎன்ஏ தீவிரவாத பாசிஸ்டுகள் முன்வைத்த கட்சி மேற்பார்வையின்கீழ் நிர்வாகம், இராணுவம் அரசு சேவைகள் என்ற கோரிக்கைகளை எதிர்த்தனர். பாசிஸ்டுகள் சட்டங்களைத் தாங்களே உருவாக் காமல் அதற்குக் கீழ்ப்படிய வேண்டும் என வலியுறுத்தினர். அத்தியாயம் இரண்டில் கொடுக்கப்பட்ட வரை யறைகளின்படி ஐஎன்ஏ அதிகாரத்துவ பழமைவாதத்திற்கும், பாசிசத்திற்கும் இடைப்பட்டநிலையில் இருந்தது.

ஐஎன்ஏ'யின் பழுத்தத் தலைவர்களான லியூகி ஃபெடர்ஸோனி 1926இல் உள்நாட்டு அமைச்சரானார். ஆல்ப்ரெடோ ரோக்கோ நீதித்துறை அமைச்சராக 1925-32 வரை இருந்தார். இவர்கள் இவ்வாட்சியின் அடித்தளத்தை அமைக்க உதவினர். பாசி வன்முறை கொஞ்சம் கொஞ்சமாக முடிவுக்கு வந்தது. அர சார்பில் ஐஎன்ஏ'யின் கனவான 'மேலிருந்து திரட்டப்பட்ட தே உருவாக்க'த்தை நனவாக்க இளைஞர் மற்றும் பெண்கள் அமைப்புகள் அமைக்கப்பட்டன. ஏற்கனவே நிலைபெற் நிறுவனங்களின் பணிகளுக்கு உரிய செயல்பாட்டுச் சுதந்திர இருந்தது. முடியாட்சி அதற்குரிய இடத்தில் இருந்தது. பெரு வணிகமும், வேளாண்மையும் பலத்தத் தாக்கத்தை ஏற்படுத்து வலுப்பெற்று இருந்தன. 1929இல் முசோலினி போப்புக்கு கொடுத்த வாக்குறுதியை நிலைநாட்டினார். 'லாட்டரன் ஒப்பந்த 60 ஆண்டுகளாக போப்புக்கும் இத்தாலிய அரசுக்கும் இருந்

முரண்பாட்டை முடிவுக்குக் கொண்டுவந்தது. தேவாலயத்துக்கு கல்வி மற்றும் இளைஞர் பணியில் குறிப்பிடத்தக்க உரிமைகள் வழங்கப்பட்டன.

வன்முறைமிக்க கிராமப்புற அடித்தட்டு பாசிசம் - ரொபோர்டோ ஃபரினாச்சியால் பிரதிநிதித்துவப்படுத்தப்பட்டது - வலுவிழந்தது. நாஜிகளுக்கு மாறாக, தீவிரவாத பாசிஸ்டுகள் சட்டரீதியான ஆட்சியைக் குலைத்தல், நிர்வாக அமைப்பைக் குலைத்தல் ஆகியவற்றில் தோல்வியுற்றனர். 1920களின் பிற்பகுதியில் பாசிஸ்டு என்ற படிமம் இளம் வயதான, தனிக்கட்டையைக் குறிக்கவில்லை; சோஷலிஸ்டுகளோடு சண்டையிட்ட, எதற்கும் கவலைப்படாத உருவம் அல்ல அது; பொறுப்பான கணவன், ஒன்பதிலிருந்து ஆறு வரை புதிய தேசத்தைக்கட்ட உழைக்கும் தந்தை, இத்தாலிக்காகக் குழந்தைகள் பெற்றுக்கொண்ட அவர் மனைவி என்பதாகவே பாசிஸ்டின் படிமம் இருந்தது. இந்த ஆண்டுகளில் பாசிசத்தைப் பெண்ணிய கோரிக்கைகளை நன வாக்கும் கருவியாகக் கருதியவர்களும் ஒன்றுபட்ட பொருளாதாரத் திற்குள் செயல்படும் சுயாட்சிமிக்க தொழிற்சங்கவாதத்தின் மீது நம்பிக்கை வைத்தவர்களும் அதிருப்தி அடைந்தனர். (பார்க்க அத்தியாயங்கள் 9, 10).

பாசிஸ்ட் தீவிரவாதிகள் எப்போதுமே முழுமையாக விளிம்பு நிலைக்குத் தள்ளப்படவில்லை. போருக்கு இடைப்பட்ட ஐரோப்பாவில் சாதாரணமாக உருவாகக்கூடிய இன்னுமொரு அரசாட்சி சார்ந்த அதிகாரத்தள சர்வாதிகார ஆட்சியாக என்றுமே மாறவில்லை. முசோலினி அத்தகு ஆட்சியை என்றுமே விரும்ப வில்லை. எனவே கட்சியைப் பழமைவாதிகளுககு எதிரான நெம்புகோலாகப் பயன்படுத்தினார். கட்சி தனிப்பட்ட அமைப் பாகத் தொடர்ந்தது. அதன் சில தலைவர்கள் அரசு சேவையிலும் கூடுதல் பதவிகள் வகிக்க அனுமதிக்கப்பட்டனர். ஒன்றுதிரட்டப் பட்ட தேசத்திற்காக நலத்திட்டங்கள், கல்வி, ஓய்வு ஆகியவற்றில் தனது கட்டுப்பாட்டை வைத்துக்கொள்வதற்கான ஆர்வத்தைக் கட்சி என்றுமே இழக்கவில்லை.

ஃபாரினாச்சி பொதுச்செயலாளராக இருந்து ஆற்றிய பங்கு மிக முக்கியமாக இருந்தது. மையப்படுத்தப்பட்ட சர்வாதி காரத்துக்கான அவரது ஆதரவு, உள்ளூர் பாசிசத் தீவிரவாதிகளின்

செயல்பாட்டுச் சுதந்திரத்தைக் குறைத்தது. 1926இல் உதிரியா இருந்த பாசிச வன்முறை முடிவுக்கு வந்தது. ஆனால் தீவிரவாத வேறு ஒரு வடிவத்தை எடுத்தது. இயல்பான அதிகாரம் சார்ந் நிர்வாக முறையைத் தாண்டிச்செல்ல கட்சியைப் பன்படுத் முயன்றார் ஃபாரினாச்சி. அதன் மூலம் புதிய அரசாங்க நிர்வா வர்க்கத்தை உருவாக்க முயன்றார். அவர் விரைவில் முறியடிக்க பட்டார். ஆனால் அவரைத் தொடர்ந்து பின்பற்றிய அகஸ்தே டுராட்டி, அக்கிலே ஸ்டாரஸ் ஆகியோர் இதே நோக்கங்கை அடைந்திட சுற்றிவளைத்து வேறு வழிகளில் முயன்றனர். கட் வீக்கமடைந்த, இணை அதிகாரம் சார்ந்த அமைப்பாக மாறியது கட்சி உறுப்பினர் அட்டை அரசுச் சேவைகளில் உயர்ந்திட மு நிபந்தனை ஆகியது. பொதுவாக, அரசு ஊழியர்கள் பாசிச கொள்கைகளுக்கு வாய்ப்பந்தலிட்டனர். ஏனெனில் பாசி கொள்கையோடு ஒத்துப்போதல், அரசின் இயல்பான தேர் மற்றும் பயிற்சி முறைகளைப் போலவே முக்கியத்துவ பெற்றிருந்தது. 1932இல் அரசியல் அறிவியலுக்கான பாசி அகாதமியின்(1928இல் உருவாக்கப்பட்டது) பட்டதாரிகளுக் அரசுப்பணிகள் வழங்கப்பட வேண்டும் என முசோலி தெரிவித்தார். தீவிர தேசியவாதக் கருத்தியலானது விதிகளைவி நிர்வாகத்தின் அடிப்படை ஆயிற்று.

விளைவு, விலகி நிற்கும் தனிச்சக்தி ஒன்று உருவான தான். பெரு வணிகம், அரசு, இராணுவம், பாசிசத் தொழி சங்கங்கள், கழகங்கள் ஆகியவற்றோடு சேர்ந்து கட்சியும் பாசி இத்தாலியின் அரைத் தன்னாட்சி பெற்ற அதிகார மையங்களு ஒன்றாக மாறியது. அவற்றுக்கிடையே பகைமையும் குழப்ப களும் நிலவின. எடுத்துக்காட்டாக டொபோலவோரோ பாசி தொழிலாளர்களின் ஓய்வு அமைப்பாக அரசினால் அமைக்க பட்டது. 1927இல் கட்சி அதனைத் தன் கையில் எடுத்து கொண்டது. பாசிச தொழிற்சங்கங்கள் தொழிலாளர் மீது செலுத்து தாக்கத்தைக் குறைப்பதற்காக இந்நடவடிக்கை மேற்கொள்ள பட்டது. அந்த அமைப்பு தொழிலாளர்களின் ஆதரவைப்பெ கத்தோலிக்க அமைப்புகள், பாசிச தொழிற்சங்கங்களோடு போட் போடவேண்டியதாயிற்று. பெண்கள், இளைஞர் அமைப்பு களி வரலாற்றிலும் இதுபோன்ற மோதல்கள் ஏற்பட்டன.

எல்லா மோதல்களிலும் தலைவரிடமே (The Duce) கடைசிச் சொல் இருந்தது. அரசுக் காகிதங்களை அவர் கிட்டத்தட்ட அதி காலை வரையிலும் படித்தார். ஒரே நேரத்தில் எட்டு அமைச்சகங் களுக்குத் தலைமை ஏற்றார். உண்மையில் ஒவ்வொன்றையும் அவரால் முடிவு செய்ய முடியவில்லை என்பது அனைவரும் அறிந்ததே அவரது இடையீடுகள் தாறுமாறானவையாக, தயாரிப் பின்றி இருந்தன. பிறர் முன்முயற்சி எடுப்பதற்கான நிறைய இடம் அவற்றில் கிடைத்தன. ஆனால், ஆட்சியின் செயல்பாட்டுக்கு முசோலினி அவசியமாக இருந்தார். அவர் அதிகாரத்தைப் பயன் படுத்த நினைத்தால், அதன் வீரியம் அளவிடற்கரியதாக இருந்தது. அவரது பிற துணைத் தலைவர்களைக் காட்டிலும் அவர் பிரபல மாக இருந்தார். எனவே அவர்களுள் எவரும் அவரது விருப்பத்துக்கு மாறாகச் செல்லும் விபரீத முயற்சியை எடுக்க முடியவில்லை. வெளியுறவு விஷயங்களில் இது முற்றிலும் உண்மையாக இருந்தது. அதனைத் தனது சொந்த பணியாக மேற்கொள்ள முடிவு செய்தார் முசோலினி. 1930களில் போரிடுவதற்கான வேகம் ஆட்சிக்குள் புதிய தீவிர வாதத்தைத் உருவாக்கியது.

முசோலினியின் அந்நிய வீரதீரச் செயல்கள் மூன்று அம்சங் களின் விளைவாக ஏற்பட்டன. முதலாவதாக, பாசிஸ்டுகள் புது எல்லைகளை வெல்வது பொருளாதார சிக்கல்களைத் தீர்க்கச் சிறந்த வழி என எப்போதுமே நம்பியுள்ளனர். போர் தேசத்தின் நலனுக்கு உகந்தது எனக் கருதினர். இரண்டாவது, வெளியுறவு அமைச்சகத்தைப் பாசிசமயமாக்கிவிட்டதால் பழமைவாத எதிர்ப்புக் குறைவாக இருந்தது. முசோலினியின் வெளியுறவுக் கொள்கைக்கான முன்னோடிகள் பாசிசத்திற்கு முந்தைய ஆட்சி யில் இருந்தாலும்கூட, அவரது பாசிசக் கொள்கை அதனைக் குறிப்பாக வித்தியாசப்படுத்தியது. எல்லை விஸ்தரிப்பு தேசங் களுக்கிடையே உள்ள போராட்டம் என்ற டார்வினிய கருத்தினால் நியாயப்படுத்தப்பட்டது. இத்தாலியின் கூடுதல் மக்கள் தொகைக் கான இருப்பிடத் தேவை அதனை உறுதிப்படுத்தியது. மூன்றாவ தாக, ஹிட்லரின் வளர்ச்சி தன்னளவில் வலுவாக இல்லாத இத்தாலிக்கு வெர்சைல்ஸ் ஒப்பந்தத்தைத் திருத்த வாய்ப்பு அளித்தது. முதலில், முசோலினி ஜெர்மானிய விரிவாக்கம் பற்றி எச்சரிக்கையோடு இருந்தார். ஆஸ்திரியாவை ரீச்சோடு இணைப்பதில் ஹிட்லர் வெற்றி பெற்றால், இத்தாலியின் ஜெர்மன்

சிறுபான்மையினர் அவர் கண்ணில் படுவார்கள் என்று அஞ்சப் பட்டது. ஆனால் விரைவில் ஜெர்மானிய இராணுவ வலு மிகப் பெரிது எனப் புரிந்தது. அது இத்தாலிய சக்தியை விரிவாக்க இயலாது என்பதும் தெரிந்தது. மத்தியதரைக் கடல் பகுதி மற்றும் ஆப்பிரிக்காவில் பிரிட்டிஷ், பிரெஞ்சு ஆதிக்கத்தை எதிர்ப்பதும், ஹிட்லரோடு கூட்டுச்சேர்வதும் அவசியமாயிற்று. 1935இல் இத்தாலிய இராணுவம் அபிசினியாவை நோக்கிப் படை எடுத்தது; 1936-39இல், பிராங்கோவின் வலதுசாரி கூட்டணியில் சேர்ந்து ஸ்பானிஷ் யுத்தத்தில் பங்கேற்றது. 1939இல் அல்பேனியாவை சேர்த்துக்கொண்டது. அடுத்த ஆண்டு பிரான்ஸ் படையெடுப்பில் பங்கேற்றது. (பிரான்ஸ் ஜெர்மனியிடம் சரணடையும் முன்னர்.) 1941இல் கிரிஸ் நாட்டின்மீது படையெடுத்து எகிப்துக்குள் நுழையத் தொடங்கியது.

தேசத்தைப் போருக்கு ஆயத்தமாக்குவதோடு பொருளாதார நெருக்கடியும் சேர்ந்து ஆட்சியைத் தீவிரமயமாக்கியது. கட்சி அமைப்புகள், புதிய அரசு நிறுவனங்களுக்கு ஆதரவாக ஆட்சியின் நிலைபாடு மாறியது. பொருளாதார தன்னிறைவை அடைவதற் கான முயற்சிகளை இரட்டிப்பாக்கியது. எனவே பொருளாதார வன்முறைகள் அதிகரித்தன; தனிவாழ்வில் அரசின் குறுக்கீடு அதிகரித்தது. இறக்குமதியாகும் பாஸ்தாவை விடுத்து, உள்நாட்டு அரிசியை உண்ணவேண்டும் என மக்களுக்குக் கூறப்பட்டது. ஸ்பகட்டி உண்பவர்களைக்கொண்ட நாடு என்றுமே ரோமானிய நாகரிகத்தை மீட்டெடுக்க முடியாது என முசோலினி ஒருமுறை அறிவித்தார். பொருளாதார வீழ்ச்சிக் கட்டத்தில் அரசாங்கம் உருவாக்கிய நிறுவனமான ஐஆர்ஐ (Istituto per la ricostruzione Industriale-IRI), நலிவுற்ற நிறுவனங்களைத் தனது கட்டுப் பாட்டுக்குள் கொண்டுவந்தது. 1936இல் பெரிய வங்கிகள் தேசியமயமாக்கப்பட்டன. இவை எல்லாம் பெரும் வணிகத்தை அச்சுறுத்திவிடவில்லை. சொல்லப்போனால், சிறுசிறு போட்டி யாளர்கள் நலிந்திட, அவர்கள் இலாபம் அடைந்தனர். ஆனால், வணிகம் அரசின் கட்டுப்பாட்டுக்குள் சிக்கியது. இந்நிலைமை ஏற்படாமல் தவிர்ப்பதற்காகவே பாசிஸ்டுகள் அதிகாரத்துக்கு வர வணிகர்கள் உதவினர்.

மக்களை மேலும் ஒன்று திரட்டும் தேவை போரினால் ஏற்பட்டது. 1931-39 வரை கட்சிச் செயலாளராக இருந்த அகிலே

ஸ்டராஸ் தலைமையில் கட்சி 'வெகுசனங்களை நோக்கிச் சென்றது.' நூற்றுக்கணக்கான பெண்களும், மாணவர்களும் கட்சிக் குழுக்களில் சேர்க்கப்பட்டனர். (தன்னாட்சி மிக்க பெண்கள் இயக்கத்தின் மிச்ச சொச்சங்களும் அழிக்கப்பட்டன.) முசோலினியைப் பாராட்டும் சடங்குகள் வெகுசன ஆர்ப்பாட்டங் களில் இடம்பெற்றன. டொபோலெவோரோவில் தொழிலாளர் களின் ஓய்வுநேரம் முறைப்படுத்தப்பட்டது. இவற்றில் ஸ்டராஸ் சிறப்புக் கவனம் செலுத்தினார். 1939இல் தேசியவாதம் முழுக்க முழுக்க இனவாதமாயிற்று. முதலில் அபிசீனியாவில் தொடங்கி, பின் இத்தாலியிலும் பரவியது. 1938லேயே இத்தாலியில் யூத எதிர்ப்புச் சட்டங்கள் அறிமுகப்படுத்தப்பட்டுவிட்டன.

இந்நடவடிக்கைகளின் சர்வாதிகார நோக்கம் புலனாகிறது. ஆனால் நடைமுறையில் அதிகம் வெற்றி பெறமுடியவில்லை. அவை குழப்பமான முறையில் அமுல்படுத்தப்பட்டன. மேலும், இத்தாலியில் சமூக வாழ்வைக் கறாராக ஒழுங்குபடுத்தும் உள்ளமைப்போ, வசதிகளோ இல்லை. 'மக்களிடம் செல்லுதல்' ஆட்சியில் இருந்த அதிகாரங்களை அச்சுறுத்தியது என்று அரசு கருதியது. வணிகம், தேவாலயம், முடியாட்சி சக்திகள் அதிருப்தி அடைவார்கள் என ஆட்சி கருதியது. பொதுமக்களின் அதிருப்திக் கான அறிகுறிகள் தோன்றின. ஆட்சியின் பிரச்சார படிமத்திற்கும் நடைமுறை சாதனைகளுக்கும் உள்ள இடைவெளி சில அறிவு ஜீவிகளுக்குப் புரியத் தொடங்கியது.

இத்தாலியப் போர் முயற்சி பாராட்டிற்குரியதாக இல்லை. மக்களுக்குச் சண்டையிடுவதில் விருப்பம் இல்லாமல் இருந்தது. கிரீஸ், வட ஆப்பிரிக்காவிலும் முசோலினியின் படைகளை மீட்க ஜெர்மானிய உதவி தேவைப்பட்டது. 1943இல் நேசக்கூட்டணி இத்தாலியைத் தாக்கியது. பாசிச கவுன்சிலும் அரசரும் முசோலினி யை ஆட்சியிலிருந்து அகற்ற முடிவு செய்தனர். இத்தாலி போர்க் களமானது. ஜெர்மனி வடக்கில் ஆக்கிரமித்தது. தெற்கினை நேச சக்திகள் கைப்பற்றின. தலைவர் சிறையிலடைக்கப்பட்டார். ஆனால் ஜெர்மன் படைகளால் உடனே மீட்கப்பட்டார். போர் முடியும் வரை அவர் ஜெர்மனியின் பொம்மை அரசான சாலோ குடியரசுக்கு தலைமை வகித்தார். அங்குக் கடைந்தெடுத்த பாசிஸ்டுகள் மக்கள் எதிர்ப்பு இயக்கத்துடன் ஆயுதம் தாங்கிப் போராடிக்கொண்டே 'தூய' பாசிசத்தை அமுல்படுத்த முயன்றனர்.

அத்தியாயம் 5

ஜெர்மனி: இனவாத அரசு

பாசிசம், நாஜிசம் இரண்டிற்கும் இடையே போதுமான ஒப்புமைகள் உண்டு. எனவே பாசிசக் கருத்தாக்கத்தை இரண்டிற்குமே தொடர்புபடுத்திப் பார்க்கலாம். இத்தாலி, ஜெர்மனி நாடுகளில் தேசிய ஒற்றுமையை உருவாக்குவதற்கான இயக்கம் ஒன்று தோன்றியது. அது தேசிய எதிரிகளை முறியடித்தது. எல்லா வர்க்கம் மற்றும் இரு பாலினத்தாரையும் ஒன்றிணைத்து நிரந்தர மாக திரட்டப்பட்ட தேசத்தை உருவாக்க முயன்றது. இது நடைமுறைச் சாத்தியமற்ற, ஒரு சர்வாதிகாரத் திட்டமாகும்.

இத்தாலியிலும், ஜெர்மனியிலும் இந்த அதிகாரத்துவ முயற்சி இறுதியில் தோல்வியுற்றதற்கான காரணம், அது கற்பிதம் செய்த உன்னத தேசிய சமூகக்குழு, மேல்தட்டினர் பல வசதிகளை விட்டுக்கொடுக்க வேண்டும் என எதிர்பார்த்ததே! இடதுசாரிகளை விட அவர்கள் அதிகமாக விட்டுக் கொடுக்க வேண்டியிருந்தது. இத்தாலியில் கத்தோலிக்கத் தேவாலயம், முடியாட்சி, உயர் வர்க்கத்தினரின் முற்போக்குவாத மரபு ஆகியவை அதிகாரத் துவத்திற்கு முட்டுக்கட்டையாக விளங்கின. ஜெர்மனியில், வெர்சைல்ஸ் ஒப்பந்தம் மூலம் இராணுவம் அளவில் குறைக்கப் பட்டது; கத்தோலிக்கவாதம் வலுக்குன்றியிருந்தது; புராடெஸ்டண்டு தேவாலயங்கள் அதிகாரத்திற்குத் துணைபோகும் மரபில் வந்தவையாக இருந்தன; மரபுவாதக் கட்சிகள் 1914க்கு முன்னரே தீவிர வலதுசாரிக் கருத்துகளில் ஊறிக்கிடந்தன. இத்தனை இருந்தும் பாசிசம் அல்லாத மரபுவாதத்தை நாஜி ஆட்சியால் முழுமையாக அகற்றமுடியவில்லை.

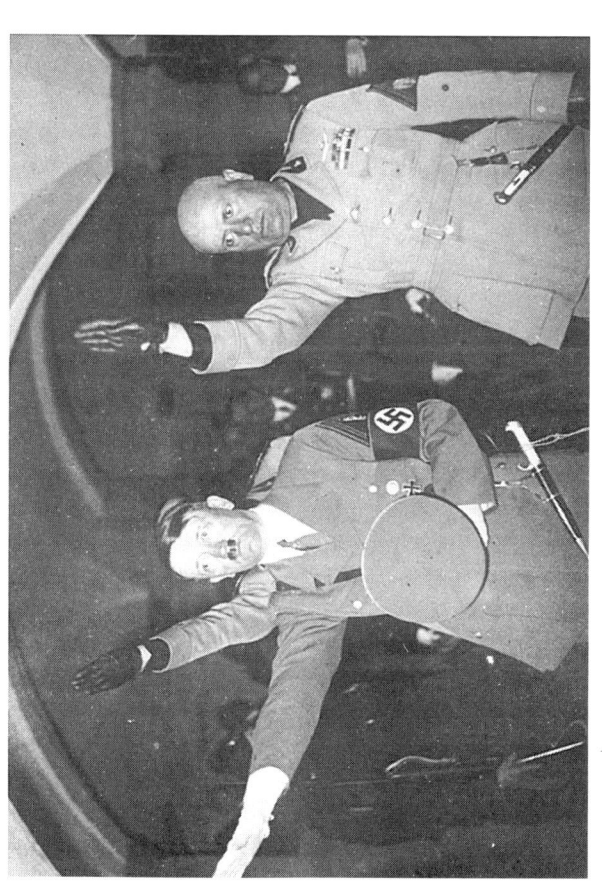

4. ஃபிளாரென்ஸிலுள்ள பாசிச தியாகிகள் கல்லறை முன்பு ஹிட்லரும் முசோலினியும். 1938 அக்டோபர் 10.

இருநாடுகளிலுமே பாசிஸ்டு கட்சிக்கும் அதன் வழித் தோன்றலான நிறுவனங்களுக்கும் இடையே ஒருபுறமும், நிறுவனமயமாக்கப்பட்ட நிறுவனங்களும் இடையே மறுபுறமும் நிரந்தரப் பகைமை இருந்து வந்தது. முசோலினி, ஹிட்லர் இருவர்பால் கொண்ட தனிப்பட்ட நம்பிக்கையின் எல்லைக்குள் இது தம் பாணியில் இயங்கத் தொடங்கியது. குறிப்பாக ஜெர்மனியில் ஹிட்லரின் ஒப்புதலோடு ஹிம்லர் சிறப்புப் பாதுகாப்புப் படையையும்(SS) காவல் துறையையும்(Schutzstaffel) ஒன்றாக்கி யூத இன ஒழிப்பிற்கான நிபந்தனைகளில் ஒன்றைச் சாத்தியமாக்கினார். இருதரப்பினருக்கும் இடையே இருந்த மோசமான பகைமை உணர்வில், தம் எதிரிகளுக்கு எதிராகத் தம் தலைவர்களிடம் புகார் கொடுத்தனர். இதனால் முசோலினி, ஹிட்லர் ஆகியோரின் புகழ் மேலும் ஓங்கியது. தமது நாடுகளை உலக சக்திகளாக மறு நிர்ணயம் செய்வதில் வெற்றி பெறுவார்கள் என்ற எதிர்பார்ப்பில் அவர்களது புகழ் ஏற்கனவே மிதமிஞ்சியதாக இருந்தது.

1920களுக்கு இடைப்பட்ட காலத்தில் இருந்து ஹிட்லர் தேவதூதருக்கான தொலைநோக்குப் பார்வைகொண்ட பெருந் தலைவராகத் தன்னையே கருதிக் கொண்டார். அவர் ஜெர்மனியை வெற்றிக்கோ, மரணத்திற்கோ இட்டுச்செல்வார். கிழக்குப் பகுதியை வென்று 'ஜுடேயோ - போல்ஷ்லிக்' ரஷ்யாவை முறியடிப்பதே ஜெர்மனியின் நோக்கம் என அவர் நம்பினார். இதனை அடைவதற்கான ஜெர்மனியின் சக்தி அது தனது சீரழிவி லிருந்து மீண்டு, ஜனநாயகத்தை உடைத்து, இன எதிரிகளிலிருந்து சுத்திகரிக்கப்படுவதிலேயே அடங்கியுள்ளது. இனத்தூய்மை மிக்க ஜெர்மனியின் வாழ்விடம், அவர்கள் ஒரு தேச மக்களாக ஒன்றிணைவதற்கான வளங்களை வழங்கும். உள்நாட்டு, வெளிநாட்டுக் கொள்கைகள் ஒன்றுடனொன்று பின்னிப் பிணைந்தவை.

தனிப்பட்ட வகையில் இக்கருத்துகள் கரடுமுரடானவை. ஆனால் ஜெர்மன் பண்பாட்டில் இருந்த வாக்னரிய நிலைபாடு, 19ஆம் நூற்றாண்டின் டார்வினிய, ஏகாதிபத்திய, இனவாதக் கருத்துகள் பல்கலைக்கழக ஆய்வாளர்கள் மற்றும் பிறதொழில் களில் ஈடுபட்டவர் மத்தியில் 'அறிவியல்' முகமூடி அணிந்து புழங்கியமை, அவற்றின் மூலம் வலுவான சமூக உருவாக்கம்

குறித்து நிலவிய பல திட்டங்கள் ஆகியவற்றினால் இவை வலிமை பெற்றன. ஹிட்லருடைய மனதில் பதிந்திட்ட உணர்வுகள் பலவற்றை - யூத எதிர்ப்பு உட்பட - முழு ஜெர்மன் மக்கள் தொகையினரும், நாஜிகள் அனைவரும்கூட, ஏற்றுக் கொண்டனர் என்று கூறமுடியாது. ஆனால் ஹிட்லரின் மாபெரும் புகழ் அவர் தனது தீவிர இனவாத, இராணுவத் திட்டங்களை அமுல்படுத்த இடமளித்தது. நாஜி உறுப்பினர்களின் ஆதரவு தனக்கு நிச்சயம் உண்டு என்பதில் ஹிட்லர் உறுதியாக இருந்தார். தனிப்பட்ட வகையில் அவர்கள் ஹிட்லரின் நம்பிக்கைக்குரியவர்களாக இருந்தனர்.

இத்தகைய இயக்கம் எப்படி அதிகாரத்தை கைப்பற்றியது? சமூக நெருக்கடிகளின் தீவிரத்திற்கும் பாசிசத்தின் வெற்றிக்குமான தொடர்பு நேரடியானதாக இருக்கவில்லை. போர் முடிந்ததும் ஏற்பட்ட கலவரம் ஜெர்மனியிலும் இத்தாலியைப் போலவே மோசமாக இருந்தபோதிலும், பாசிசம் உடனடியாக இதனால் இலாபம் அடையவில்லை. 1918இல் ஏற்பட்ட தோல்வி அதிகாரத்துவ முடியாட்சியைக் கவிழ்த்தது. தொழிலாளர்கள் மற்றும் இராணுவ வீரர்கள் குழுக்கள் அமைக்கப்பட்டன. பவாரியாவில் குறுகிய காலத்திற்குச் சோவியத் குடியரசு ஆட்சி செயல்பட்டது. புதிய வெய்மார் குடியரசு தொழிற்சங்களுக்குப் பெரும் சலுகைகள் வழங்கியது; பெண்களுக்கு வாக்குரிமை வழங்கியது. 1919 தேர்தலில் சோஷலிசம் பெரும் பலன்களைப் பெற்றது.

1919 அமைதி ஒப்பந்தம், தேசியவாதிகளை அதிர்ச்சி அடைய வைத்தது. அதன்படி ஜெர்மன் எல்லை பெருமளவு வெட்டப்பட்டது. 1918இல் ‘ஜெர்மனியை முதுகில் குத்தியதற்காக’ அவர்கள் ஜனநாயகவாதிகளையும் சோஷலிஸ்டுகளையும் பழி சுமத்தினர். இத்தாலியைப் போலவே ஒரு வலதுசாரிக்குழு உருவானது. மையநீரோட்ட மரபுவாதிகள், ஜெர்மானியவாதிகள், இயங்க இயலாமல் இருந்த ப்ரெய்கார்ப்ஸ் போன்ற இராணுவக் குழுக்கள், ஹிட்லரின் தேசிய சோஷலிஸ்டுகள் உள்ளிட்ட புதிய பாராளுமன்ற தேசியவாத இயக்கங்கள் அனைத்தும் ஒன்றிணைந்தன. தீவிரதேசியவாதம் இந்த நெருக்கடிச் சூழலில் மீண்டும் தலைதூக்கியது. 1920இல் ஜெர்மானியவாதி காப் பெர்லினில் ஆட்சிக்கவிழ்ப்பு முயற்சி ஒன்றினை மேற்கொண்டார். 1923இல் ஹிட்லர் ஜெனரல் லுடென்டார்ஃபுடன்

இணைந்து மியூனிச்சில் 'பீர் ஹால் புட்ச் (Beer Hall Putsch)' என்ற இன்னொரு ஆட்சிக்கவிழ்ப்பு முயற்சியினை மேற்கொண்டார்.

அப்போதைக்கு வெய்மார் குடியரசு தப்பித்தது. ஜெர்மன் சோஷலிஸ்டுகள் வலதுசாரிகளுக்கு எதிராகத் தம் ஆட்சியைக் காப்பாற்றப் போரிட்டனர். பொது வேலைநிறுத்தம் காப்பின் தோல்வியை உறுதிசெய்தது. இத்தாலியில் இவை எதுவும் நடைபெறவில்லை. அத்துடன், பிரிட்டனும், பிரான்சும், ஜெர்மனி யில் தேசியவாத ஆட்சி அமைவதை ஏற்காது என இராணுவம் அறிந்திருந்தது. எனவே, இராணுவமும் ஜனநாயகத்தை ஏற்றுக் கொண்டது. 1933க்குள், வெய்மார் ஆட்சியை உருவாக்கிய காலத்தில் இருந்து பாதுகாத்த பலர், அதன் வலுவான எதிரிகளின் முகாமில் சேர்த்து விட்டனர்.

1920களில் ஓரளவு நிலையான தன்மை அடைய வெய்மார் குடியரசு தோன்றியது. பொருளாதாரநிலை ஓரளவு முன்னேற்றம் கண்டது. மையக் கூட்டமைப்புகள் நிலையான அரசாங்கத்தை வழங்குவதில் மட்டுமே வெற்றி கண்டன. பிரான்ஸ், பிரிட்ட னுடனான நல்லிணக்கம் ஜெர்மனி தனது கிழக்கு எல்லைகளை மீட்க உதவும் என்ற நம்பிக்கை இருந்தது. அரசியல் வன்முறை கிட்டத்தட்ட இல்லாமல் போனது. இருப்பினும் குடியரசு பலவீனமாக இருந்தது. இடதுசாரிகளில், கம்யூனிஸ்ட் கட்சி எப்போதுமே 'பூர்ஷ்வா குடியரசை' ஏற்றதில்லை. வலதுசாரி களில், தேசியவாத கட்சி முடியாட்சியாக இருந்தது. பாராளு மன்ற முதுவர் அமைப்பான ஸ்டால்ஹெல்ம் முழுக்கமுழுக்க புராடெஸ்டாண்ட், பூர்ஷ்வா, வட்டாரவாத சமூகத்தில் மூழ்கிக் கிடந்தது. எனவே சமூக ஜனநாயகவாதிகள், கம்யூனிஸ்டுகள் ஆகிய பகுதியினர் மீதும் வெறுப்பைக் கொண்டிருந்தனர். வலதுசாரி களையும் எதிர்த்தனர். 1930களில் நாஜிகளுக்கு வாக்களித்தவர்கள் அதற்கு முந்தைய பத்தாண்டுகளில் தீவிரதேசியவாத அரசியலை ஏற்றுக்கொண்டவர்கள்; 1914க்கு முன்னரே அந்த ஈடுபாடு கொண்டிருந்த அவர்கள், 1920களில் உதிரிகளாக இருந்த பல தேசியவாத கட்சிகளுக்கு வாக்களித்திருக்கலாம். இவர்கள் வெய்மார் அமைப்புச் சுயநல பொருளாதார விருப்பங்களுக்கு அடிபணிவதை எதிர்த்தனர். பரந்த 'தேசிய' திட்டம் தேவை என வலியுறுத்தனர். அதேசமயம், தமது தனிப்பட்ட நலன்களைக் காக்கும் வலுவான அமைப்பு வேண்டும் என்றும் அழுத்தம்

கொடுத்தனர். வெய்மார் அரசியல் எல்லாரும் நுழையும் இடமாகச் சீரழிந்தது. ஒவ்வொரு தனிப்பட்ட குழுவும் பிற எதிரிக்குழுக்கள் தேசிய நலனை முதன்மைப்படுத்தத் தவறிவிட்டன என்று பழிதூற்றின. ஆனால், நாஜிகள் வாக்குப்போடும் பல பிரிவுகளின் தனிப்பட்ட நலன்களைப் பூர்த்தி செய்து, தேசிய நலனுக்காக ஒன்றிணையலாம் என்று நம்பிக்கை அளித்ததன் மூலம் வெற்றி பெற்றனர்.

1929 அமெரிக்கப் பொருளாதார வீழ்ச்சி, ஜெர்மனியின் நலிந்துபோன சமூகத்தில் பலத்த பாதிப்பை ஏற்படுத்தியது. வணிகம் குலைந்தது; உழவர்களின் கடன் அதிகரித்தது; வேலை வாய்ப்பின்மை பன்மடங்காகப் பெருகியது. மரபுவாதிகள், குடியரசானது தொழிலாளர்கள், பெண்ணியவாதிகள், யூதர்கள்பால் காட்டிய அக்கறையை இனியும் தாங்கமுடியாது கொதித்தனர். குடியரசின் கொஞ்சநஞ்ச நியாயமான இருப்பும் தொலைந்தது. ஆறு மில்லியன் வேலையற்றோரில் பெரும்பாலோர் துயரங்களைத் தந்த ஆட்சியைப் புறக்கணித்தனர். கம்யூனிஸ்டுகள், நாஜிகள் இருவருக்கும் வாக்குகள் கிடைத்தன. பாராளுமன்ற ஜனநாயகம் சாத்தியமற்றுப் போனது. 1930களிலிருந்து அரசுகள் சட்டத் திட்டங்களை மட்டுமே நம்பி ஆளவேண்டியதாயிற்று. நேச நாடுகளைக் குறித்த அச்சத்தை இழந்த இராணுவம் அரசியலில் தொடர்ந்து தலையிட்டது. ஹிட்லர் ஆட்சி அதிகாரத்தைக் கைப்பற்றும் முன்னரே ஜெர்மன் ஜனநாயகம் இறக்கும் தருவாயில் இருந்தது.

1923 கவிழ்ப்பு முயற்சியில் பங்கேற்றதற்காகச் சிறையில் இருந்த ஹிட்லர் வாக்குப்பெட்டி மூலமே கட்சி ஆட்சிக்கு வரமுடியும் என்பதில் உறுதியாக இருந்தார். தேர்தல் பிரச்சாரம் முதலில் தொழில்துறையில் இருந்த தொழிலாளர்களை நோக்கி நடத்தப்பட்டது; அவர்களைக் கம்யூனிஸ்டுகளிடம் (KPD) இருந்து பிரித்துவிடலாம் என நம்பியது. ஆனால் 1928 தேர்தல் புராடஸ்டன்ட் உழவர்களிடம் இருந்து எதிர்பாராத அளவு ஆதரவை ஈட்டித் தந்தது. வேளாண் நெருக்கடியால் பாதிக்கப் பட்டவர்களின் வாக்குகள் அவை. அப்போதிருந்து, நாஜி பிரச்சாரம் மரபுவாத வாக்காளர்களை நோக்கியே இருந்தது. நாஜிகளின் வாக்குகளில் பெரும்பான்மை அவர்கள் மத்தியி லிருந்தே கிடைத்தது. போருக்குப் பிந்தைய காலத்தைவிட,

இடதுசாரிகளால் அதிக ஆபத்தில்லாமல் இருந்தபோதிலும் சோஷலிஸ்டுகள், கம்யூனிஸ்டுகள் மற்றும் கத்தோலிக்கரை விமரிசிக்கும் பணியில் நாஜிகள் ஈடுபட்டனர். தங்களால் மட்டுமே சட்டம் ஒழுங்கை மீண்டும் நிலைநிறுத்த முடியும் என்ற பிரச்சாரத்தின் பகுதி அது. கூடவே நிறுவன எதிர்ப்பு நிலைபாட்டையும் ஒருசேர எடுத்தனர். மக்களின் உண்மைப் பிரதிநிதிகளெனக் காட்டிக்கொள்ளவும் தொடர்ந்து வந்த மரபுவாத ஆட்சியில் மக்களைப் பிரதிநித்துவப்படுத்தவில்லை எனக் கண்டனம் செய்யவும் இந்நிலைபாடு தேவைப்பட்டது.

மக்களார்வச் செய்திகள், குறிப்பாகப் பழைய மரபுவாதி களை ஈர்த்தன என்றாலும், நாஜிகளின் வாக்குவங்கி பிற கட்சிகளைவிடப் பரந்துபட்டதாக இருந்தது. இடதுசாரிகளில் குறிப்பிடத்தக்க சிறுபான்மை வாக்குகளையும் நாஜி இயக்கம் வென்றது. ஆண், பெண் இருபாலரையும் சமமாகக் கவர்ந்தது. ஜெர்மன் தொழிலாளர் வர்க்கத்தில் கால்வாசிப் பேர், அதிலும் சிறு நகரங்களில் உள்ள சிறு தொழிற்சாலைகளில் பணியாற்று பவர்கள், ஜூலை 1932இல் நாஜிகளுக்கு வாக்கு அளித்திருக்கக் கூடும்.

பரந்த வீச்சு இருந்தபோதிலும் ஜூலை 1932 இல் நாஜிகளுக்கு 37% வாக்குகளே கிடைத்தன. ஆட்சி செய்வதற்குப் போதுமான பாராளுமன்ற இடங்கள் கிடைக்கவில்லை. நவம்பரில் நடத்தப் பட்ட புதிய தேர்தலில் அவர்கள் இரண்டு மில்லியன் வாக்குகளை இழந்தனர். அப்படியானால், ஹிட்லர் பதவிக்கு வந்தது எப்படி? இத்தாலியில் நடந்தது போலவே, மரபுவாதிகளோடு கொண்ட தொடர்பு மற்றும் வீதிகளில் இருந்து வந்த நெருக்கடி மூலமாக அது சாத்தியமாயிற்று. மரபுவாத அரசியல்வாதிகள் வணிகம், இராணுவம் மற்றும் நிலவுடமை வர்க்கத்தினருள் இருந்தனர். அவர்கள் குடியரசை எதிர்த்தனர்; ஆனால் நாஜிகளை 'பழுப்பு நிறப் போல்ஷ்விக்குகள்' எனக் கருதி அவர்கள் நம்பவில்லை. தாங்களே நடத்தும் சர்வாதிகார ஆட்சியையே விரும்பினர். இந்த மேல்தட்டினர், சரியோ தவறோ, எந்த அரசும் மக்கள்திரளின் ஆதரவு இன்றி நிலைக்காது என்று கருதியதுதான் பெரும் சிக்கலாக ஆயிற்று. 'ஜனநாயக' முன்மொழிவுகள் எவ்வளவு தூரம் பிற்போக்கு வலதுசாரிகளுக்குள் ஊடுருவ முடியும் என்பதற்கு இது சாட்சி. கம்யூனிஸ்டுகள், நாஜிகள் இருவருமே அரசுக்கு

எதிராக இருந்தால், சட்டம் ஒழுங்கு நிலைநிறுத்தப்பட முடியாது என்ற இராணுவத்தின் பயமும் இதில் சேர்ந்துகொண்டது. ஜெனரல் ஷெலெய்ச்சர் இச்சிக்கலைத் தீர்க்கும் முயற்சியாக பொருளாதார மறுசீரமைப்புக்கான புதிய திட்டத்தை தொழிற் சங்க தலைவர்களுக்கும் தீவிரவாத நாஜிகளுக்கும் வழங் கினார். மரபுவாதிகள் இதனைச் சற்றும் விரும்பவில்லை. வேறு வழியேதும் இன்றி, மரபுவாதிகள் 1933 ஜனவரி 30ஆம் நாள் ஹிட்லரை தலைவர் ஆக்கினர்.

ஹிட்லர் தவிர, சட்டசபையில் நாஜிகளுக்கு இரு இடங்களே இருந்தன. ஆனால் காவல்துறை அதிகாரம், சட்டப்படி ஆட்சி செய்யும் உரிமை ஆகியவை இடதுசாரிகளுக்கு எதிரான அடக்கு முறைகளைக் கட்டவிழ்த்துவிடப் போதுமானதாக இருந்தன. பிப்ரவரி 27இல் ரீச்ஸ்டாக் நெருப்பினால் எரிக்கப்பட்டது அச்சுரிமை மற்றும் கூட்டுச்சேரும் சங்க உரிமைகளை ரத்து செய்ய ஒரு சாக்காக ஆயிற்று. மார்ச்'5 தேர்தலில் நாஜிகள் எதிர்பார்த்த அளவு நல்லமுடிவுகள் வரவில்லை. ஆனால் தேசியவாத கட்சிகளோடு சேர்ந்து பெரும்பான்மையைப் பெற்றனர். மார்ச் 23இல் அமுலாக்கப்பட்ட சட்டம்(The Enabling Act) சர்வாதிகாரத்திற்கு அடித்தளமிட்டது. தொடர்ந்து வந்த வாரங்களில் தொழிற்சங்கங்கள் தடைசெய்யப்பட்டன; நாஜிகள் அல்லாத வலதுசாரிக் கட்சிகள் தம்மைத் தாமே கலைத்துக் கொண்டன. இந்த ஆட்சி செய்த முதல் வேலை அரசுப் பணி களில் இருந்து யூதர்களை அகற்றியதாகும்.

இது இப்படியிருக்க, மரபுவாதிகளும், தீவிரவாதிகளும் ஆட்சி அதிகாரத்தில் பங்கேற்க போட்டியிட்டனர். நாஜிகளின் வலுவான இராணுவமான எஸ்எ(Sturmabteilung-SA), இடதுசாரிகளுக் கெதிரான பிரச்சாரத்தை முன்னின்று நடத்திய அனுபவத்தில், இரண்டாவது புரட்சி என்ற அறைகூவலை முன்வைத்தது. ஜெர்மன் இராணுவம், எஸ்எ தங்களது இடத்தைக் கைப்பற்றுமோ என அஞ்சியது. மரபுவாதிகளின் அழுத்தமும் இருந்த காரணத்தால், ஹிட்லர் 1934 ஜுன் 30இல் எஸ்எ'யின் தலைமையைச் சிறை பிடித்துக் கொன்றார். 'நீண்ட கத்திகளின் இரவு' என இந்நாள் வர்ணிக்கப்பட்டது. ஆனால், இதனால் மரபுவாதிகளின் இழந்த அதிகாரம் மீண்டும் கிடைக்கவில்லை. ஏனெனில் அடக்கு முறையை அமுல்படுத்தியது ஆட்சியோ, இராணுவமோ அல்ல;

நாஜி இயக்கத்தின் இன்னொரு பிரிவான எஸ்எஸ் (*Schutzstaffel* - SS - சிறப்பு பாதுகாப்பு படை) மூலம் அது நிகழ்ந்தது. சிலநாட்கள் கழித்து இராணுவம் ஹிட்லருக்கு நம்பிக்கைக்கு உரியவர்கள் தாங்கள் என்று வாக்குறுதி கொடுத்தது.

நாஜி தீவிரவாதம் அரசியல் துறையில் வெளிப்படையாகத் தெரிந்தது. சட்டத்தை ஒழிப்பது என்பது காரணமற்ற அடிதடி, சித்திரவதை முகாம்கள், மரணதண்டனை என்பதாக மட்டுமல்லாது சட்டரீதியான அரசின் அடிப்படையான நீதித்துறை, நிர்வாகம் ஆகிய அனைத்தும் தரைமட்டமாயின. ஆட்சித்துறை சேவை சுத்திகரிக்கப்பட்டது. கட்சியும், எஸ்எஸ்'ம் இணை நிர்வாகம் நடத்தும் நிறுவனங்களாயின. கொள்கைப்பிடிப்பு மற்றும் கட்சிச் சேவை அடிப்படையில் அதிகாரிகள் நியமனம் நடைபெற்றது. ஆட்சி அதிகாரப் பொறுப்புகளுக்கான தெரிவுமுறைகள் காற்றில் பறக்கவிடப்பட்டன. பழமைவாதப் பின்னணி இல்லாத பலர் பதவிகளுக்கு வந்தனர். மார்க்சிஸ்டுகள் சொல்லும் பொருளில் இது புரட்சி அல்ல; ஆனால் நிலவும் அதிகார அமைப்புகளை இவை நிலைகுலைய வைத்தன.

இத்தாலிய பாசிசம் போல, நாஜிசம் பெண்களுக்குக் கூடுதல் சமத்துவம் வழங்கும் என்ற தொழிற்சங்கத் தீவிரவாதிகளின் எதிர்ப்பார்ப்புகள் பொய்த்தன(பார்க்க அத்தியாயம் 9 & 10). ஆனால், நாஜிகள் தங்கள் கருத்துகள் சமூகத்தின் எல்லா மட்டங்களிலும் ஊடுருவுவதை உறுதி செய்தனர். பள்ளிப் பாடத்திட்டங்கள் மாற்றி அமைக்கப்பட்டன. எல்லா தனிப்பட்ட அமைப்புகளும் - பெண்கள் குழு முதல் திரைப்படக் கழகம் வரை - கலைக்கப்பட்டன; அலலது நாஜி அமைப்புகளோடு சேர்க்கப்பட்டன. ஜெர்மன் தொழிலாளர் முன்னணியும் - நாஜிகளின் வணிக நிறுவனத் திட்டங்களை மேற்கொண்ட அமைப்பு - தொழிலாளர் ஓய்வு அமைப்பும் சேர்ந்து நாஜி கற்பனா உலகினைக் கட்டமைத்தன. அதற்கு கொடுக்கப்பட்ட கொடுமையான பெயர் 'மகிழ்ச்சி மூலம் வலிமை' என்பதாகும்.

இவை அனைத்தின் கொள்கை அடிப்படையானது இனம் என்ற கருத்தியல் ஆகும். யூத இன எதிர்ப்பை எல்லா ஜெர்மானியரும் ஏற்கவில்லை; உயிரியல்ரீதியான யூத எதிர்ப்புப் பரவலாக இல்லை; ஆனாலும் வெய்மார் குடியரசு கவிழ்ந்தது, உயிரியல்

இனவாதத்தைத் தனது நம்பிக்கையாகக் கொண்டிருந்த இயக்கம் பதவியேற்க வழி வகுத்தது. ஹிட்லரின் மிகப்பெரும் புகழ் கம்யூனிசத்தை நசுக்கியதாலும் ஜெர்மனியின் சர்வதேச நிலையை மீட்டதனாலும் உறுதியானது; அதோடு ஏற்கனவே பல பகுதிகளில் இருந்த யூதர்களின் நிலை குறித்த கண்டுகொள்ளாத தன்மை மற்றும் ஆட்சிப் பிரச்சாரத்தை ஓரளவு தன்வயமாக்கிக் கொண்ட தன்மை ஆகியவையையும் சேர்ந்து கொண்டன. எனவே யூத எதிர்ப்பாளர்களுக்குத் தாங்கள் திட்டங்களை அமுல்படுத்துவதற்கான உந்துசக்தி கிடைத்துவிட்டது. இதைக் குறித்துப் பின்வரும் பகுதிகள் விரிவாகப் பேசும். இனவாதம் எல்லாக் கொள்கைகளிலும் நீக்கமற இருந்தது என்பதை மட்டும் சொன்னால் இப்போதைக்கு போதும். தாய்மார்கள் பாதுகாப்பு முதலாக, மருத்துவ வசதி பங்கீடு, அரசு அதிகாரப் பொறுப்பு, கல்விப் பாடதிட்டங்கள் வரை அனைத்திலும் இது இருந்தது.

நாஜி இனவாத கொள்கைகள், நாஜிசம் அற்ற நிறுவனங்களான இராணுவம், உள்நாட்டு ஆட்சி நிர்வாகம், கல்வித்துறை போன்றவற்றின் துணையின்றி நிறைவேறியிருக்க முடியாது. நாஜி தீவிரவாதத்தின் சமநிலையற்ற தாக்கத்தையும் புரிந்து கொள்ள வேண்டும். இத்தாலியைப் போலவே பெரும் வணிகம், இராணுவம், சில அமைச்சகங்கள் ஆகியவை தமது சுதந்திரத்தை நிலைநிறுத்திக் கொண்டன. அவற்றுக்கும் கட்சி மற்றும் ஆட்சி சார்ந்த நிறுவனங்களுக்கும் கடும் போட்டி நிலவியது. இருந்தாலும், இத்தாலியின் அதிகாரச் சமன்பாட்டிலிருந்து ஜெர்மனி வேறுபட்டு இருந்தது. வணிகம், அரசுக் கொள்கைகளில் கூட்டாகத் தாக்கம் செலுத்தும் வலுவை இழந்தது. மென்மேலும் சட்ட திட்டங்களுக்கு உட்பட நேர்ந்தது. 1938இல் பல இராணுவத் தலைவர்கள் நீக்கப்பட்டு ஹிட்லர் முதன்மைத் தளபதியாகப் பொறுப்பேற்றார். ஹென்றிச் ஹிம்லரின் தலைமையில் எஸ்எஸ் தனது சொந்த இராணுவத்தை நிறுவியது. எல்லா இனவாதக் கொள்கைப் பிரிவுகளிலும் தனது கரங்களை நீட்டியது. நாஜிசத்தின் அடிப்படை இனவாதக் கொள்கை என்பதாலும், எஸ்எஸ்'ன் அளவிடற்கரிய அதிகாரமும் இதனைச் சாத்தியமாக்கியது.

இத்தாலியச் சூழலைக் காட்டிலும் ஜெர்மானிய இராணுவம், ஆட்சித்துறை மற்றும் பேராசிரியர்கள் பாசிசக் கருத்துகளைக்

கரம்நீட்டி ஏற்றுக்கொண்டனர். எனவே ஆட்சியின் பல்வேறு பிரிவுகளும் போட்டி போட்டுக் கொண்டு ஃபூஹ்ரெரின் பரந்த நிகழ்ச்சி நிரலை எதார்த்தத்தில் கொண்டுவர உழைத்தனர். அயன் கெர்ஷா இதை 'ஃபூஹ்ரெரை நோக்கி' உழைத்தனர் என்கிறார். ஹிட்லர் எந்தத் தெளிவான கொள்கையையும் வகுத்துத்தர வேண்டியிருக்கவில்லை. அவருக்கு அதற்கான சக்தியோ, உள்நாட்டு நிகழ்வுகளில் திட்டமிட்டு இடையீடு செய்வதற்கான ஈடுபாடோ இல்லை. சர்வாதிகாரத்தை இந்த ஆட்சி விரும்ப வில்லை என்பதல்ல இதன் பொருள். அதிகாரங்களுக்கிடையே யான குழப்பம், கொள்கை திட்டங்களை உருவாக்குபவர்களை, சட்டம், ஒழுக்க மதிப்பீடு போன்ற தடைகளில் இருந்து விடுதலை செய்தது. அதனால் நிச்சயமற்ற தன்மை அரசின் கொள்கையானது; ஆட்சியின் பலிகடாக்களை உதவியற்றவர்களாக்கியது.

முசோலினியைப் போலவே, ஹிட்லருக்கும் ராஜதந்திரத்தில் பெருவிருப்பம் உண்டு. லெபன்சராமைக் (Lebensraum) கைப் பற்றுதல், இனஎதிரிகளை ஒழித்தல், போல்ஷ்விசத்தை ஒழித்தல் ஆகியவை ஒத்திசைவான ஜெர்மன் சமூகத்தை அமைக்க அவசியம் என்று அவர் எப்போதுமே நம்பி வந்துள்ளார். இந்த நோக்கங்களை எப்படி வெல்லுவது என்பது பற்றித் தெளிவாகத் தெரியாவிட்டாலும் ஹிட்லர் ஜெர்மனியை இனப்போருக்குத் ஆயத்தம் செய்யத் தொடங்கினார். உள்நாட்டுத் திட்டங்களில் பெரும்பான்மையானவை இந்த முதன்மைக் கொள்கையோடு ஏதோ ஒருவகையில் தொடர்புகொண்டவையாகவே இருந்தன. பெண்களைத் திருமணம் செய்துகொள்ள ஊக்குவித்துக் குழந்தை களைப் பெற்றுக்கொள்ள வைப்பது 'நலம் மிக்க' மக்கள் தொகை யைப் பெருக்கி எதிர்காலப் போர்வீரர்களை உருவாக்குவதோடு தொடர்புபடுத்தப்பட்டது. 'தகுதியற்றவர்களை' கருத்தடை செய்வது மக்கள்தொகையின் தரத்தை மேம்படுத்துவதானது; பொதுத்துறைப் பணிகளுக்கு இராணுவ உள்நோக்கம் இருந்தது. 1936 நான்காண்டுத் திட்டம் படைக் கருவிகள் உற்பத்திக்கு அழுத்தம் கொடுத்து, இறக்குமதியால் பிற துறைகளை இட்டு நிரப்பலாம் என்றது. 1938 நவம்பர் யூத எதிர்ப்புத் தீவிரத் திட்டத்திற்குப் பின் போர் குறித்த அச்சுறுத்தல் கிளப்பப்பட்டது விபத்து அல்ல. யூத இனத்தை அடியோடு ஒழிப்பது நாஜி களின் திட்டமாக உருப்பெற்றிராத அச்சூழலில், யூதத் தாக்கங்

களைக் களைவது போரின் நோக்கமாகவும், வெற்றிக்கான முன் நிபந்தனையாகவும் கருதப்பட்டது. ஹிட்லரின் ராஜதந்திரம் தெளிவான குறிப்பிட்டக் காலக்கெடுவோடு வழிநடத்தப்பட வில்லை. பிரிட்டன் நடுநிலைமை காத்து, ஐரோப்பா கண்டத்தை ஜெர்மனி சுதந்திரமாக ஆக்கிரமிக்க விட்டுவிடும் என்ற அவரது நம்பிக்கை விரைவில் பொய்த்தது. இருப்பினும் 1936இல் ஹிட்லர் தனது இராணுவ தளபதிகளிடம் 1940க்குள் (உறைவிடத் திற்கான போர்) நடக்க வேண்டும் என்றார். கிடைத்த எந்த வாய்ப்பையும் விடாது பற்றிக்கொண்டார். 1938 மார்ச்சில் ஆஸ்திரியாவை இணைத்துக் கொண்டார். அதே ஆண்டு செப்டம்பரில் செக்கோஸ்லோவாக்கியாவில் இருந்த சுடேடென் சிறுபான்மை ஜெர்மானியரை நோக்கி அவரது பார்வை திரும்பியது. கடைசியில் செப்டம்பர் 1939இல் பிரிட்டனுடனும் பிரான்சுடனும் போர் தொடங்கியது. சோவியத் யூனியனுடான கூட்டு கொடுத்த தெம்பில் ஹிட்லர் போலந்தின் மீது படை யெடுத்தார். 1940இல் பிரான்ஸ் தோற்றதும் ஹிட்லர் உடனடியாக சோவியத் யூனியன் மீதான படையெடுப்பைத் திட்டமிடத் தொடங்கினார்.

சோவியத் யூனியன் மீதான ஹிட்லரின் படையெடுப்பு முன்னெப்போதும் இல்லாத காட்டுமிராண்டித்தனத்தைக் கட்ட விழ்த்து விட்டது. வெற்றிகொள்ளப்பட்ட கீழைநாடுகளில் உள்நாட்டு அதிகாரத்தை முழுவதுமாக ஒழித்தது, ஜெர்மனிக்குள் ஆட்சி அதிகாரத்தினர் எந்தத் தடையும் கொடுக்காதது ஆகிய வற்றினால் நாஜி அமைப்புகள் விருப்பப்படி தாங்கள் தோற்கடித்த மக்களைக் கொல்ல, சித்திரவதை செய்ய, சுரண்ட, கொள்ளை யடிக்க, பல்வேறு சோதனைகளைச் செய்ய வழிகிடைத்தது. ஹிட்லரின் அருள்வாக்குப் பலிக்கத் தொடங்கியது. போர் தொடங்கும் முன்பே, ஹிட்லர் ஐரோப்பிய யூத இன அழிவோடு போர் முடியும் என அறிவித்திருந்தார். அதன்படியே நடந்தது.

ஜெர்மன் இராணுவங்கள் முழுமையாக உருக்குலைந்ததைக் கூட ஹிட்லரின் கற்பனை மயக்கம் தாங்கிக் கொண்டது. பெர்லின் காப்புக்குழியில் அவரும், கோயபல்ஸும் டாரோ சீட்டுக் களிலும், பெரும்வீரன் பிரெடெரிக்கிலும் தங்களுக்கான உந்துதலைத் தேடினர். அவரது கடைசி வாக்குமூலம் ஜெர்மன் மக்கள் தன்னை ஏமாற்றிவிட்டார்கள் எனக் குறை கூறியது.

அத்தியாயம் 6
20ஆம் நூற்றாண்டு முற்பகுதியில் பாசிசங்களும் மரபுவாதங்களும்

இத்தாலிய, ஜெர்மானிய பாசிச பாணி, போருக்கு இடைப்பட்ட காலத்தில் ஐரோப்பாவிலும் அமெரிக்காவிலும் பரவியது. கூர்ந்து நோக்கினால், அவற்றுள் சில, முந்தைய மாதிரிகளைப் போல இல்லாதது தெரியவரும். வெளிநாட்டவர் அவரவருக்கேற்ற புரிதலின்படி பாசிசத்தை விளங்கிக் கொண்டனர். சில அம்சங்களைக் கடன் வாங்கினர்; சிலவற்றை மாற்றியமைத்தனர்; சில முக்கிய அம்சங்களைக் கணக்கில் எடுக்காமலேயும் இருந்தனர். எனவே பாசிஸ்ட் எனத் தன்னை அழைத்துக்கொண்ட எல்லோரும், நாம் விவாதிக்கும் விதத்தில் அதனைப் பயன்படுத்தினார்கள் எனக் கொள்ளமுடியாது. மெக்சிகன் கோல்ட்ஷர்ட்ஸ் 1934இல் அமைக்கப்பட்டது; ஜெர்மன், இத்தாலிய பாணிகளைப்போலவே நடந்துகொண்டது. ஆனால் அவர்களது தேசியவாதம் 1914க்கு முந்தைய ஐரோப்பிய வலதுசாரி தீவிரவாதிகளின் கருத்தை ஒத்ததாக இருந்தது. 1930களில் ஜப்பானில் உருவான தீவிர தேசியவாதக் குழுக்களுக்கும் இது பொருந்தும். நாஜிசத்தின் சில தன்மைகளை அவர்கள் வரவேற்றனர். நிறுவனச் சீர்திருத் தங்கள், இராணுவமயமாக்கம், கடல்கடந்த எல்லைப் பரவல் போன்றவற்றை வலியுறுத்தினர். ஆனால் பரந்துபட்ட தேசிய வாத இயக்கத்தைச் மாமன்னருக்கு எதிரான குற்றமாகப் பார்ப்ப தற்கான வாய்ப்புகள் இருந்தன.

வலுவான ஜனநாயக மரபு கொண்ட நாடுகளில்கூட உண்மை யான பாசிச இயக்கங்கள் தோன்றின. அமெரிக்காவில் ஜெர்மன்

5. பிப்ரவரி 1939இல் நியூயார்க் மாடிசன் சதுக்கப் பூங்காவில் ஜெர்மானிய - அமெரிக்க பண்ட் இயக்கத்தின் பேரணி. அமெரிக்க கழுகின் மேல் பதிக்கப்பட்டுள்ள ஸ்வஸ்திக் சின்னத்தைக் கவனியுங்கள்.

பண்ட் பாசிச இயக்கம்தான் உண்மையான பாசிச இயக்கமாகத் தோன்றியது. ஆனால் அதன் உச்சக்கட்ட உறுப்பினர் தொகை ஆறாயிரமாகவே இருந்தது.

அமெரிக்கா போரில் நுழைந்த பிறகு புழக்கத்தில் வந்த ஜெர்மானியரை மோசமாக நடத்தும் முறைக்கு எதிரான இயக்கமாக அது உருவானது. (அந்த காலகட்டத்தில்தான் பிராங்ஃபர்ட் வாசிகளுக்கு 'வெப்ப நாய் (Hot dog)' எனப் பெயரிடப்பட்டது). கேகேகே'வுடன் இந்த அமைப்பு தொடர்பு கொண்டபோதிலும் அதிலிருந்த ஜெர்மானிய எதிர்ப்பு காரணமாக, அதன் ஈர்ப்பு தடைபட்டது. பாதிரியார் சார்லஸ் இ. கஃவ்லினின் சமூக நீதிக்கான தேசிய சங்கம் 1934இல் நிறுவப்பட்டது. அது பெரிய அமைப்பாக இருந்தது; ஆனால் குறைந்த அளவு தீவிரத்துடன் இருந்தது. 1934 ஜனாதிபதி தேர்தலில் கஃவ்லின் ஒரு மில்லியன் வாக்குகள் வென்றார். 1932இல் முன்னாள் தொழிலாளர் கட்சி அமைச்சர் சர்.ஆஸ்வால்ட் மோஸ்லியால் பிரிட்டிஷ் பாசிஸ்ட் சங்கம் தொடங்கப்பட்டது. பாசிச இயக்கங் களின் மாதிரிகளின் அடிப்படையில் உருவாக்கப்பட்ட இவ் வமைப்பு அத்தியாயம் 2இல் விளக்கிய எல்லா அம்சங்களையும் பூர்த்தி செய்தது. 'டெய்லி மெயில்' பத்திரிகையின் ஆதரவில் சிறிது காலம் வளர்ந்த இந்த அமைப்பு விரைவில் வளர்ச்சி குன்றத் தொடங்கியது. மாஸ்லியின் மைத்துனி நான்சி மிட்ஃபோர்ட் அவரைப் 'பாவம்! வயதான தலைவர்' என வர்ணித்தது, வனாந் தரத்தில் தனித்த குரலாக மோஸ்லி இருந்ததைக் காட்டுகிறது.

பிரான்ஸில் க்ராக்ஸ் தெ ஃபியூ அமைப்பு, பாசிஸ்ட் முத்திரை யை மறுதலித்தது. அதன் தலைவர் கர்னல் தெ லா ரௌகே காலங்கடத்துவதில் திறமை மிக்கவர். அவர் வழிநடத்திய பாராளுமன்றவாத இயக்கம் 'பாதுகாப்பின் நிமித்தம்' வன் முறை என்ற வாதத்தை வைத்தது. பெயர் பெற்றுத் திகழ்ந்த அரசியல்வாதிகளைத் தங்களால் மட்டுமே பிரான்ஸை சரிவர வழிநடத்த முடியும் என்று நம்பவைக்க இந்த அச்சுறுத்தலைப் பயன்படுத்தியது. இவ்வமைப்பு தன்னை மக்களின் வடிவமாகக் கண்டது. கம்யூனிசம் மற்றும் மரபுவாதத்தைத் தூக்கியெறிந்தபின் பிரான்ஸை மறுஉயிர்ப்பு கொள்ள வைக்கக்கூடிய தரம் மிக்க மேல்தட்டினரின் கருவியாகத் தன்னைக் கருதிக்கொண்டது. இடதுசாரிகளிடம் இருந்த தொழிலாளர்வர்க்கத் தலைமை

யைக் கைப்பற்றி, உழைப்புச்சந்தையை வணிக அமைப்போடு இணைக்கலாம் என நம்பியது. படுமோசமான பெண்ணிய எதிர்ப்பு இயக்கமாக இருந்தபோதிலும், அரசியல்மயமாக்கப் பட்ட நலவாழ்வு அமைப்பாகப் பெண்களைத் திரட்டியது. பிரான்ஸில் பல்லாயிரக்கணக்கான ஏழை, புலம்பெயர்ந்த தொழிலாளர்களுக்கு உதவி செய்வதை மறுத்தது.

அமெரிக்கா, பிரிட்டன் மற்றும் பிரான்ஸில் பாசிஸ்டுகள் அதிகாரத்திற்கு அருகில்கூட நெருங்க முடியவில்லை. அமெரிக்காவில் பாசிசம் வலுவற்று இருந்தது வியப்பான விஷயம்தான். அமெரிக்க மைய நீரோட்ட புராடெஸ்டென்ட் கருத்தில் விரவியிருந்த இனவாதம் (1920களின் தொடக்கத்தில் கேகேகே'ல் இரண்டிலிருந்து எட்டு மில்லியன் உறுப்பினர்கள் இருந்தனர்), பொருளாதார நெருக்கடியின் தீவிரம், ஜனாதிபதி ரூஸ்வெல்ட்டின் புதிய ஒப்பந்தத்தை வெறுத்த மரபுவாதிகள், ஐரோப்பாவில் பாசிசத்திற்கு எதிரான போராட்டத்தில் அமெரிக்கா ஈடுபடுவதற்கு கிளம்பிய எதிர்ப்பு ஆகியவற்றை அடிப்படையாகக் கொண்டு பார்க்கும்போது அத்தகைய வியப்பு தோன்றுவது நியாயம்தான். இதற்கான ஒரே விளக்கம் புதிய ஒப்பந்தம் மூலம் உருவான சமூகத் திட்டங்கள், நிறுவன எதிர்ப்புக் கொண்ட மக்கள்விருப்புவாதத்தை (Populism) வலதுசாரி தீவிரவாதி களைவிட இடதுசாரிகள் பக்கம் திருப்பின என்பதாகத்தான் இருக்க முடியும். அமெரிக்காவின் மைய நீரோட்ட இடது மற்றும் வலதுசாரி வாதத்தில் இனவாதம் இருந்ததனால், இது சாத்தியமாயிற்று.

பிரிட்டனிலும் அழுத்தங்கள் இல்லாமல் இல்லை. போரில் வெற்றியானது பிரிட்டன் பக்கம் இருந்தபோதிலும், பிரித் தானியப் பேரரசு தேசியவாதத்தின் ஊடுருவல் ஏற்படும் என்ற அச்சுறுத்தலில் இருந்தது; 1926 பொது வேலை நிறுத்தமும் தொழிலாளர் கட்சியின் வளர்ச்சியும் சொத்துரிமைக்கு ஆபத்து ஏற்படுத்தும் எனச் சிலர் கருதினர். பிரிட்டிஷ் பாசிச சங்கம் மரபுவாதிகள் பிரிட்டனில் ஒருமித்து இருந்ததைக் கண்டது. ஜெர்மானிய, இத்தாலிய மரபுவாதிகள் போல் பிளவுண்டு நிற்கவில்லை. பாராளுமன்றத்தில் வலுவோடு பாதுகாப்பாக இருந்ததால் பாசிச ஆதரவு அவர்களுக்குத் தேவைப்பட வில்லை. சிலர் பிரிட்டனின் நீண்டபிரதிநிதித்துவ அரசுமுறை

பாசிசத்திற்குத் தடையாக இருந்தது என மெத்தனமாகக் கருது கின்றனர். அந்நாட்டின் தேர்தல் அமைப்பு முறை தீவிரவாத கட்சிகளுக்கு வாக்களிப்பதைக் கடினமாக்குகிறது. அப்படி நடந்தால் அரசியலில் எதிர்சக்திகள் புகுந்து விடுவார்கள் என்பதே இங்கு முக்கியமாகிறது. இதைவிடுத்து எந்தவித தனிப்பட்ட பிரிட்டிஷ் ஞானமோ, சகிப்புத்தன்மையோ இதில் செயல்பட வில்லை.

பிரான்ஸில் பாசிஸ்டுகளுக்குச் சற்றே ஆதரவான நிலைமை இருந்தது. மரபுவாதிகள் பலர் பாராளுமன்றவாதத்தை விமர்சித்தனர். கம்யூனிச பயம் எக்கச்சக்கமாக இருந்தது. ஆனால் பிரெஞ்சு இடதுசாரிகள், ஜெர்மனி அனுபவத்தில் பாடம் கற்றிருந்தனர். நாஜிகள் மீது கொண்ட வெறுப்பு போலவே, சோசலிஸ்டுகளும் கம்யூனிஸ்டுகளும் எதிரெதிராக மோதிக் கொண்ட ஜெர்மனி நிலை இங்கு இல்லை. பாசிசத்திற்கு எதிராகப் பிரெஞ்சு இடதுசாரிகள் ஒன்றிணைந்து, வீதிகளில் போராடுவதில் மிகுந்த தேர்ச்சியோடு இருந்தனர். பாசிசத்திற்கு அடிமைப்படக்கூடிய வாக்காளர்களை நோக்கித் தமது கொள்கைத் திட்டங்களை வகுத்து 1936 தேர்தலில் பெரும்பான்மை வாக்கு களைப் பெற்றனர். பாசிச எதிர்ப்பின் வன்மை, பாசிச ஆதரவு ஆபத்தானது என்ற உணர்வை மரபுவாதிகள் பலரிடம் ஏற்படுத்தியது. 1936 ஜூனில் க்ராய்க்ஸ் தெ ஃப்யூ அமைப்பைக் கலைக்க எந்தவித எதிர்ப்புமின்றி முன்வந்தது. அது மீண்டும் பிரெஞ்சு சோஷியல் கட்சி(PSF) என்ற பெயரில் தோன்றி, மெதுவாகத் தன் பாசிசத் தன்மைகளை உதிர்த்தது. 1940இல் ஜெர்மானியர் பிரான்ஸைக் கைப்பற்றியதும் அதன் ஜனநாயக எதிர்ப்பு மீண்டும் தலை தூக்கியது.

பாசிஸ்டுகள் தமது சொந்தமுயற்சியில் அதிகாரத்திற்கு வந்ததாக வரலாறு இல்லை; அரசுகளில் ஆதிக்கம் செலுத்தியதும் இல்லை; பல சமயங்களில் ஜனநாயகம் 'வலதுசாரிகள்' பக்கம் சாய்ந்தபோது, மரபுவாத சர்வாதிகாரிகளுக்கு கொண்டாட்ட மாயிற்று. இது அடிக்கடி கிழக்கு மற்றும் தெற்கு ஐரோப்பாவிலும் இலத்தீன் அமெரிக்காவிலும் நடந்தது. ஐரோப்பாவில் குறிப் பிடத்தக்க பாசிஸ்டு இயக்கங்கள் வளர்ந்து, மரபுவாத சர்வாதி காரிகளுக்கு சவால்விட்டன. இலத்தீன் அமெரிக்காவில் இது அரிதாகவே நடந்தது.

பாசிசம் குறித்த வரையறையை மீண்டும் நினைவுறுத்திக் கொள்வது, நாம் காணவுள்ள நாடுகளின் அரசு நிர்வாகத்தில் ஏற்பட்ட அரசியல் வளர்ச்சியைப் புரிந்துகொள்ள உதவும். சர்வாதிகார மரபுவாதம் தேவாலயம், ஆட்சித்துறை, இராணுவம் அல்லது முடியாட்சி மூலம் ஆட்சி செய்கிறது; குடும்பம் மற்றும் சொத்துரிமையை விடாப்பிடியாகப் பாதுகாக்கிறது; தேவைப்படும் வகையில் மக்களைத் திரட்ட, அதிகாரத்தின் தலைமையைப் பயன்படுத்துகிறது. ஆனால், பாசிசம் ஒன்றுதிரட்டப்பட்ட மக்களின் பிரதிநிதிகளாக புதிய மேல்தட்டினரைக் கொண்டுவர முயற்சிக்கிறது. ஒன்றுதிரட்டப்பட்ட தேசத்தின் தேவைகளுக்கு அடுத்தபடியாகத்தான் சொத்துரிமை மற்றும் குடும்பத்தைப் பாதுகாப்பதைக் கருதுகிறது.

மரபுவாதிகள் மற்றும் பாசிஸ்டுகளின் எதிரிகள் ஒரே வகைப் பட்டவர்; எனவே அவர்களிடையே ஒற்றுமை எப்போதுமே சாத்தியம். மார்ட்டின் பிளிங்ஹார்ன் நிறுவுவது போல் போருக்கு இடைப்பட்ட ஐரோப்பாவில் அதிகாரத்துவ மரபுவாதத்திலிருந்து, பாசிசத்திற்கு ஒரு தொடர்ச்சி காணப்படுகிறது என்பது உண்மை தான். ஒரு முனையில், மிகமிகக் குறைந்த பாசிசத் தன்மைகள் கொண்ட அதிகாரத்துவ மரபுவாதிகள் இருந்தனர்; எடுத்துக் காட்டாக, போர்ச்சுகலில் சலாசாரின் சர்வாதிகாரம்; மறுகோடியில், மிகமிகக் குறைவான மரபுவாதத் தொடர்புகொண்டிருந்த பாசிச இயக்கங்கள் இருந்தன. நாஜிசம் அதற்கான சிறந்த எடுத்துக்காட்டு ஆகும். நாஜிசமோ, இத்தாலிய பாசிசமோகூட தூய பாசிசத் திற்கான எடுத்துக்காட்டுகளாக இருக்கமுடியாது. அதோடு, தொடர்ந்து நடந்த தீவிரவாத பாசிசத்தை ஏற்பதா அல்லது பிற்போக்குவாத பாசிசத்தை ஏற்பதா என்ற மோதல்கள் பாசிச இயக்கங்களுக்கு மேலும் சிக்கல்களை ஏற்படுத்தின. மரபு வாதக் கட்சிகளுள், பழங்கால மரபுவாதத்திற்கு உத்வேகமூட்ட பாசிசத்திலிருந்து சில கூறுகளைக் கடன் வாங்குவதை விரும்பும் பிரிவினர் இருந்தனர். எனவே, பாசிசத்தின் சரியான தன்மை, மரபுவாத சக்திகளுடனான உறவு, அதிகாரத்தை எட்டக்கூடிய வாய்ப்பு ஆகியவை நாட்டுக்கு நாடு வேறுபட்டன.

திருச்சபை பாசிசம்?

ஜெனரல் ப்ரான்சிஸ்கோ ஃபிராங்கோவின் ஸ்பானிஷ் சர்வாதிகாரம்

பாசிஸ்ட் அரசாகக் கருதப்படுவது உண்டு. 1936 ஜுலையில் ஃப்ராங்கோ ஸ்பானியக் குடியரசுக்கு எதிராக இராணுவ எழுச்சி ஒன்றை நடத்தினார். பின்தொடர்ந்த உள்நாட்டுப் போரினை முடிவுகட்டி, 1975இல் தான் இறக்கும்வரை, சர்வாதிகார ஆட்சியை நிலைநிறுத்தினார். ஃப்ராங்கோவிற்கு ஆதரவு அளித்த கூட்டணியில் ஹோசே அன்டோனியோ பிரைமோ தெ ரிவெரா தலைமையில் செயல்பட்ட ஃபலாஞ் எஸ்பனோலா என்ற பாசிச அணியும் இருந்தது. எல்லா பாசிச சக்திகள் போலவே, ஃபலாஞ்சும் கத்தோலிக்க மரபுவாதிகளை முறியடித்தது. 1935இல் அவர்கள் ஆட்சி கவிழ்க்கப்பட்டது. 1936 பிப்ரவரி பொதுத்தேர்தலில் இடதுசாரிகளால் பெரும் தோல்வியை சந்தித்தது. ஃபலாஞ் பாசிசத்தின் அம்சங்கள் அத்தனையும் கொண்டிருந்தது. புதுவகை கார்ப்பரேட்டிசத்தில் அது காட்டிய ஈடுபாடு குறிப்பிடத்தக்கது. 'தேசிய சிண்டிகலிஸம்' எனப்பட்ட இம்முறை இத்தாலிய, ஜெர்மன் பாணிகளைவிட சுதந்திர மானதாகக் கருதப்பட்டது. வணிகம் அரசு கட்டுப்பாடுகளுக்கு அப்பாற்பட்டு செயல்படக்கூடியதாகக் கருதப்பட்டது. நிலச் சீர்திருத்தம், வங்கி மற்றும் கடனளிப்பை தேசியமயமாக்கல் ஆகியவை இவ்வமைப்பின் முக்கிய கோரிக்கைகள். பிற பாசிச இயக்கங்களைவிட ஃபலாஞ் கூடுதல் மதப்பிடிப்போடு இருந்தது. ஆனால் கத்தோலிக்க உலகப் பொதுமைவாதத்தை, தேசத்திற்கு மேலானதாக முன்வைக்கவில்லை. ஃப்ராங்கோயிஸ்டுகளின் கட்டுப்பாட்டுக்குள் இருந்த பகுதிகளில் இடதுசாரிகளை நசுக்குவதில் ஃபலாஞ் பெரும்பங்குவகித்தது.

எல்லா பாசிச அமைப்புகளுக்குள்ளும் நடப்பதுபோலவே ஃபலாஞ்க்குள்ளும் தீவிரவாதிகளுக்கும் மரபுவாதிகளுக்கும் கடும் அதிகாரப் போட்டி நிலவியது. ஸ்பெயினில் நிலவிய சூழல் அதிகாரத்துவ மரபுவாதிகளின் வெற்றிக்கு ஆதரவாக இருந்தது. 1930களுக்கு முன் ஏழ்மையில் சிக்குண்ட ஸ்பெயினில் அரசியல் மயமாக்கம் மிகச் குறைவாகவே இருந்தது. சட்டபூர்வமான மரபு வாதிகள் 1935இல் கவிழ்க்கப்பட்டதும் மரபுவாதிகளும் முடியாட்சி ஆதரவாளர்களும்கூட ஃபலாஞ்சில் நுழைய ஏதுவாயிற்று. ஸ்பெயின் பல இனக்குழுக்கள் கொண்ட நாடாக இருந்ததால் (காஸ்டில்லியர், காட்டலானியர், பாஸ்குகள்), வலுவான தீவிர தேசியவாத மரபு அங்கு இல்லை. போரின் கொடுமையையும்

ஸ்பெயின் அனுபவிக்கவில்லை. இக்காரணங்களால், மக்கள் திரளின் ஆதரவு கொண்ட கட்சியின் உதவியோடு அதிகாரத்தை வெல்ல முடியவில்லை; அந்த உந்துசக்தி இல்லாததால் ஃபலாஞ்சுக்குச் சுயாட்சி கிடைக்க வாய்ப்பற்றுப் போனது. ஃபிராங்கோவின் கூட்டணிக்குள், ஃபலாஞ் குழு கத்தோலிக்கர், மரபுவாத கார்லிஸ்டுகள் மற்றும் முடியாட்சிவாதிகளோடு போட்டியிட வேண்டியிருந்தது. இராணுவ அதிகாரிகளோடு குடும்பம் மற்றும் வர்க்கரீதியாக பிற அமைப்புகள் கொண்டிருந்த வலுவான உறவு காரணமாக, அவர்கள் ஃபலாஞ்சிச தீவிர வாதத்தைச் சந்தேகத்தோடு அணுகினார். குடியரசின் இராணுவப் பாதுகாப்பின் தேவையால் ஃபிராங்கோவின் இராணுவம் முக்கியமானதாயிற்று. எனவே பல ஃபலாஞ்சிச ஊழியர்களைக் குடியரசுவாதிகள் சிறைப்படுத்தினர்; அல்லது கொன்றனர்.

1937இல் ஃப்ராங்கோ கார்லிசவாதிகள், முடியாட்சிவாதிகள் மற்றும் ஃபலாஞ்சை ஒரே அமைப்பாக உருவாக்கியபோது ஃபலாஞ்சிசவாதிகள் எதிர்ப்புத் தெரிவிக்கவில்லை. முசோலினிய ஆட்சியைப் போலவே ஃபராங்கோவின் ஆட்சியில் ஒரே கட்சி தீவிரமான பாசிஸ்டுகளையும், மரபுவாதிகளையும் உள்ளடக்கி யிருந்தது. ஸ்பெயினில் பாசிச அம்சம் வலுக்குறைவானதாக இருந்தது. இத்தாலி, ஜெர்மனியில் நடந்ததற்கு மாறாக, காலப் போக்கில் தேவாலயம், இராணுவம் மற்றும் நிர்வாகம் கூடுதலாக வலிமைபெறத் தொடங்கின.

கத்தோலிக்க - இராணுவ - நிர்வாக அதிகாரத்துவ ஃப்ராங்கோவிச சர்வாதிகாரத்திற்கு நெருங்கிய உறவு, போருக்கு இடைப்பட்ட கால ஐரோப்பாவில் 1933-38வரை ஆஸ்திரியாவை ஆண்ட கார்ப்பரேடிச அரசாகும். அது எங்கல்பர்ட் டால்ஃபஸ்சால் அமைக்கப்பட்டு, கர்ட் வான் ஷுஸ்நிக் மூலம் தொடரப்பட்டது. ஆஸ்தியாவிலும் 'ஆஸ்திரிய பாசிச' அமைப்பான ஹெய்ம்வேர் செயல்பட்டது. ஆனால் அது அரசாங்கத்திற்கு நேச சக்தியாக இருந்ததைத் தவிர மாற்று அதிகார அமைப்பாகச் செயல்பட வில்லை. ஹெய்ம்வேர் அமைப்பின் முக்கியமான வித்தியாசத் தன்மை, அதற்கு இருந்த ஊசலாட்டம்தான். நாஜி ஜெர்மனி மீது கொண்ட பரிவு ஒருபுறம்; தேசங்களுக்கு அப்பாற்பட்ட ஆஸ்திரிய – ஹங்கேரிய பேரரசை, இத்தாலிய ஆதரவு வடிவத்தில், ஆஸ்திரிய தலைமையில், ஒன்றிணைக்கப்பட்ட கத்தோலிக்க

6. ரோமில் 1934 மார்ச் 17 அன்று பாசிசமும் அதிகாரத்துவ மரபுவாதமும்: இடமிருந்து வலம் ஆஸ்திரியா வின் எங்கெல்பர்ட் டல்ஃபஸ், முசோலினி, ஹங்கேரியின் அரை பாசிஸ்ட் பிரதம அமைச்சரான மேஜர் ஹியூலா கோம்பஸ். ஜப்பானிய சர்வாதிகாரத்துவத்தின் பிரதிநிதி வலப்புறம் உள்ளார்.

அரசுகளின் சார்பில் அமைக்கவேண்டும் என்ற விருப்பம் ஆகிய இரண்டிற்குமிடையே இவ்வமைப்பு ஊசலாடியது. கத்தோலிக்க வாதம் ஆஸ்திரிய தேச அடையாளத்தின் அடிப்படையாக இருந்தது. பெரிதும் புராட்டஸ்டண்டுமயமான ஜெர்மனியோடு ஒன்று சேர்வதில் உள்ள கவர்ச்சியை இது குறைத்தது. ஹெய்ம்வேரின் பாசிசம் இந்த தேசங்கள் கடந்த தேசியவாதத்தினால் ஓரளவு நீர்த்துப்போனது. ஆஸ்திரிய அமைப்பான ஸ்டாண்டெஸ்டாட் தலைவர்களைப் பொறுத்தவரை ஹெய்ம்வர் அதிதீவிரவாதமும் அதிதீவிர யூத இன வெறுப்பும் கொண்டிருந்த அமைப்பு ஆகும். எனவே 1936இல் அரசாங்கம் அவ்வமைப்பைக் கலைத்தது. 1938இல் ஆஸ்திரிய நாஜிகளின் துணையோடு, ஹிட்லர் அந்த அரசாங்கத்தைப் 'பிற்போக்கான ஆட்சி' என்ற காரணத்திற்காக முறியடித்தார். அதில் கொஞ்சம் உண்மை இருக்கத்தான் செய்தது.

கிழக்கு ஐரோப்பா

போருக்கு இடைப்பட்டகாலத்தில், கிழக்கு ஐரோப்பாவின் புதிய ஜனநாயகக் குடியரசுகள் திசைக்கொன்றாகச் சிதறின. அவை பல தேசிய இனங்களைக் கொண்ட ரஷ்யா, ஜெர்மன், ஆஸ்திரிய - ஹங்கேரியப் பேரரசு ஆகியவற்றின் அழிவினால் ஏற்பட்ட புதிய நம்பிக்கை அலையில் உருவாக்கப்பட்டவை. செக்கோஸ்கோவாக்கியா மட்டுமே இராணுவக் கவிழ்ப்பைத் தவிர்த்தது. ஆனால் 1938-39இல் நாஜிகளின் பிடியில் விழுந்தது.

கற்றுக்குட்டிக் குடியரசு நாடுகள் அனைத்தும் இத்தாலியும் ஜெர்மனியும் அனுபவித்த அத்தனைச் சிக்கல்களையும் எதிர்கொண்டன. போர் அழிவு, அமைதியின்மை, வேலை நிறுத்தங்கள், பொருளாதார நெருக்கடிகள் மற்றும் இனக்குழு மோதல்களை எதிர்கொண்டன. போல்ஷிவிசத்திற்கு எதிரான அச்சத்தின் காரணமாக எரிச்சல்கொண்டு அவர்களோடு போர் தொடுப்பதையும் நாம் காணமுடிந்தது. சோவியத் யூனியனுக்கு பல கிழக்கு ஐரோப்பிய நாடுகள் மீது எல்லைப்புற ஆதிக்கம் இருந்தது. எனவே, கம்யூனிச ஊடுருவலினால், பலவந்தமாக நடத்தப்பட்டது. கம்யூனிஸ்டுகள், தொழிலாளர் வர்க்கத்தினரின் துயரங்களை மட்டுமல்லாது, உழவர்கள் மற்றும் சிறுபான்மை இனத்தவரின் சிக்கல்களைப் பயன்படுத்திக்கொள்ள முயன்றனர்.

கிழக்கு ஐரோப்பாவிலும் போரினால் ஆண் - பெண் இருபாலருக்கு மிடையே இருந்த இயல்பான சமன்பாடு சீர்குலைந்துவிட்டதாகக் கருதப்பட்டது.

போருக்கு இடைப்பட்ட காலத்தில் கிழக்கு ஐரோப்பாவில் நடந்த இனச்சூறாவளிக்கு மத்தியில் இது வலுவான செய்தியாக இருந்தது. அமைதி ஒப்பந்தங்கள் தேச சுயநிர்ணய அடிப்படையில் ஏற்பட்டதாகக் கூறப்பட்டது. ஆனால் இனக்குழுக்களின் சிக்கல் சிடுக்குகள் கடுமையாக இருந்தன. சர்வதேசிய எல்லைகளை அவற்றோடு இணைப்பது இயலாத காரியமாக இருந்தது. புதிய 'தேசிய' அரசுகளில் சிறுபான்மை இனத்தவர் அதிகமாக இருந்தனர். எடுத்துக்காட்டாக, போலந்தில், 70% மட்டுமே போலிஷ் இனத்தவராக இருந்தனர். முன்பு வல்லரசுக்குக் கீழ்ப் பட்ட தேசிய இனங்களாக இருந்தவர்கள், இப்போது புதிய சிறுபான்மையினருக்கு எஜமானர்களாக மாறினர். பல சமயங்களில், வெற்றி பெற்ற தேசியவாதிகள் இடதுசாரித் தேசியவாத மரபிலிருந்துத் தம்மைத் துண்டித்துக் கொண்டு, சகிப்புத்தன்மை யற்ற கம்யூனிச எதிர்ப்பு, பெண்ணிய எதிர்ப்புமிக்க தேசியவாதி களாயினர்.

அமைதி ஒப்பந்தங்கள், சிறுபான்மையினர் உரிமைகள் பாதுகாக்கப்படவேண்டும் என்று வலியுறுத்தியதினால், தொடக்கத்தில் பல இனக்குழுக்கள், தாமும் வாழ்ந்து பிறரையும் வாழவிடும் அறிகுறிகளைக் கொண்டிருந்தன. ஆனால், விரைவில் எல்லைத் தகராறுகள் தோன்றின. அவற்றைத் தீர்த்திடப் போர்ப் பலம் தேவைப்பட்டது; அத்துடன் ஜெர்மனி, பல்கேரியா, ஆஸ்திரியா, ஹங்கேரி ஆகிய நாடுகள், தங்கள் எல்லைகளை இழந்ததற்காக வருந்தின. அதோடு பிற ஆட்சிகளின் கீழ் சிறுபான்மையினராகத் தவிக்கும், தமது சக இனத்தவர்களுக்காக இரங்கின. ருமேனியாவில் இருந்த ஹங்கேரியர்கள் இந்த வகைக்குள் அடங்குவர். விரிவுப்படுத்தப்பட்டதனால் இலாப மடைந்த நாடுகள் (ருமேனியாவும் செர்பியாவும் யுகோஸ்லோவியாவாக ஒன்றிணைந்தன) மற்றும் புதிதாக உருவாக்கப் பட்ட நாடுகள் (எஸ்தோனியா, லாத்வியா, லித்துவேனியா, செக்கோஸ்லோவோக்கியா) போன்றவை, தம்மைத் தேசிய மயமாக்க விரும்பின. எனவே, சிறுபான்மையினரைத் தவிர்க்க விரும்பின. பிற மேலைநாடுகளைப் போலவே கிழக்கு ஐரோப்பா

விலும் ஜனநாயகம் என்பது பெரும்பான்மையினரின் சர்வாதி காரமாகப் புரிந்துகொள்ளப்பட்டது. சகிப்புத் தன்மைக்கோ பன்முகப் பண்பாட்டிற்கோ அங்கு இடமில்லை.

ஜனநாயகத்திற்குள்ளிருந்த சகிப்புத் தன்மையற்ற தன்மைகள், ஜனநாயகம், சிறுபான்மை இனத்தவர், தொழிலாளர்கள் மற்றும் பெண்களுக்குக் கூடுதல் சுதந்திரம் வழங்குகிறது என்று நம்பியவர் களுக்குப் போதுமானதாகத் தோன்றவில்லை. ஒவ்வொரு நாட்டிலும் மரபுவாதிகள் சர்வாதிகார ஆட்சிகளை நிறுவினர். அந்த ஆட்சிகள் ஒப்பந்த ஷரத்துக்களைப் பறக்கவிட்டன. சிறு பான்மையினரின் பாதுகாப்பு மறுக்கப்பட்டது. கம்யூனிஸ்டுகள் சிறையில் அடைக்கப்பட்டனர். பெண்கள் வீடுகளுக்குத் திரும்ப வேண்டும் என்ற தங்கள் கருத்தை அறிவித்தனர். இடதுசாரிகள் பல சமயங்களில், இந்த ஆட்சிகளைப் பாசிசத்தோடு அடையாளப் படுத்தினர். சொல்லப்போனால், இந்த ஆட்சிகள் நிறுவன மயமாக்கப்பட்ட அமைப்புகள் மூலம் ஆட்சி செலுத்தின. தேவாலயங்கள் பெரும் வலிமைபெற்றன. ருமேனியாவில் 1938இல் பழமைவாத மிரோன் கிறிஸ்டே பிரதமர் ஆனார். போலந்தில் அரசாங்கத்தின் வலு இராணுவத்தின் கையில் இருந்தது. ஹங்கேரியில், நிலப்பிரபுக்கள் மிகுந்த செல்வாக்குச் செலுத்தினர். பல்கேரியா, ருமேனியா, யுகோஸ்லோவியா ஆகிய நாடுகளில் நேரடியான முடியாட்சிகள் நடைபெற்றன. எல்லா இடங்களிலும் அரசு அதிகாரிகளின் செல்வாக்கு மிதமிஞ்சி இருந்தது.

சர்வாதிகார ஆட்சிகள், மேல்தட்டினர் சார்போடு இருந்த தனால், வெகுமக்கள் ஆதரவைத் திரட்ட சில அமைப்பு களை உருவாக்கின. 1935இல் போலிஷ் 'கர்னல்கள்' தேசிய ஒற்றுமைக்கான முகாம் ஒன்றை ஏற்பாடு செய்தனர். அதேபோல யுகோஸ்லாவிய தீவிரவாத அமைப்பு, முடியாட்சி சர்வாதி காரத்தை ஆதரிப்பதற்காக அமைக்கப்பட்டது. அதன் உறுப்பினர்கள் தம் ஆதரவைக் காட்ட பச்சை சட்டைகள் கூட அணிந்தனர். யூகோஸ்லாவிய அரசு, யூகோஸ்லாவிய பெண்கள் சங்கத்தின் ஆதரவையும் ஏற்றுக் கொண்டது. அதன் கல்வி மற்றும் நலத்திட்ட செயல்பாடுகள் முடியாட்சியை நம்பிக்கைக்குப் பாத்திரமானதாக ஆக்கும் என நம்பினர். இந்த அமைப்புகள் எதுவும் பாசிச வெகுசனக் கட்சிகளின் சாயல்களைக் கொண்டிருக்கவில்லை.

இவை அதிகாரத்திற்குப் பணிந்து போயின. அமைப்புரீதியான ஏகபோகம் கொண்டிருக்கவில்லை. சொல்லப்போனால், இந்த சர்வாதிகார ஆட்சிகளின் வித்தியாசமான **தன்மைகளில் ஒன்று**, அவை ஓரளவு அரசியல் விடுதலையைச் **சகித்துக்கொண்டது** தான். தணிக்கைமுறை முழுமையாக அமுல்படுத்தப்படவில்லை. எதிர்க்கட்சியினர் கைது செய்யப்பட்டு, **சிறையில் அடைக்கப் பட்டனர்**. ஆனால் தொடர்ந்து வாழ முடிந்தது. அரசியல் அமைப்புச் சட்டங்கள் மாற்றி அமைக்கப்பட்டன; வாக்குகள் சதித்திட்டங்களுக்கு ஆட்பட்டன. ஆனாலும் தேர்தல்கள் தொடர்ந்து நடத்தப்பட்டன. பொதுவாக, சட்டங்கள், சர்வாதி காரமாக இருந்தாலும், அவை பின்பற்றப்பட்டன.

அதனால்தான், பாசிஸ்டுகள் இந்த சர்வாதிகாரங்களை எதிர்த்தனர். இந்த நாடுகளில் சாதகமான சூழல் நிலவிய போதிலும் குறிப்பிடத்தக்க அளவில் பாசிச இயக்கங்கள் உருவாக வில்லை என்பதைக் குறித்து நாம் எச்சரிக்கையாக அணுக வேண்டும். செக்கோஸ்லோவாகியா, யூகோஸ்லாவிய நாடுகளில் பாசிச இயக்கங்கள் செக் அல்லது செர்பிய தேசிய இனங்கள் மத்தியில் இருந்து தோன்றக்கூடும் என்று எதிர்பார்க்கலாம். இந்த இனங்கள் தமது அரசாங்கங்கள் சிறுபான்மை இனத்தவர் மீது அக்கறை கொண்டிருப்பதாகக் கருதியிருக்கலாம்; இரு நாடுகளுமே பொருளாதார சிக்கல்களை எதிர்கொண்டன; இடதுசாரி எதிர்ப்புகளையும் அனுபவித்தன. செக்கோஸ்லோவாகி யாவில் தொழிலாளர் வர்க்கம் சோஷலிசக் கருத்துகளுக்கு ஆட்பட்டிருந்தது. உழவர்களின் அதிருப்தியை நீக்க அரசாங்கம் தன் ஆதரவு விலைத் திட்டத்தை வெற்றிகரமாகச் செயல்படுத்தி யிருந்தது. எனவே அங்கு பாசிசத்திற்கு ஆதரவான அரசியல் களமே இருக்கவில்லை. அதற்கும் மேலாக செக் தேசிய வாதத்தில் சில இருண்ட பக்கங்கள் இருந்தபோதிலும் செக் இனத்தவர் ஜெர்மானியரைவிடத் தாங்கள் சகிப்புத்தன்மை மிக்கவர்கள் என்பதிலும் அறிவார்ந்த சிந்தனை உடையவர்கள் என்பதிலும் பெருமை கொண்டிருந்தனர். சிறுபான்மை ஜெர்மானியர் வசித்த சுடெட்டன்லாண்ட் பகுதியில்தான் பாசிசம் வளர்ந்தது. அதற்கான முழுப் பொறுப்பும் ஜெர்மானியர் ஜெர்மனியோடு சேர்க்கப்பட வேண்டும் என்ற கருத்தையே சாரும்.

யூகோஸ்லாவியாவில் சில சிறு பாசிச இயக்கங்கள் தோன்றின. ஆனால் யூகோஸ்லாவிய நாட்டுப்பற்று கொஞ்சமும் இல்லாத தால், தீவிரமான தேசியவாதம் தோன்ற எந்த அடிப்படையும் இருக்கவில்லை. பெரும்பான்மை இனமான செர்பிய இனம், அரசாங்கம் க்ரோஷிய, ஸ்லாவேனிய சிறுபான்மை இனத்திற்கு பல சலுகைகள் வழங்கியுள்ளதாகக் கருதினாலும், நாட்டை செர்பியமயமாக்குவது என்ற பேச்சே எழவில்லை. ஏனெனில், செர்பியர்களும் சிறுபான்மை இனத்தவராகவே இருந்தனர். எப்படி இருந்தாலும் யூகோஸ்லோவியா ஓர் ஏழை நாடு. பெரும் வெகுசன அரசியல் இயக்கங்கள் அமைப்பதற்கான வளர்ச்சி இல்லாமல் இருந்திருக்கலாம்.

கிழக்கு ஐரோப்பிய பாசிசம் ஹங்கேரியாவிலும் ருமேனியா விலும் வெற்றிகரமாகச் செயல்பட்டது. இரண்டாவதை நாம் எடுத்துக்காட்டாகக் கொள்வோம். ருமேனிய அரசியலின் பெரும் சிக்கல்களுள் ஒன்று, போருக்குப் பிறகுத் தாம் வென்றெடுத்த சிறுபான்மை இன மக்களை எப்படி ருமேனிய தேசிய அரசில் இணைப்பது என்பதுதான். (அத்தியாயம்-1இல் பார்த்தபடி) தேசியவாதிகளுக்குக் கம்யூனிசத்தைப் பற்றியும் அச்சம் இருந்தது. எல்லா கம்யூனிஸ்டுகளும் யூதர்கள் என்றும் எல்லா யூதர்களும் கம்யூனிஸ்டுகள் என்றும் அவர்கள் நம்பினர். மற்றுமொரு பெரும் சிக்கல், மக்கள்தொகையில் பெரும் பகுதியினரான உழவர்கள் கூடுதல் நிலங்களைக் கோரினர்.

1920 மே மாத்திலேயே, மன்னரது ராணுவம் உழவர்களின் அரசாங்கம் அதிகாரத்திற்கு வருவதைத் தடுக்க இராணுவக் கவிழ்ப்பு முயற்சியை மேற்கொண்டது. எட்டு ஆண்டுகள் ருமேனியாவில் 'முற்போக்கு' அரசுகளின் சர்வாதிகார ஆட்சி நடந்தது. இந்த அரசுகள் ருமேனியர் அல்லாத மக்களை பொருளா தாரம், கல்வி போன்ற துறைகளில் பாரபட்சமாக நடத்தின. விவசாயிகளிடம் அதிக வரி வசூலித்து, அந்தப் பணத்தில் பொருளாதார நவீனமயமாக்கல் கொள்கையைப் பின்பற்றின. அதன் காரணமாக வளர்ந்த உழவர்களின் அதிருப்தியினால் தேசிய உழவர்கள் கட்சி (NPP) 1928இல் ஆட்சியைப் பிடித்தது. அரசியலமைப்புச் சட்டத்தை மீண்டும் அமுல்படுத்துவது மற்றும் உழவர்களுக்கு நிலம் வழங்குதல் போன்ற திட்டங்கள் மூலம் இக்கட்சி அதிகாரத்திற்கு வந்தது. ஆனால் இக்கட்சி எதையும்

சாதிக்கவில்லை. இரு கட்சிகளுமே வெற்றி பெறாததால், அதிகாரம் மீண்டும் முடியாட்சியின் கைக்கு வந்து சேர்ந்தது. கோட்ரெனோவின் ஆர்க்கேஞ்சல் மைக்கேலின் படையணி (இரும்புக் கவசம்) முடியாட்சியின் முக்கிய எதிரணியாயிற்று.

ருமேனிய பாசிசம் இரு அடிப்படைகளில் இருந்து வளர்ந்தது. முதலாவதாக, தேசிய வேளாண் கட்சியால் ஏமாற்றமடைந்த உழவர்களின் ஆதரவைப் படையணி பெற்றிருந்தது. தேசிய வேளாண் கட்சி வலுவான பாசிசத் தன்மை கொண்டிருந்த கட்சிதான்: இரண்டாவதாக, கற்பனை மயக்கங்களை இழந்த அறிவுஜீவிகளையும் தன்னோடு சேர்த்துக்கொண்டது. காட்ரெனோ அப்பிரிவினரின் முக்கிய முன்மாதிரியாக இருந்தார். அவர்கள் எல்லாச் சேவைகளையும் ருமேனியமயமாக்கவேண்டும் என விரும்பினார்கள்.

படையணி பாசிசத்தின் எல்லா அம்சங்களையும் கொண்டிருந்தது. மக்கள் மத்தியிலிருந்து உருவான அமைப்பாகப் பறை சாற்றிக்கொண்டது. ருமேனியாவின் சாராம்சம் உழவர்களே என்று அறிவித்தது. உழவர்களுக்குப் புகழ்மாலை சூட்டி, சேவை களில் 'உண்மையான' ருமேனியர்களைக் கொண்டுவரக் கூடிய இரு பலன்களும் இக்கருத்துகளால் கிடைத்தன. நாஜிகள் அல்லது பாசிஸ்டுகள் போல் இல்லாமல், படையணி மதச்சார்பு தொனியைக் கொண்டிருந்தது. அதனால் பழமைவாத மத குருமார்களின் ஆதரவு படையணிக்குக் கிடைத்தது. காட்ரெனோ ருமேனிய பழமைவாத மதத்தை, ருமேனிய தேசிய இனத்தோடு இணைந்ததாகக் கண்டார். எனவே யூதர்கள் நகர்சார் மக்கள், மதரீதியாக வேறுபட்டவர்கள் ஆகிய இரண்டு காரணங்களுக்காக தேசத்திலிருந்து விலக்கப்பட்டார்கள்.

எப்படி இருந்தாலும், படையணியின் மதக் கோட்பாடு திருச்சபைக்கு முரணானது. அதோடு அறிவு ஜீவி வட்டாரங்களில் புழங்கி வந்த ருமேனிய மறுஉயிர்ப்பு குறித்த கற்பனாவாத தேசியவாத தொன்மமும் சேர்ந்துகொண்டது. அமைப்புரீதியான மதத்தோடு தொடர்பில்லாத, இயல்புக்குப் புறம்பான சடங்குகள் மூலம் இந்த நம்பிக்கைகள் வெளிப்படுத்தப்பட்டன. (படையணி யின் சாவுப்படை உறுப்பினர்கள், ஒருவருக்கொருவர் இரத்தத்தைப் பரிமாறிக் கொண்டு சடங்குபூர்வமாக அருந்தினர்). காட்ரெனோ

மதக்கோட்பாடுகள் அரசியல், செயல்பாடுகளை வழிநடத்த வேண்டும் என்ற கருத்தைப் புறக்கணித்தார். அரசியல் என்பது போராட்டம், போர் ஆகியவற்றுக்கான களம். படையணி மிகுந்த வன்முறைகள் கொண்ட அமைப்பாக இருந்தது. சாகும்வரைப் போரிடத் தயாராக இருந்த அதன் உறுப்பினர்கள், எஸ்எஸ் உறுப்பினர்களோடு மட்டுமே ஒப்பிடத் தகுந்தவர்கள். எஸ்எஸ்' யிலும் மாய மந்திரம் தொடர்பான கருத்துகள் நிலவின.

தேசம் மக்களில் அடங்கியுள்ளது. பரம்பரை ஆட்சியில் அல்ல; என்ற படையணியின் கருத்து தேவாலய அதிகாரத்திற்கும் முடியாட்சிக்கும் ஏற்புடையதாக இல்லை. விரைவில், அரசாங்கம் படையணியை அதன் தீவிரவாதம் காரணமாக எதிரியாகக் கருதத் தொடங்கியது. 1937இல் படையணிக்கு 16% வாக்குகள் கிடைத்தன. அதன் நேசசக்தியான தேசிய உழவர்கள் கட்சியும் தேர்தலில் நல்ல முறையில் வெற்றிபெற்றது. ஆனால், அரசர் வெளிப்படையான சர்வாதிகார அரசை அமைத்தார். பழமைவாத, தந்தைமைவாதி (Patriarch) மி ரோன் கிறிஸ்டே தலைமையில் ஆட்சி அமைந்தது. 1938இல் படையணி தடைசெய்யப்பட்டது. காட்ரெனோ கொல்லப்பட்டார்.

1940இல் படையணி மீண்டும் துளிர்த்தது. பிரான்ஸின் தோல்வி, பிரெஞ்சுமொழி பேசும் மரபுவாதிகளின் தன்னம் பிக்கையைக் குலைத்தது. 1940இல் ஹிட்லர் பெரும் ருமேனிய எல்லைகளை ஹங்கேரிக்கும் பல்கேரியாவுக்கும் வழங்கினார். (ஸ்டாலின் பெசாரேபியாவைத் தனக்கு வைத்துக் கொண்டார்.) தேசத்தின் அழிவுக்கு அரசர் காரணமாக்கப்பட்டார். படையணி போற்றப்பட்டது. மரபுவாதி ஜெனரல் அன்டோனெஸ்க்யூ தலைமையில் படையணி அரசாங்கத்தோடு சேர்க்கப்பட்டது. இதனால், பழைய மற்றும் புதிய வலதுசாரிகளின் போராட்டம் ஓயவில்லை. யூதர்கள் மற்றும் பிற சிறுபான்மையினரின் வணிக நிறுவனங்கள், நிலங்கள் மற்றும் வீடுகளைப் படையணி கைப்பற்றியதை அன்டோனெஸ்க்யூ அத்துமீறலாகக் கண்டார். அவரது போக்கு மரபுவாதிகளின் பொதுவான இயல்புக்கு ஏற்றாற்போலவே இருந்தது. 1941 ஜனவரியில் அவர் தனது வலிமையை நிரூபிப்பதில் வெற்றி பெற்றார். ஏனெனில் நாஜிகள் அதிதீவிர தேசியவாத படையணியை விட, அவரையே தமது நட்புக்குரிய சக்தியாகக் கண்டனர்.

ருமேனியாவில் பாசிசம் அதிகாரத்திற்கு வரமுடியாமல் தோல்வியுற்றது. பாசிசம் வலுவாக இருந்த பிற கிழக்கு ஐரோப்பிய நாடுகளான ஹங்கேரி, லாட்வியா, போலந்து நாடுகளின் நிலைமைகளை உணர்ந்துகொள்ள உதவும். இடதுசாரிகளின் அச்சுறுத்தல் குறைவாக இருந்ததாலும் மரபுவாதிகள் பாசிஸ்டுகளைத் தம்மோடு சேர்த்துக்கொள்ளாத காரணத்தாலும்தான் கிழக்கு ஐரோப்பாவில் பாசிச இயக்கங்கள் அதிகாரத்திற்கு வரவில்லை என்று சொல்லப்படுகிறது. இதனைச் சிறிது வேறுபடுத்திப் புரிந்துகொள்ளவேண்டும். கம்யூனிஸ்டு கட்சிகள் பலவீனமாக இருந்தபோதிலும், கம்யூனிசம் குறித்த பயம் அதிகமாக இருந்தது. சோவியத் யூனியனின் எல்லைக் குவிப்பு நோக்கங்களும் யூதர்களுக்கும் கம்யூனிசத்துக்குமான தொடர்பு குறித்த பரவலான இப்பயத்தை வளர்த்தன. மேலும், கம்யூனிசம் வெகுசனக் கட்சிகளைவிட ரகசியமாகவும் சதித்திட்டங்கள் மூலமாகவும் செயல்படுமென நம்பப்பட்டது. எனவே கம்யூனிஸ்ட் கட்சிகள் தோற்றம் காட்டாமல் இருந்ததே கம்யூனிசப் பயத்தை அதிகரித்தது. வேறு வார்த்தைகளில் சொல்வதானால் அன்றைய காலச்சூழலில் நிலவிய நம்பிக்கைகள் அடிப்படையில் அக்கால வரலாற்றைப் புரிந்துகொள்ள வேண்டுமே தவிர, கம்யூனிச அச்சுறுத்தல் குறித்த நமது பார்வைக்கேற்ப வரலாற்று நாயகர்களின் கருத்துகளைப் புரிந்துகொள்ளக் கூடாது. எனவே, கொள்கை அடிப்படையில் பாசிஸ்டுகளையும் மரபுவாதிகளையும் ஒன்றாகச் சேர்க்குமளவுக்கு கம்யூனிச பயம் நிலவியது; மேலும் கம்யூனிச எதிர்ப்பு நோக்கம் இணைந்த செயல்பாடுகளுக்கு அடிப்படை அமைத்துத் தந்தது.

அப்படியானால் ஏன் பாசிஸ்டுகளும் மரபுவாதிகளும் சேர்ந்த நிரந்தரக் கூட்டணி ஏற்படவில்லை? ஜெர்மனியிலும் இத்தாலியிலும் பாராளுமன்றம் நீண்ட காலமாக இருந்து வந்தது; அடிக்கடி தேர்தல்கள் நடத்தப்பட்டன. மரபுவாதிகளுக்கு இவை பிடிக்கவில்லை என்றாலும் அரசாங்கங்களுக்கு பொதுமக்கள் ஆதரவு ஏதோ ஒரு வடிவத்தில் தேவை என அவர்கள் நம்பினார்கள். எனவே, விருப்பமில்லாவிட்டாலும், பாசிஸ்ட் ஆதரவை வேண்டினர். ஆனால், கிழக்கு ஐரோப்பாவில் பெரும்பான்மை அமைப்புக்குப் பாசிசம் அவசியம் எனத் தோன்றியபோதெல்லாம் மரபுவாதிகள் பாராளுமன்றத்தைக் கலைப்பதில் மகிழ்ச்சியோடு ஈடுபட்டனர்.

இவ்விருசாராரும் இணைவதற்கு இன்னொரு தடைக்கல்லாக இருந்தது கிழக்கு ஐரோப்பிய பாசிசம் சமூகரீதியாக தீவிரமாக இருந்தது என்பதுதான். ஜெர்மன், இத்தாலிய பாசிசத்தை விட சமூக ஈடுபாடு கூடுதலாக இருந்தது. யூதர்களும் பிற சிறுபான்மை இனத்தவரும் பூர்ஷ்வாக்களில் பெரும் பங்கு வகித்த கிழக்கு ஐரோப்பிய சூழலில் யூதர்களின் சொத்தைக் கைப்பற்றுதல், 'அந்நிய' முதலாளிகளுக்கு எதிரான வேலை நிறுத்தம் போன்றவை முற்றிலும் வேறுபட்ட கோணத்தில் பார்க்கப்பட்டன. அதைவிட, உழவர்களின் நிலக்கோரிக்கை களுக்கு ஆதரவாக பாசிஸ்டுகள் சொந்தநாட்டைச் சேர்ந்த மேல்தட்டு நிலப்பிரபுக்களைத் தாக்கினர். அன்டனெஸ்க்யூவும், அவரைப் போன்றோரும் கம்யூனிஸ்டுகள் போலவே சொத்துடைமையில் அக்கறைகாட்டாத இயக்கங்களோடு நட்பு பாராட்டுவதில் எந்த இலாபமும் இருப்பதாகக் கருதவில்லை.

மரபுவாதிகளின் ஆதரவின்மை, தேர்தலில் வெற்றிபெற முடியாமை காரணமாக, கிழக்கு ஐரோப்பிய பாசிஸ்டுகள் நாஜிகளின் ஆதரவோடுதான் அதிகாரத்திற்கு வரமுடிந்தது. ஆனால், நாஜிகளோ, இந்த பாசிஸ்டுகளின் பயங்கரமான தேசியவாதத்தில் நம்பிக்கை வைக்கவில்லை. எனவே நாஜிகளின் ஆதரவு அவர்களுக்கு எப்போதும் கிடைக்கவில்லை.

இலத்தீன் அமெரிக்கா

இலத்தீன் அமெரிக்காவில் சர்வாதிகாரத்திற்கு மீண்டும்மீண்டும் திரும்புவது சாதாரணமான விஷயமாகும். அவற்றுள் சில ஆட்சிகள் பாசிசத்தைப் போற்றிப் பாராட்டின. அதன் சில கூறுகளை அப்படியே 'நகலெடுத்தன'. ஆனால், பாசிசத்தின் அனைத்துக் கூறுகளையும் ஏற்கவில்லை. அவை இத்தாலிய தேசிய அமைப்பை ஒத்ததாக இருந்தனவே தவிர, முசோலினியின் இயக்கத்தைப் போல இருக்கவில்லை. இலத்தீன் அமெரிக்காவின் ஏழ்மை நிறைந்த சமூகங்களில், அரசியல்ரீதியாக ஒன்று திரட்டுதல் குறைவாக இருந்ததால், பாசிசம் வளருவது அரிதாகவே இருந்தது. இலத்தீன் அமெரிக்கா பெரும் யுத்தம், அதைத் தொடரும் அரசியல் மிருகத்தனத்தையோ இராணுவமயமாக்கலையோ அனுபவித்ததில்லை. அந்த அரசாங்கங்கள் இராணுவ ஆதரவோடு எல்லாவிதமான எதிர்ப்பையும், பாசிசம் உட்பட, வெகு எளிதாக

அடக்கமுடிந்தது. பெயரளவில்கூட இடதுசாரிகள் இல்லை. சர்வாதிகாரம் பழகிப்போனதாக இருந்ததால், முசோலினி போல் இருக்க விரும்பும் ஒருவர் தன்னைச் சராசரி, ஆணியவாத, இராணுவ ஆட்சியாளரிடமிருந்து மாறுபட்ட, மக்களின் இரட்சகர் என்ற ஒளிவட்டத்தோடு வெளிப்படுதல் மிகப்பெரிய போராட்ட மாக இருந்திருக்கும்.

பிரேசில் இதற்கு ஒருவகையில் விதிவிலக்கு. 1930இல் சிலவராட்சியின்(oligarchic) 'பழையக்குடியரசை' கெடூலியோ வார்கா கவிழ்த்தார். பிரேசிலின் முக்கிய வருமானமான காப்பியின் விலை சரிவால் ஏற்பட்ட நெருக்கடி நிறைந்த சூழலில், இந்தக் கவிழ்ப்பு நடைபெற்றது. அதைத் தொடர்ந்த பொருளாதார, சமூக அமைதிக்குலைவு காரணமாக கம்யூனிஸ்டுகளும் பாசிச ஒருங்கிணைவுவாதிகளும் எதிரெதிர் துருவங்களாக நிற்கும் காலம் உருவானது. பின்னர் பாசிச ஒருங்கிணைவுவாதிகள் 200,000 உறுப்பினர்களோடு பிரேசிலின் முற்போக்கு மரபைத் தூக்கியெறிந்துவிட்டுத் தேசியவாதம், யூத இன எதிர்ப்பு, கம்யூனிச எதிர்ப்பு ஆகியவற்றை ஆதரித்தனர். நாட்டின் பல்வேறு இனத்தவரைச் சமூக, பண்பாட்டுக் கூறுகளின் அடிப்படையில் ஒரு பிரேசிலிய இனமாக ஒட்டவைக்க முயன்றனர். புரவலர் தன்மையின் அடிப்படையிலான அமைப்புக்குப் பதிலாக தேசம் மற்றும் ஆட்சியின் நம்பிக்கைக்குப் பாத்திரமான அமைப்பைக் கொண்டுவர விரும்பினர். வழக்கமான பாசிசச் சடங்குகள், வணக்கமுறைகள் மற்றும் சட்டைகள் (இங்கு பச்சை நிறம்) மூலம் ஒன்றுதிரட்டப்பட்ட தேசம் என்ற கனவைக் கண்டனர்.

ருமேனியா, ஹங்கேரியில் நடந்தது போலவே இந்த ஒருங் கிணைப்புவாதிகள் மேலும்மேலும் சர்வாதிகாரத்துவம் அதிகரித்த ஆட்சியோடு முரண்படத் தொடங்கினர். 1937இல் வார்கா வெளிப் படையாகப் புதிய சர்வாதிகார அரசை நிறுவினார். காப்பித்தோட்ட மேல்தட்டினரும் நகர்ப்புற நடுத்தரவர்க்கத்தினரும் அவரோடு நின்றனர். ஒருங்கிணைப்புவாதிகள் கலைக்கப்பட்டனர். புரவலர்த் தன்மையைத் தனக்கேற்றவாறு வளைத்துக்கொண்ட வார்காவோடு போட்டியிடக்கூடிய அளவு பரந்த கட்சியை அவர்களால் உருவாக்க முடியவில்லை. கிழக்கு ஐரோப்பிய பாசிஸ்டுகள் போல் கிராமப் புற ஏழைகளையும் சேர்க்க முடியவில்லை. அவர்கள் தோட்ட முதலாளிகளின் அடிமைகளாக இருந்தனர்.

அர்ஜென்டினாவில் பெரோனின் சர்வாதிகார ஆட்சி பாசிஸ்ட் ஆட்சியாகச் சிலசமயம் கருதப்படுவதுண்டு. பிற இலத்தீன் அமெரிக்க நாடுகளைவிட அர்ஜென்டினா வளர்ச்சிமிக்கது. தீவிர வலதுசாரிகளின் நீண்ட மரபு கொண்டது. பிரான்ஸ், ஸ்பெயின் நாடுகளின் கத்தோலிக்க தேசியவாதத்திற்கு ஓரளவு கடன்பட்டது. யுவான் டொமிங்கோ பெரோன், ஜெனரல் ஹோசே உரிபுரூவின் இராணுவ ஆட்சியில் தொழிலாளர்துறை அமைச்சராகத் தொடங்கினார். அந்த ஆட்சி முசோலினியையும், ஹிட்லரையும் போற்றிய ஆட்சிகளுள் ஒன்று. 1943இல், செல்வந்தர்களின் ஒருமித்த ஆதரவு இல்லாத உரிபுரூவின் ஆட்சிக்கு, வெகுஜன ஆதரவைத் திரட்ட பெரோன் தொழிற்சங்கங்கள் பக்கம் திரும்பினார். அவற்றோடு ஏற்பட்ட ஒப்பந்தப்படி, அரசாங்கம் தொழிற்சங்கங்களின் நலத்திட்டங்கள் மற்றும் வருமானப் பகிர்வு கோரிக்கைகளை அமுல்படுத்தும்; பதிலுக்கு பெரோனின் சர்வதேச முன்னணித்துவத்தைத் தொழிற்சங்கங்கள் ஆதரிக்கும் என்றானது. தேசியவாதம் சோஷலிச இணைப்பு, பெரோனின் முசோலினியைப் போற்றும் பண்பு, ஒரே கட்சி அமைக்கும் முயற்சி ஆகியவற்றினால் பெரோனின் அசாதாரண ஆட்சியைப் பாசிஸ்ட் எனப் பலர் கருதுகிறார்கள். ஆனால் வெகுசனக் கட்சியின் தலைவராக இருந்து பெரோன் அதிகாரத்திற்கு வர வில்லை என்பது, நிலவும் அரசு அமைப்புகளை மாற்றக்கூடிய முயற்சி எதையும் அவர் மேற்கொள்ளவில்லை என்பதைக் காட்டுகிறது. அத்தன்மை பாசிசத்தின் முக்கியப் பண்பாகும். அதோடு, பெரோனிய ஆட்சி எதிர்க்கட்சிக்கு இடமளித்தது. அது சர்வாதிகாரமாகவோ, பாசிச ஆட்சியாகவோ இல்லை.

அத்தியாயம் 7
சாம்பலிலிருந்து பீனிக்ஸ்?

> உர்-பாசிசம் (நித்திய பாசிசம் என்றும் பொருள்) நம்மைச் சுற்றிலும் இன்றும் இருக்கிறது; சில நேரங்களில் சாதாரண உடைகளில். எவராவது 'ஆஸ்விட்ச்சை மீண்டும் திறக்க வேண்டும். இத்தாலிய சதுக்கங்களில் கருப்புச்சட்டைகள் பேரணி நடத்த வேண்டும்' என்று சொன்னால், நமது சிக்கல் எளிதாகிவிடும். வாழ்க்கை அத்தனை எளிதானதல்ல. உர்-பாசிசம் எந்த அப்பாவித்தனமான உருவிலும் மீண்டும் வரலாம். உலகின் எல்லா மூலைகளிலும் தினசரி அது எடுக்கும் புதுப்புது அவதாரங்களைச் சுட்டிக் காட்டுவது நம் கடமை.
>
> உம்பர்தோ ஈக்கோ, 'உர்-பாசிசம்'(Ur-Fascism)
> *நியூயார்க் ரிவியூ, ஆஃப் புக்ஸ்,* 22, 6, 1995

சுதந்திரத்தைப் பாதுகாக்க முனைந்து நிற்பவர்களுக்கு உம்பர்தோ ஈக்கோவின் சொற்கள் உந்துதலாக இருக்கும். ஆனால் சமகால உலகில் பாசிசத்தைப் புரிந்துகொள்ள அவை உதவாது. பாசிசம் 'சாதாரண உடுப்பில்' தோன்ற முடியுமெனில், நம்மைச் சூழ்ந்து இருக்கும் பல்வேறு அரசியல் இயக்கங்களில் எதைப் பாசிஸ்ட் என எப்படி அடையாளம் காண்போம்? நமது பாசிசம் குறித்த கருத்துகளை ஒத்தவற்றையா? அவற்றோடு கொஞ்சம் கூட ஒத்துப்போகாதவற்றையா?

ஈக்கோ கல்வியியல் ஆய்வுப் பரிசீலனையின் அடிப்படை விதிகளை உடைக்கிறார். (மக்களுக்கிடையே நடக்கக்கூடிய பலனுள்ள எல்லா விவாதங்களையும்கூட உடைக்கிறார்). அறிஞர்களுக்குப் பலனுள்ள விஷயம் எந்தவொரு முன்மொழிவும்

பொய்யானது என நிரூபிக்கக்கூடியது சாத்தியமே! கொள்கை யளவில் அதனை மறுக்கக்கூடிய ஏதாவதொரு வாய்ப்பு இருக்க வேண்டும். ஈக்கோவின் கருத்துப்படி ஓர் இயக்கம் பாசிஸ்ட் என்ற கருத்தை எந்த சாட்சியத்தைக் கொண்டும் மறுக்க முடியாது. இன்னின்ன முக்கிய அம்சங்கள் இந்தக் குறிப்பிட்ட இயக்கத்தில் காணப்படவில்லை என எவரேனும் சொன்னால், அதற்கான பதில் 'ஆஹா! அவர்கள் தங்களுடைய உள்நோக்கங்களை இரகசியமாக வைத்திருக்கிறார்கள்!' என்பதாக இருக்கும். இந்த வகை வாதம் எல்லா சதித்திட்டம் குறித்த கொள்கைக்குப் பின்பும் காணப்படுகிறது. பிரதிவாதத்தைப் புகவிடாத எரிச்சல் தரத்தக்க பிடிவாதம் இது.

இது ஒருபுறம் இருக்க, ஈக்கோ சமகால அதிதீவிர வலது சாரிகளை பகுத்தாய்வதில் உள்ள சிரமத்தைத் தொட்டுக் காட்டி யுள்ளார். இத்தாலிய சமூக இயக்கம்(MSI) தவிர வேறெந்தக் கட்சியும் பாசிச, நாஜிச அரசுகளை மீண்டும் கொண்டு வருவோம் (அவர்கள் புரிந்துகொண்ட அளவிலான அரசுகள்) என்று கூறிக்கொண்டு தேர்தலில் குறிப்பிடத்தக்க வாக்குகளைப் பெறவில்லை. இந்தப் பகுதியில் அத்தகு இயக்கங்களை நாம் கணக்கில் கொள்ளவில்லை. பாசிச முத்திரையை மறுத்துவிட்டு, பெருமளவு வெற்றி பெற்ற கட்சிகள் குறித்தே நாம் இங்கு அணுகப்போகிறோம்.

சில முக்கிய பாசிசத் தன்மைகளைப் புறந்தள்ளும் இயக்கம், எந்தக் கட்டத்திலிருந்து பயனுள்ள வகையில் பாசிச இயக்கம் என்ற வர்ணனைக்குள் வராமல் போகிறது? அதிகாரத்தை அடைவதற்காகத் தெரிந்துகொண்டே வாக்காளர்களை ஏமாற்று கிறது என்பதற்கான சாட்சியங்கள் நமக்குக் கிடைக்கலாம். சிலவற்றில் அதுகூடக் கிடைக்காமல் போகலாம். அப்படியே நிரூபணங்கள் இருந்தாலும் ஆயிரக்கணக்கான மக்கள் அந்தக் கட்சிகள் பாசிஸ்ட் அல்ல என்பதால் வாக்களிக்கிறார்கள்; பாசிஸ்ட் எனக் கருதினால் வாக்களித்திருக்கமாட்டார்கள் என்று முடிவுகட்டுவதையும் கணக்கில் எடுக்கவேண்டும்.

இந்தச் சிக்கலுக்கு முடிவுகட்ட நாம் வரையறை பற்றிய கேள்விக்குச் செல்லவேண்டும். நாம் சேர்க்க விரும்பும் எடுத்துக்காட்டுகளை, உள்ளேற்கக் கூடிய கருத்தாக்கத்தை நாம்

விவரிக்க வேண்டும். விளிம்புகளில் உள்ளவற்றைச் சேர்க்க வேண்டுமெனில் நமது வரையறையைச் சற்றே விவரித்துக் கொள்ளலாம். ஆனாலும், வரையறையின் கூர்மையைக் குறைப்பதில் இழப்பு உண்டு. பாசிசத்தின் வரையறையை நீர்த்துப் போக வைத்தால் வரலாற்றுபூர்வ பாசிசத்திற்கும் சமகால அதிதீவிர வலதுசாரிகளுக்குமான ஒற்றுமைகள் வெளிப்படும். ஆனால் நமது வரையறையில் மிக முக்கிய கூறுகளை நாம் விட்டுவிட வேண்டிவரும்: தேர்தல் ஜனநாயகம் மீதான வெறுப்பு; இராணுவத் துணை அமைப்புகள் போன்றவை இதில் கைவிடப்படலாம். இதனால் வரலாற்றுபூர்வ பாசிசத்தின் தனித்தன்மைக்கு அழுத்தம் கிடைக்காது போய்விடும். பிற இயக்கங்களில் இருந்து பாசிசத்தை வேறுபடுத்திக் காட்டிய தன்மைகளை அறுதியிட்டுக் காட்ட இயலாமல் போகலாம்.

என்னைப் பொறுத்தவரை, பாசிசத்தின் வரையறையைப் பலவீனப்படுத்திச் சமகால அதிதீவிர வலதுசாரித்துவத்தை இணைக்கும் முயற்சிக்கு நாம் கொடுக்கும் விலை மிக அதிகம். எனவே நம் முன் உள்ள ஒரு மாற்றுத்தீர்வு 'புதிய - பாசிசம்' என்ற தொடரைப் பயன்படுத்துவதாகும். பழக்கமான பொருளின் அழகும் கிடைக்கும்; புது சூழல்களில் பாசிசத்தைப் பொருத்தமாக கண்டறிவதற்கான சரியான கருவியாகவும் இருக்கும். ஆனால், பாசிசத்திற்கும் அதிதீவிர வலதுசாரிகளின் சமகால வடிவங்களுக்குமான அடிப்படை வேறுபாடுகளை மூடிமறைக்கக்கூடிய வாய்ப்பும் இத்தொடரினால் ஏற்படக்கூடும். பாசிசம் அதிதீவிர தேசியவாதத்தின் வெற்றிக்கான முன்நிபந்தனையாக, ஜனநாயக ஒழிப்பைக் கண்டது; சமகால வலதுசாரித்துவமோ ஜனநாயகத்தை இனரீதியாக ஒருதன்மையதாக்கி, மேலாதிக்க தேசிய இனத்திற்கு நலன்களை ஒதுக்கி வைக்க விரும்புகிறது. இந்தக் கற்பிதமான சமூகம், தென் ஆப்பிரிக்க நிறவெறி அரசைப் போன்றது; அல்லது அமெரிக்க வெள்ளைப் பிரிவினைவாதிகளின் நோக்கங்களை ஒத்தது. 'தேசிய மக்கள் விருப்புவாதம்' என்ற தொடர் இந்த வகை இயக்கத்தை வருணிக்க ஏற்றது என்பது என் கருத்து.

பாசிசம், நாஜிசம் மூலம் எழுச்சி பெற்ற பல இயக்கங்கள் உருவாகின என்பதை மறுக்கும் முயற்சி அல்ல இது. அமெரிக்காவின் வெள்ளை ஆரியப் படையணியின் தளபதி, சார்ல்ஸ் ஹால் என்பவரோடு அமெரிக்கப் புலனாய்வாளர் ஒருவர் நடத்திய

பேட்டி இம்மாதிரி இயக்கங்களைச் சார்ந்தவர்களின் உளவியலைக் காட்டுவதாக உள்ளது:

> உண்மையான வெள்ளைப் பிரிவினைவாதி - உண்மையான தேசிய சோஷலிஸ்டு எப்போதும் ஒரே மாதிரிதான் உணர்கிறான் என்பது உங்களுக்குத் தெரியுமா? ஸ்வஸ்திகா, இரும்புச் சிலுவை ஆகியவற்றின் பால் ஈர்ப்புக் கொண்டிருப்பான்... ஸ்வஸ்திகா பலரும் வெறுக்கும் சின்னம். ஆனால் அதனைப் பலரும் விரும்பவேண்டும். போற்ற வேண்டும்... சருமத்தில் ஸ்வஸ்திகா சின்னத்தைப் போட்டுக் கொள்ளும்போதோ, சட்டையில் அணியும் போதோ... நீங்கள் 99.9% மக்களிடருந்து உங்களை அந்நியப்படுத்திக் கொள்கிறீர்கள்.
>
> மேற்கோள், பெட்டி இ. டோபிரட்ஸ், ஸ்டீபஹனீ எல். சாங்க்ஸ்-மெய்லே *'வெள்ளை அதிகாரம், வெள்ளை அகந்தை: அமெரிக்காவில் வெள்ளைப் பிரிவினைவாதிகள் இயக்கம்.'*

எத்தனை வன்முறையானதாக இருந்தாலும், இம்மாதிரி இயக்கங்கள் மையநீரோட்ட அரசியல் மற்றும் சமூகத்தை வேண்டுமென்றே புறக்கணிக்கின்றன. நாஜிச புறச்சின்னங்கள் பெரும்பான்மையினர் மத்தியில் ஒவ்வாமையைக் கிளப்பும் வரை, இத்தகைய இயக்கங்கள் அரசியல் மையநீரோட்டத்தில் நுழைவதற்கான வாய்ப்பே இல்லை. அமெரிக்காவில் 10000 - 20000 உறுப்பினர்களுக்கு மேல் வெளிப்படையான இனவாத தீவிர வலதுசாரிகளாக இருந்ததில்லை. இந்தக் கெட்ட பெயரைக் கடந்து, பாசிசத்தின் விளிம்புநிலையைத் தாண்டிவர முயன்ற இயக்கங்களைக் குறித்தே நமது கவனம் இப்பகுதியில் செல்லும்.

பாசிசத்திலிருந்து தேசிய மக்கள் விருப்புவாதம் வரை

1945இல் பாசிசத்துக்கு ஆழமான அவப்பெயர் உருவாகிவிட்டது. பெரும்பாலான, போருக்குப் பிந்தைய ஆட்சிகள் (கிழக்கு, மேற்கு ஐரோப்பாவில்) பாசிசத்திற்கு எதிரான போராட்டம் மூலம் அதிகாரத்துக்கு வந்தவை. மேற்கு ஜெர்மனி மற்றும் இத்தாலிய ஜனநாயக ஆட்சிகள், கிறிஸ்தவ ஜனநாயகவாதிகள் மற்றும் சோஷலிஸ்டுகளால் ஆளப்பட்டன. பாசிச ஆதரவு வெளிப்பாடுகளை அவர்கள் முற்றிலும் புறக்கணித்தனர். இந்தச் சூழலில் நுனியளவு இடம் கூட பாசிசக் கட்சிகளுக்குக் கிடைப்பது சாத்தியமற்று இருந்தது. ஜெர்மனியில், கருத்துக் கணிப்பின்

முடிவு பலர் நாஜிசத்தை மோசமாகச் செயல்படுத்தப்பட்ட நல்ல கருத்தாகக் கருதியதாகத் தெரிய வந்தது. ஆனால் புதிய - நாஜிகள் இதுவரை பிரதேசரீதியான வெற்றிகள் மட்டுமே பெற்றுள்ளனர். ஜெர்மன் அடிப்படைச் சட்ட அமைப்பு ஜனநாயகத்துக்கு எதிரான கட்சி அமைப்புகளைத் தடை செய்துள்ளது. கிறிஸ்தவ ஜனநாயக அரசுகள் பாசிச அமைப்புகளைத் தடை செய்யவும் தயாராக இருந்தன. போருக்குப் பிந்தைய ஆண்டுகள் முழுதும் ஜெர்மனின் அதிசய பொருளாதார வளர்ச்சியும், மரபுவாத கிறிஸ்தவ ஜனநாயகமும் சேர்ந்து இந்தத் தடைகளை எந்த கட்சியும் மீறாமல் இருப்பதை உறுதி செய்தன. 1960இல் இத்தாலிய கிறிஸ்தவ ஜனநாயக அரசு அதிகாரத்தை தக்கவைத்துக் கொள்ள புதிய - பாசிச சக்திகளின் வாக்குகளை ஏற்றுக்கொண்ட போது எழுந்த பலத்த கண்டன ஆர்ப்பாட்டங்கள் காரணமாக, பிரதம மந்திரி ராஜிநாமா செய்ய வேண்டியதாயிற்று. (1945க்குப் பின், ஸ்பெயினில் கூட கிறிஸ்தவ ஜனநாயகவாதிகளும், முடியாட்சிவாதிகளும் தங்களைத் தக்கவைத்துக் கொள்வதற்காக, அந்நிய நாடுகளின் கண்டனம் குறித்த அச்சத்தினால் ஃப்ராங்கோவின் ஆட்சியில் இருந்த பாசிஸ்டுகளை விமரிசித்தனர்). மேலும், மக்கள் மனதில் பொதுவாகப் பாசிசம் தீவிர தேசியவாதத்தோடு தொடர்புபடுத்தப் பட்டு புரிந்து கொள்ளப்பட்டிருப்பதால், பெயரை மாற்றிக் கொண்டு மக்கள் வெறுப்பைச் சமாளிப்பது சாத்தியமாகவில்லை. முத்திரை குத்தப்படாமல் ஒரு கட்சி பாசிஸ்டாக இருக்கலாம்; ஆனால் தீவிர தேசியவாதம் இல்லாவிட்டால் அது பாசிஸ்டாக இருக்க முடியாது.

இத்தாலிய சமூக இயக்கம் (Italian Social Movement - MSI - எம்எஸ்ஐ) பல ஆண்டுகளாக ஐரோப்பிய தீவிர வலதுசாரிக் கட்சியாக இருந்து வந்துள்ளது. அதன் போக்குகள் பாசிஸ்டுகளின் சிக்கல்களை விளக்குவதாக அமையும். 1946இல் உருவாக்கப் பட்ட இந்த அமைப்பு, எந்தவித வெட்கமும் இன்றி முசோலினி யின் உடையை எடுத்துக்கொண்டது. முதலில், இரகசியமாக வாழ்ந்த பாசிஸ்டுகளால் இயக்கப்பட்டு வந்தது. இத்தாலியில் நம்பகத்தன்மை கொண்ட ஜனநாயக மரபுவாதக் கட்சி எதுவும் இல்லாததால், இந்த அமைப்பு தொடர்ந்து இயங்க முடிந்தது. பல மரபுவாத வாக்காளர்கள் கிறிஸ்தவ ஜனநாயக வாதிகளை ஆதரித்தனர். வலதுசாரிக் கட்சியை ஆதரித்தால், மையம் பிளவு

பட்டு அரசாங்கத்துக்குள் கம்யூனிஸ்டுகள் நுழையக்கூடும் என்று அவர்கள் அஞ்சினர். கிறிஸ்தவ ஜனநாயகவாதிகளை ஆதரிக்க மறுத்த மரபுவாதிகள் இந்த இயக்கத்திற்கு வாக்களித்தனர்; அல்லது இதைப் போலவே ஓரங்கட்டப்பட்ட முடியாட்சிவாதிகளை ஆதரித்தனர்.

இப்போதும்கூட, பாசிசம் வசவுச் சொல்லாகவே தொடர் கிறது. ஆனால் குறிப்பிடத்தக்க சிறுபான்மையினர் மீண்டும் தீவிர வலதுசாரி அரசியலை மேற்கொண்டுள்ளனர். பாசிச எதிர்ப்பு அரசியல் களனைத் தீவிரமாக ஆக்கிரமிக்காததால் இது நிகழ்கிறது. தலைமுறைகள் மாற்றம் பாசிச எதிர்ப்பை 'இயந்திரகதியிலான' மேற்கோளாக்கி விட்டது. எனவே பாசிசம் என்ற சொல் இழிவானது என்ற கருத்து நிலவினாலும் அத்துடன் தொடர்புடைய கருத்துகள் அந்த அளவு கீழானவையாக்க கருதப்படுவதில்லை. 1968 மாணவர் புரட்சிகள், பாசிச எதிர்ப்பை மேலும் பலவீனப்படுத்தின. மாணவத் தீவிரவாதிகள் தங்களது அதிகாரத்தை நியாயப்படுத்திக் கொள்ள, தங்கள் மூத்த தலைமுறையின் வெறுப்பு மனப்பான்மை மிக்க பாசிச எதிர்ப்பைக் கேலி செய்தனர். மாணவர்கள் எந்தவித கேள்வி நியாயத்திலும் உட்படாது, சமகால அரசாங்கங்களைப் பாசிஸ்டுகள் என்று விமரிசித்தனர். அந்தச் சொல்லின் பயன்பாடு முற்றிலுமாக நீர்த்துப்போனது.

வலதுசாரி அறிவுஜீவிகள் தீவிர தேசியவாதத்தை மறுவரையறை செய்ததனால், தீவிர வலதுசாரி அரசியலுக்கு மேலும் ஏற்புடைமை கிடைத்தது என்பது இரண்டாவது காரணம். அந்நிய எதிர்ப்பு மற்றும் சகிப்பற்ற தன்மையை முற்போக்கு ஜனநாயக மொழிச் சொல்லாடலாக இவர்களால் மாற்றமுடிந்தது. பிரெஞ்சு சிந்தனா வாதி அலெயின் தெ பெனோயிஸ்ட், மற்றும் 1970களில் உருவான 'புதிய வலதுசாரிகள்' இதில் முக்கிய பங்களிப்புச் செய்தனர். புதியவலதுசாரிகள், 1968 மாணவர் இயக்கத்துக்கான எதிர்வினை யைப் பிரதிநிதித்துவப்படுத்தினர். ஆனால், (பாசிசத்திற்கே உரிய முறையில்) மரபார்ந்த வலதுசாரி எழுச்சியை, குறிப்பிட்ட இடதுசாரி சிந்தனையாளர்களின் கருத்துகளோடு இணைத்துக் கொண்டனர்.

புதிய வலதுசாரிகள் முற்போக்கு ஜனநாயகத்தின் பொதுமை மதிப்பீடுகளைக் குறைவாக மதிப்பிட்டனர். அவர்களது வெளிப்

பாடுகள் புதிதாக இருக்கவில்லை. போருக்கு இடைப்பட்ட பாசிசத்திற்கு உற்சாகமூட்டிய போலி அறிவியல் தன்மையின் காலத்துக்கேற்ற கோலத்தைப் புரிந்துகொள்வதில் சிரமம் இல்லை. (தேசங்களுக்கு இடையேயான தவிர்க்கவியலாத போராட்டம், வல்லமைமிக்கது வளமாக வாழும் (survival of the fittest) என்ற கோட்பாடு, தனிமனிதர்களிடையே உள்ள சமத்துவமின்மை, இனத்தூய்மை போன்றவை தொடர்ந்து இயங்கின.) இவற்றுள் புத்தம்புதிய கருத்து 'சமஉரிமை' கோட்பாட்டைப் பயன்படுத்தி சிறுபான்மையினருக்கு எதிரான பாரபட்சங்களை நியாயப் படுத்தியதாகும். (அதைக்கூட தீவிர நாஜியான ஓட்டோ ஸ்ட்ராசர் மேற்கொண்டுள்ளார்). ஒரு தேசத்தின் குறிப்பிட்ட தனித்தன்மை யைப் பாதுகாக்க வேண்டுமானால், பெரும்பான்மையினரின் அடையாளத்துக்கு அச்சுறுத்தலாக இருக்கும் பிறரது உரிமை களைக் குறுக்கவேண்டும் என்பதே அவர்கள் வாதம். ஐரோப்பிய நாடுகளின் ஆன்மீகத் தனித்துவத்தைப் புதிய வலதுசாரிகள் மீண்டும் வலியுறுத்தினர். எனவே உலகமயமாக்கலுக்கு இட்டுச் செல்லும் அமெரிக்க முதலாளித்துவத்தையும் பன்முகக் கலாச் சாரத்தையும் எதிர்த்தனர். எனவே அதிதீவிர வலதுசாரிகள் தாங்கள் இனவாதிகள் என்பதை மறுக்க முடிந்தது. 'எல்லா நாடுகளும் சம உரிமையோடு வாழ்வதற்காக நாங்கள் போராடுகிறோம்' என்றனர். ஆனால் சிறுபான்மையினருக்கு எதிரான பாரபட்சங்களைப் போதித்தனர். 'நான் இனவாதி அல்ல, ஆனால் ... ' என்ற தன்மை யோடு தீவிர வலதுசாரியால் உறவுகொள்ள முடிந்தது. அத்தன்மை சமகாலச் சமூகத்தில் நீக்கமற நிறைந்துள்ள பண்பாகும்.

இந்தத் தீவிர தேசீயவாதம் பலனளிக்குமா என்பது உடனடி யாகத் தெரியவில்லை. புதிய வலதுசாரிச் சிந்தனை, சிறிய அளவிலான ஆனால் ஐரோப்பா முழுதும் பரவியுள்ள அறிவு ஜீவிக் குழுக்களையே ஈர்த்தது. 1983-84இல் பிரெஞ்சு தேசிய முன்னணி வெகுசன அரசியலுக்குள் நுழைந்த சூழல், பாசிசம் போருக்கு இடைப்பட்ட ஐரோப்பாவில் தழைத்தத் தன்மையை ஒத்ததாக இருந்தது. 1981இல், உலகந்தழுவிய பொருளாதார நெருக்கடிக்கு மத்தியில், பிரெஞ்சு சோஷலிஸ்டுகள் தலைமை யைக் கைப்பற்றினர். முதன்முறையாக இடதுசாரிப் பெரும் பான்மை கொண்ட அரசாங்கம் அமைக்கப்பட்டது. வலதுசாரிகள் போட்டா போட்டிமிக்க பிரிவுகளாகச் சிதறினர். அதிலிருந்து

இன்னமும் அவர்கள் மீளவில்லை. சில மரபுவாதிகள் முந்தைய வலதுசாரி அரசாங்கங்கள் தொழிற்சங்கங்களை ஆதரித்தது, முற்போக்கு ஒழுக்க மதிப்பீடுகளை (குறிப்பாகக் கருக் கலைப்பைச் சட்டரீதியாக்கியது) ஆதரித்தது ஆகியவற்றை விமர்சித்தனர். அத்துடன், பிரான்ஸில் அரசியல் இனவாத மரபொன்று ஏற்கனவே இருந்தது. போருக்குப்பின், அது வட ஆப்பிரிக்கர்களை நோக்கித் திரும்பியது. இத்தாலிய, ஸ்பெயின் இனத்தவரின் சந்ததியினர் மூலம் இந்த வெறுப்பை அரங் கேற்றினர். அவர்களே ஒருகாலத்தில் குடியேற்றத்துக்கு எதிரான உணர்வுகளால் பாதிக்கப்பட்டவர்கள்தான். 1963இல் கடுமை யான போருக்குப்பின் பிரான்ஸ் வடஆப்பிரிக்கப் பேரரசில் இருந்து பின்வாங்கியதன் நினைவுகள், இந்த இனவாதத்திற்குப் புத்துயிர் ஊட்டின. பிரெஞ்சு தேசியக்கட்சித் தலைவர் லா பென், வடஆப்பிரிக்கர்களை 'பிரெஞ்சு மண்ணில் முகாம் இட்டுள்ள அந்நியப் படை' என்று வர்ணிப்பதன் அதிர்வுகளை இந்தப் பின்னணியில் புரிந்துகொள்ள வேண்டும்.

முதலில், பிரெஞ்சு தேசிய கட்சியின் வாக்காளர் வங்கி, ஒப்பீட்டளவில் பூர்ஷ்வா, மூத்த தலைமுறையினர், கத்தோலிக்கர், மரபுவாதிகள் மற்றும் சோஷலிச எதிர்ப்பாளர்களாகவே இருந்தனர். எனவே கட்சித் திட்டம், இவர்களின் தேவைகளுக்கேற்ப சட்ட விதிகளை மீறல், திறந்த சந்தைக்கு மீண்டும் திரும்புதல் (இக்கால கட்டம் ரீகன், தாட்சர் ஆட்சிக்காலம்) ஆகியவையாக இருந்தன. 'அரபு இனம்' எதற்கும் பொருத்தமற்ற, நலத்திட்டங்கள் மூலம் வயிறு கழுவும் சின்னமாகக் கருதப்பட்டது. அதிருப்தியுற்ற பூர்ஷ்வா மரபுவாதிகள், சோஷலிச, பெண்ணிய வளர்ச்சி மற்றும் குடியேற்றத்திற்காக தமது தலைவர்களைப் பழிதூற்றி இக்கட்சியில் சேர்ந்தனர். தொடர்ந்து வந்த ஆண்டுகளில் பிரெஞ்சு தேசியக்கட்சி எல்லா வர்க்கத்தினரின் கட்சியாக மாறியது. அதுவும் இனம், தொழிலாளிவர்க்க, வேலையற்ற, கல்வி வாய்ப்புக் குறைவான, பெருநகரங்களின் தொழில் கேந்திரப் புறநகர்ப் பகுதிகளில் வசிக்கும் ஆண்களின் ஒரே கட்சியாக இது மாறிய விதம் சுவாரஸ்யமானது. 1995 ஜனாதிபதி தேர்தலில் 30% தொழிலாளர்கள் பிரெஞ்சு தேசியக்கட்சிக்கு வாக்களித்தது வியக்கத் தகுந்த விஷயம். சோஷலிஸ்டுகள், கம்யூனிஸ்டுகளுக்குக் கிடைத்த வாக்குகளைக் காட்டிலும் இது அதிகம். இக்கட்சியின்

தன்மைகளை ஐரோப்பாவின் பிற தீவிர வலதுசாரிக் கட்சிகளில் காணமுடியும்.

இது எவ்வாறு நிகழ்ந்தது? ஒரு காரணம், மேலைப் பொருளா தாரத்தில் தொழில்மயமாக்கல் நிறுத்தப்பட்டதால், தொழில்திறன் பெறாத இளைஞர்கள் பல ஆண்டுகளாக அனுபவித்த வேலை யின்மை எனலாம். பழைய தொழில்கள் மறைந்து போய், தொழில் திறன் அற்ற, தற்காலிகப் பணிகள் மட்டுமே அவ்விடத்தை நிரப்பின. அவை பெரும்பாலும் பெண்களால் நிரப்பப்பட்டன. வேறு காரணங்களால், ரஷ்யா மற்றும் முன்னாள் கிழக்கு ஜெர்மனியில் கனரகத் தொழில்களும் வேளாண்மையும் சீர் குலைந்தன. திறந்த சந்தை சீர்திருத்தங்களால் இந்நிலை ஏற்பட்டது. அப்பிரிவுகள் தீவிர வலதுசாரிகளை ஆதரித்தன. மேலைச் சமூகங்களில் வேலை என்பது இளைஞர்களின் அடை யாளம் மற்றும் அந்தஸ்தைக் குறிப்பது என்ற நிலை மாறிப் போனது. ஆனால், சமூக அழுத்தம் வெளிப்படையாக இருந்தது. நுகர்வுப் பொருட்கள் பாலியல் கவர்ச்சியோடு தொடர்புபடுத்தப் பட்டன. எனவே ஏழை இளைஞர்கள் புறந்தள்ளப்பட்ட உணர்வுடன் வாழ்ந்தனர். அவர்கள் செல்வந்தரை வெறுத்தனர்; பெண்கள் வேலைக்குச் செல்வது பிடிக்காமல் போனது. தனி முகாம்களாக இருந்த புறநகர்ப் பேட்டைகளில், வெள்ளை இளைஞர்கள் குடியேறிய இனத்தவரோடு மோதினர். குற்றம் செய்பவர்கள், 'தங்கள்' பெண்களைத் தாக்குபவர்கள் என அவர் களைப் பழி தூற்றினர். தேசிய - மக்கள் விருப்புவாத இனவாதம், பன்முகக் கலாச்சாரத்திற்கு எதிரான, ஒடுக்கப்பட்ட சிறுபான்மை இனத்தவரின் பாதுகாப்பாக உருமாற்றம் பெற்றபோது, இப்பகுதி இளைஞர்களை அது கவர்ந்தது. பாவம்! வெள்ளையர்கள் ஆதிக்க இனக்குழுவின் வசதிவாய்ப்புகளற்ற பிரிவினரல்லவா? எனவே காவல்துறை மற்றும் அச்சு ஊடகத்தில் அவர்களுக்குக் குடியேறிய இனத்தவரைவிடக் கூடுதல் பரிவு கிடைக்கவேண்டும். எப்படியிருந்தாலும் பார்வைகள்தான் இங்கு முக்கியம்! நகர்ப்புற முகாம்களின் ஏழைத் தொழிலாளர்கள் மட்டுமல்ல; வசதிமிக்க தொழிலாளர்கள்கூட இனவாத அரசியலை ஏற்றனர் என்பதற்கு எடுத்துக்காட்டாக ஸ்விட்சர்லாந்து, ஆஸ்திரியா, டென்மார்க் நாடுகளில் தேசிய மக்கள் விருப்புவாத அரசியலின் வளர்ச்சி யைக் கூறலாம். டென்மார்க்கில் பியா க்யார்ஸ்காட் 2001இல்

இருபத்திரண்டு இடங்கள் பிடித்தார். இஸ்லாமியப் படை யெடுப்பைக் கண்டனம் செய்ததால் இது நடந்தது. இத்தனைக்கும் டென்மார்க்கின் முஸ்லீம் மக்கள் தொகை ஐரோப்பாவில் வேறெங்கிலும் உள்ளதைவிட மிகக் குறைவாகும். ஏழ்மை என்ற காரணம் மட்டுமே, குடியேறிகளின் சிக்கலோடு சேர்ந்தால்கூட, தேசிய மக்கள் விருப்புவாதத்தின் வளர்ச்சியை விளக்க முடியாது.

1990களில் சோஷலிச, கம்யூனிச கட்சிகள் கிழக்கு மற்றும் மேற்கு ஐரோப்பாவில் தமது முந்தைய புரட்சிகரத் தீவிரத்தை இழந்தனர் என்பதும் மற்றுமொரு முக்கிய காரணமாகும். இடதுக்கும் வலதுக்குமான வேறுபாடுகள் குறுகின. எல்லாக் கட்சிகளுமே பொருளாதார மாற்றத்தினால் பலன் பெற்றவர் சார்பாகவே பேசின. தோற்றவர்களுக்குப் பிரதிநிதித்துவம் இல்லாமல் போனது. இடதுசாரிகள் தேர்தல் வெற்றியைத் தேடி வலதுசாரிகள் பக்கம் சாய்ந்தனர். மரபுவாதக் கட்சிகள் அந்நிய எதிர்ப்பை மேற்கொண்டு தம்மை இடதுசாரிகளில் இருந்து வேறு படுத்திக் கொண்டனர். தோற்றுவிடக்கூடாது என்ற அச்சத்தில், இடதுசாரியினர் வாக்காளர்களிடம் தாங்களும் குடியேறிகள் பால் பரிவுகாட்டப் போவதில்லை என உறுதியளிக்கின்றனர். குடியேற்ற எதிர்ப்புக் கொள்கைகள் பெருமதிப்புப் பெறுகின்றன. தீவிர வலதுசாரிகளின் தீவிர தேசியவாதம் பொருத்தமுடையதாகத் தோற்றம் பெறுகிறது.

தீவிர தேசியவாதம், தனித்தன்மை கொண்ட தேசியக் கலாச் சாரங்களை, 'உலகமயமாக்கலு'க்குஎதிராகப் பாதுகாப்பதாகக் காட்டிக்கொள்ளமுடியும். பொருளாதாரம் மேலும்மேலும் சர்வதேசியமயமாதல், குடியேற்றத்தின் வளர்ச்சி, நீக்கமற நிறைந்திருக்கும் கோக்கோகோலா, உழவர்களின் காப்புவரி நீக்கம் ஆகியவை நிலவும் சூழலில் இந்த வாதம் நன்கு எடுபடும். எவரெவருடைய சிரமங்களுக்கு உலகமயமாக்கலைக் காரணமாகக் கூறமுடியுமோ, அவர்களின் சார்பாக தீவிர வலதுசாரிகள் குரல் எழுப்புகின்றனர். கிளாஸ்கோ மற்றும் மாஸ்கோவில் தீவிர வலதுசாரிகள் மெக்டொனால்ட்ஸை எதிர்க்கின்றனர். குடியேறிய ஆப்கானியரைத் தாக்குகின்றனர். மேற்கு ஐரோப்பாவில் வலதுசாரிகள் ஐரோப்பிய யூனியனை உலகமயமாக்கத்தின் தரகு என விமரிசிக்கின்றனர். ஐரோப்பிய யூனியன் கிழக்கு ஐரோப்பிய புதிய ஜனநாயக நாடுகளை ஒன்றிணைத்தால், கிழக்கிலிருந்து

புதிய குடியேற்ற அலை ஏற்படுவதற்கான வாய்ப்பு உள்ளது என்பது இவர்களின் அச்சத்தை வலியுறுத்துகிறது.

உண்மையில், உலகமயமாக்கம் புதிதானதல்ல; எல்லா தேசிய அரசுகளும் முதலாளித்துவத்தின் சர்வதேசியமயமாக்கும் தன்மை களை எதிர்கொண்டே வந்துள்ளன. தொழில்நுட்ப மாற்றம், தொடர்புத் துறை வளர்ச்சி ஆகியவற்றை அனுபவிக்கின்றனர். அரசியல்வாதிகள் அவ்வப்போது உலகமயமாக்கல் பெயரைச் சொல்லித் தமது கொள்கைகளை நியாயப்படுத்துகின்றனர். ('குறைந்த கூலிக்கு ஒத்துக்கொள்ளுங்கள்; இல்லையெனில் நாம் சர்வதேசிய சந்தையில் போட்டியிட முடியாது; உங்கள் வேலை காலி!') பல்வேறு அரசியல் சார்பு கொண்ட இயக்கங்கள் உலகமய மாதலை எதிர்த்துள்ளன. தீவிர தேசியவாதிகள் என்ற வகையில், பாசிஸ்டுகளும் சேர்ந்துகொண்டனர். 1880களில் யூத ராத்ஸ்சைல்ட் வங்கியை, வலதுசாரிகள் ஒட்டுமொத்தமாக நகர்சார் பண முதலீட்டின் மந்திர சக்தியாகக் கருதினர். எனவே தேசிய வணிகத் திற்கும், நேர்மையான உள்நாட்டுத் தொழிலாளர்களுக்கும் ஆபத்து விளைவிக்கக் கூடியதாகக் கண்டனர். எனவே தேசிய மக்கள் விருப்புவாதத்தை உலகமயமாக்கலுக்கு எதிரான, 'இயல் பான' எதிர்வினையாகக் கருதமுடியாது. ஏன் இக்குறிப்பிட்ட காலத்தில் உலகமயமாக்கம் முக்கியமானதாகக் கருதப்படுகிறது என்ற வினாவை எழுப்பவேண்டும். மாறிவரும் அரசியல் பரப்பில், தொழில்மயமாதலில் பின்னடைவு, அமைப்புக்குள் ஊடுருவி யுள்ள வேலையின்மை, இன முரண்கள் ஆகிய சிக்கல்களோடு உலகமயமாதல் இடைமறிக்கிறது. புதிய வலதுசாரிகளுக்கு அது அரசியல்ரீதியாகப் பயனுள்ளதாக ஆகிறது. 'அடையாளம்' காத்தல் என்ற நோக்கம் புதிய-பாசிசவாதிகள் சமூகரீதியாகக் கலப்பு நிறைந்த கூட்டணிகளைத் திரட்ட உதவியாக உள்ளது. 1930களில் பாசிசத்திற்குக் கிடைத்த ஆதரவைவிட இது அதிகமாக உள்ளது.

தேசிய மக்கள் விருப்புவாதம் உருவான பின்னணி, போருக்கு இடைப்பட்ட சூழலில் பாசிசம் உருவான தன்மையிலிருந்து மாறுபட்டது என்பதால், அது பாசிஸ்ட் அல்ல என்று தள்ளிவிட முடியாது. பாசிசம் 'அங்கே இருக்கிறது' என்ற கருத்து இருக்கும் வரை, அதற்கான பயன்பாடு வெவ்வேறு சூழல்களில் தோன்றிடத் தான் செய்யும். எம்மாதிரிச் சூழலில் அது உருவாகும் என அறிவார்ந்த ஊகங்களை நம்மால் வைக்கமுடியும். ஆனால்

எந்தவிதமான சூழலில் அது மக்கள் இயக்கமாக மாறும் எனச் சோதிடம் சொல்ல முடியாது. நமது மையக் கேள்வியான, 'எந்தஅளவு தேசிய மக்கள் விருப்புவாதம் வரலாற்றிய பாசிசத்தை ஒத்ததாக உள்ளது?' என்பதற்கான பதிலைப் பெற, தீவிர வலதுசாரிகள் என்னென்ன சொல்கிறார்கள், செய்கிறார்கள் என்பதைப் பார்க்க வேண்டும்.

இத்தாலி: தேசிய மக்கள் விருப்புவாதத்திலிருந்து பின்–பாசிசம் வரை

இத்தாலிய சமூக இயக்கம் (MSI) தனது முதல் அரை நூற்றாண்டுக் காலம் வரை பாசிச மரபுடன் வந்த முரண்பாடுகளுக்குள் மோதித் தவித்தது. கார்ப்பரேடிசம், நிர்வாகத்தில் தொழிலாளர் பங்கேற்பு, முக்கிய தொழில்துறைகளைத் தேசியமயமாக்கல் போன்ற சமூகத்திட்டங்களைப் பாசிசத்தின் தீவிரப் பிரிவிலிருந்து எடுத்துக் கொண்டது. அரசியல் தளத்தில் அதன் திட்டம் மிதவாதம் சார்ந்த தாக இருந்தது. குடியரசுத் தலைவர் தலைமையிலான அமைப்புச் சட்டம் அமெரிக்க மாதிரியைப் பின்பற்றியது. இந்த எச்சரிகை உணர்வு சட்டத்திற்கு புறம்பான முறைகளை மேற்கொண்டால் ஒடுக்கப்படலாம் என்ற அச்சத்தின் காரணமாகவும் கட்சிக்குள் இருந்த மரபுவாதிகளின் தாக்கத்தாலும் ஏற்பட்டது. மரபு வாதிகள், இத்தாலிய சமூக இயக்கத்தின் பாசிச மரபை விட்டுக் கொடுக்காமலே தங்களது கூட்டால் வெற்றிபெற முடியும் என நம்பினர். பொதுவாக 'மிதவாதிகள்' தீவிரவாதிகளின் சவாலைப் புறந்தள்ளினர். ஏனெனில் கட்சி தேர்தல் களத்தில் தெற்கத்திய மரபுவாதிகளின் சந்ததியினர் மத்தியில்தான் ஆதரவு பெற்றி ருந்தது. அவர்கள்தான் அதிகாரத்திற்கு வந்ததும் முசோலினியை அண்டியவர்கள். 1960, 1970களில் அதிருப்தியுற்ற தீவிரவாதிகள் பிரிந்துபோய் பயங்கரவாதத்தைத் தூண்டும் பிரச்சாரத்தில் ஈடு பட்டனர். எந்தப்பிரிவு மேலாண்மை பெற்ற போதிலும், இத்தாலிய சமூக இயக்கத்தின் வாக்கு விகிதம் 9% அல்லது வழக்கமாக அதற்குக் குறைவானதாகவே இருந்தது.

இத்தாலிய சமூக இயக்கம் 1992 அக்டோபரில் அதன் 70வது ஆண்டு விழாவை ரோம் நோக்கிய பேரணி, ரோமானிய வணக்கம் மற்றும் பாடல்களோடு கொண்டாடியது. அந்த ஆண்டில் இயக் கத்தின் நிலைபாட்டில் அடிப்படை மாற்றம் ஒன்று நிகழ்ந்தது.

கம்யூனிசத்தின் வீழ்ச்சி அம்மாற்றத்தை முதலில் கிளப்பிவிட்டது. வலுவான இத்தாலிய கம்யூனிஸ்ட் கட்சி, தன்னை மிதவாத ஜனநாயக சோஷலிச இயக்கமாக மாற்றிக் கொண்டவுடன் தீவிர வலதுசாரிகளுக்கு முக்கிய எதிரி இல்லாமல் போயிற்று. இரண்டா வதாக, 1992இல் வடக்குப் படையணி உம்பர்தோ போஸி தலைமையில் தோன்றியது. இந்த இயக்கம் 'உற்பத்தி வலு'மிக்க வடக்கை 'ஆப்பிரிக்க' தெற்கிலிருந்து வென்றெடுத்துத் தன்னாட்சி பெறுவ தற்காக உருவாக்கப்பட்டது. அதனால் இத்தாலிய சமூக இயக்கத்துக்கு இத்தாலிய அரசோடு தொடர்பைக் கண்டுபிடிக்க ஏதுவாயிற்று. மூன்றாவதாக 1992-93இல், அதுவரை மேலாண்மை பெற்றிருந்த கிறிஸ்தவ ஜனநாயகவாதிகள் போலி விசாரணைகளின் பாதிப்பால் சரிந்தனர். பாசிச எதிர்ப்பு, அரசியல் ஏற்புடைமைக் கான உரைகல்லாக இருந்த நிலை மாறியது. தேர்தல் களம் வலது சாரிகள் பக்கமாக சாய்ந்தது; அதற்குள் இத்தாலிய சமூக இயக்கம் நுழைந்தது.

மிதவாதியான ஜியான் பிரான்கோ ஃபினி தீவிரவாதிகளிடம் இருந்து கட்சியை மீண்டும் கைப்பற்றினார். பாசிசத்தோடு நேரடித் தொடர்பு இல்லாத கட்சி அதிகாரிகளின் புதிய தலைமுறை மேலெழும்பியது. ஃபினி கொண்டு வந்த மாற்றங்கள், அதற்கு முன் மிதவாதக் கருத்துகள் கொண்டவரை ஈர்ப்பதற்காகச் செய்யப்பட்ட முந்தைய முயற்சிகளைவிட அடிப்படையானவை. கடந்த காலத்தில் பயனற்றவை எனத் தள்ளப்பட்ட எதிர்ப்ப மரபுகளோடு குறியீட்டு ரீதியான செயல்பாடுகள் மூலம் கைகோர்த்துக்கொண்டார். சர்வாதிகாரம் தூக்கியெறியப்பட்டது ஜனநாயகம் ஏற்றுக்கொள்ளப்பட்ட மதிப்பீடாக மாறியது. பாசிச இனச்சட்டங்கள் காலாவதியாகின. சீர்திருத்தம் பெற்ற இத்தாலிய சமூக இயக்கம், இதுவரை இத்தாலி கண்டிராத உணர்வுபூர்வ புரிதலோடு வலதுசாரி கத்தோலிக்க மரபுவாதக் கட்சியை அந்நாட்டிற்கு வழங்கியது. இதனைத் தெற்கத்திய மரபுவாதிகளின் வேர்கள் நோக்கிய மீள் பயணத்தைப் பிரதிநிதித்துவப்படுத்தியது என்றும் கூறமுடியும்.

1995இல் இத்தாலிய சமூக இயக்கம் தனது பெயரை அலயன்சா நாசினால்(எஎன்-AN) என மாற்றிக் கொண்டு, மேற்கூறிய மாற்றங் களை உறுதிப்படுத்தியது. அதற்கு ஓராண்டுக்கு முன்னர்தான் இத்தாலிய சமூக இயக்கம் 14% வாக்குகள் வென்று, ஊடக

சக்கரவர்த்தி சில்வியோ பெர்லூஸ்கோனியின் அரசாங்கத்தில் நுழைந்திருந்தது. போஸி, ஃபினி மோதுதலால் அரசு விரைவில் கவிழ்ந்தது. 2001இல் ஃபினி துணை பிரதம மந்திரியாக அரசில் நுழைந்தார். எஎன் 12% வாக்குகள் பெற்றிருந்தது.

எஎன் நிச்சயமாக பாசிசத்திற்கு கடன்பட்டுள்ளது. தங்களை 'பின் - பாசிஸ்ட்' என்று வர்ணித்ததன் மூலம் அதனை அறியலாம். கட்சிக்குள் தீவிரவாதப் பிரிவு இன்னமும் இருக்கிறது. உதைபந்து குண்டர் மரபு முரட்டு அரசியலுக்குப் பரிவு காட்டும் குழுவாக அது இயங்குகிறது. பாசிஸ்டுகள் எல்லா இடங்களிலும் செய்வது போலவே இடது மற்றும் வலதுசாரிப் புரட்சியாளர்களைத் தங்கள் கொள்கைகளுக்கு எழுச்சியூட்டியவர்களாக மேற்கோள் காட்டுகின்றனர். கம்யூனிஸ்டான அந்தோனியோ கிராம்ஷியும் ஹம்லரின் இத்தாலிய வடிவமான ஜூலியஸ் இவோலாவையும் எடுத்தாண்டனர். இவர்களிருவரையும் புதிய பிரெஞ்சு வலது சாரிகளும் மேற்கோள்காட்டினர். புதிய வலதுசாரிகளை அடி யொற்றி, எஎன் இனங்களுக்கிடையே சமத்துவமின்மை இல்லை என ஏற்றுக்கொண்டது. ஆனால் குடியேற்றத்தைத் தேசிய அடையாளத்திற்கான அச்சுறுத்தலாகக் கண்டது. 2001இல் 'மார்க்சிய சார்பு' பள்ளிப் பாடநூல்களில் இருப்பதைக் களைய வேண்டும் என்ற திட்டம் மூலம், பாசிசத் தணிக்கைமுறை குறித்த அச்சத்தை ஃபினி மீண்டும் உருவாக்கினார். (முசோலினி யின் போரினைத் திரித்துக் கூறியது அத்தகு குற்றங்களில் ஒன்று). எஎன் தனது பாசிச ஊழியர்களின் குரலைக் கட்சிக்குள் எழாதவாறு செய்து, பாசிசத்தை விமரிசனத்திற்கு ஆட்படுத் தாமலே 'தாண்டி விட்டது' என்று சொல்லப்படுகிறது.

எஎன் அமைப்பைப் பாசிஸ்ட் என நிறுவுவதற்கு வரையறை யை மிகவும் விரிக்க வேண்டும். பிறகு பிற்போக்கு மரபுவாதத் திற்கும் பாசிசத்துக்குமான வேறுபாடு புலனாகாமல் போய் விடும். பாசிசத்திற்கும் பிற்போக்குச் சர்வாதிகாரத்துக்குமான வித்தியாசமும் தெரியாது போகும். சொல்லப்போனால், பெர்லுஸ்கோனி கூட்டணியின் மிகத்தீவிர பிரதிநிதி உம்பர்தோ போஸி. அவர் குடியேற்றம் குறித்து நீங்காத கவலை கொண்டவர். ஐரோப்பிய யூனியன் குழந்தைப் பாலுறவாளர்களால் நடத்தப்படு வதாக நம்புபவர். ஃபினியின் சட்ட ஒழுங்கு திட்டம், குடியேற்ற

எதிர்ப்பு, ஐரோப்பிய யூனியன் எதிர்ப்பு அரசியல் பெர்லுஸ்கோனி யின் அரசியலைவிட கடுமையானதாக இருக்கவில்லை.

பிரெஞ்சு தேசிய முன்னணி

இது (French National Front - FN) வேறுகுளத்து மீன். குடியேற்றப் பிரச்சனையைத் தேர்தல் பிரச்சனையாக்க விரும்பிப் பல அமைப்புகளை ஒரே குடைக்குக் கீழ் கொண்டுவந்த கூட்டணி யாக 1972இல் உருவாக்கப்பட்டது. அவர்களது தலைவராக மூான்-மாரி லா பென் தேர்ந்தெடுக்கப்பட்டார். உறுதியான பாசிஸ்டுகளுக்கு அவரது கருத்துகள் மிகவும் பிற்போக்கானதாகக் கூட தோன்றியிருக்கலாம். ஆனால், அவரது நிதானத்தினால் பிரெஞ்சு தேசிய முன்னணி வெகுசனக் கட்சியாக மாறமுடிய வில்லை. 1983இல் இக்கட்சி ட்ரூக்ஸ் நகர நகரசபைத் தேர்தலில் 17% வாக்குகள் வென்றது. 1990களின் மத்தியில் இம்முன்னணி 15%க்கு மேல் தேசிய தேர்தலில் பெற முடிந்தது. முக்கியமான நகரசபை ஆட்சிகள் சிலவற்றைக் கைப்பற்றி இருந்தது. 1999இல் லா பென்னுக்கும் அவரது வாரிசு ப்ரூனோ மெக்ரேயுக்கும் இடையில் பிளவு ஏற்பட்ட போது, பிரெஞ்சு தேசிய முன்னணி ஓய்ந்துவிடும் என பல நோக்கர்கள் ஆரூடம் சொன்னார்கள். ஆனால் லா பென் பிரெஞ்சு தேசிய முன்னணியின் பெயரை விடவில்லை. 2001 நகரசபைத் தேர்தலில் மெக்ரேயைவிடத் தான் பலமடங்கு முன்னேறி இருப்பதை நிரூபித்தார். ஏப்ரல் 2002 குடியரசுத் தலைவர் தேர்தலில், லா பென் 1995இல் பெற்றதை விட ஓரளவு அதிகமான வாக்குகள் பெற்றார். மெக்ரேயின் வாக்குகளும் சேர்ந்து தீவிர வலதுசாரிகள் வாக்குகளை 20%க்கு குறையாமல் இருக்குமாறு செய்தது. இடதுசாரிகளுக்குள் இருந்த பிரிவுகளினால், லா பென் குடியரசுத் தலைவர் ஜாக் சிராக்குக்கு அடுத்த நிலையை அடைந்தார். இறுதிகட்ட வாக்குப் போட்டியில் அவரை எதிர்கொள்ளும் உரிமை பெற்றார்.

பிரெஞ்சு தேசிய முன்னணி எந்த மாதிரியான இயக்கம்? இத்தாலிய எஎன் போல, பிரெஞ்சு தேசிய முன்னணி தீவிர வலது சாரித்துவத்தை, 'நடுநிலை'க் கருத்துடையவர்கள் ஏற்பதற்கான முயற்சிகள் மேற்கொண்டது. அவ்வளவுதான். அதற்குமேல் இரண்டிற்கும் எந்த ஒப்புமையும் இல்லை. ஃபினி பாசிச எதிர்ப்பாளர்களோடு சமரசம் செய்துகொண்டதாகப் பாசாங்கு

செய்தார். ஆனால், லா பென் யூத இன ஒழிப்புக் குறித்த 'மாற்றுக்' கருத்தோடு ஒத்துப்போகிறாரோ என்பதான சந்தேகங்களைக் கிளப்பினார். (இப்போக்கினர், யூத இன ஒழிப்பு என்ற ஒன்று நடக்கவே இல்லை என்பவர்கள்!) புதிய வலதுகள் போல பிரெஞ்சு தேசிய முன்னணி இனவாதத்தை மறுத்தது; ஆனால் தேசிய அடையாளம் என்ற பெயரில் குடியேறியவர்களை மீண்டும் திருப்பி அனுப்ப வேண்டும் என்ற வேண்டுகோளை முன்வைத்தது. அதன் சமூகக் கொள்கை 'தேசியத் தெரிவை' அடிப்படையாகக் கொண்டது. அதாவது வீட்டுவசதி, நலத்திட்ட உதவி, கல்வி ஆகிய எல்லாவற்றிலும் பிரெஞ்சு மக்களுக்கு முன்னுரிமை தரவேண்டும். இவையெல்லாம் பாசிசத்தை நினைவு படுத்துகின்றன.

முன்னணியின் பொருளாதாரக்கொள்கையை ஆராய்வது மிகவும் சிரமம். 1980களில் பிரெஞ்சு தேசிய முன்னணி திறந்த சந்தைக் கொள்கையை ஆதரித்தது. பாசிசம் கார்ப்பரேடிசத்தையும் சந்தை விதிகளையும் மட்டுமே முன்வைத்தது. பிரெஞ்சு தேசிய முன்னணியை பாசிஸ்டு அமைப்பாகக் காண்பவர்கள், முசோலினி ஆட்சிக்கு வந்த முதல் சில ஆண்டுகளில் திறந்த சந்தையை ஆதரித்ததைச் சுட்டிக்காட்டலாம். ஆனால், மரபுவாதிகளுடனான சமரசத்தின் விளைவாகவும், அந்த ஆட்சி பாசிஸ்டாக மாறுவதற்கு முன்னதான கட்டமாகவும் இதனைக் காணலாம். திறந்த சந்தை யை ஏற்றுக்கொள்ளுதல், பாசிசத்தைப் பெருமளவு நீர்த்துப்போக வைப்பதன் குறியீடு. இக்கொள்கை தொழிற்சங்கங்களை ஒடுக் கலாம். ஆனால் பொருளாதார முன்னேற்றத்தைத் தேசியத்தை விட மேலானதாக வைப்பதாக அர்த்தப்படும்; கூடவே பிற விளைவுகளும் பின்தொடரும். திறந்த சந்தைப் பொருளாதாரம் மேலாண்மை பெற்றிருந்த சமயம் வரை பிரெஞ்சு தேசிய முன்னணி உண்மையான பாசிஸ்டு அமைப்பாக ஆகமுடியாது. ஆனால், பிரெஞ்சு தேசிய முன்னணி 1990களில் காப்பரேடிச அரசியலை மேற்கொண்டது.

பிரெஞ்சு தேசிய முன்னணியின் இயல்பு குறித்த இன்னொரு சிக்கலும் உள்ளது. வரலாற்றியல் பாசிசம்போல, பிரெஞ்சு தேசிய முன்னணி ஜனநாயகத்தை எதிர்க்கவில்லை. மாறாக, இவ்வியக்கத்தின் அறிவிக்கப்பட்ட நோக்கம் மக்களின் ஆட்சியை வாக்கெடுப்பு மூலம் நிறுவுவது மற்றும் பாராளுமன்ற உரிமை

களை மீட்டெடுப்பது ஆகியவையாகும். (பிரான்ஸில், ஐந்தாவது குடியரசுத் திட்டப்படி உண்மையான அதிகாரம் நிர்வாகத்தின் கையில் உள்ளது.) இச்சீர்திருத்தங்கள் மூலம் தேர்ந்தெடுக்கப் படாத தொழில்நுட்பவாதிகள், நிர்வாக அரசியல் வாதிகளின் பிடியில் இருந்த அதிகாரத்தை விடுவிக்கலாம் எனப்பட்டது. மக்களின் உண்மையான விருப்பங்களை - குடியேற்றம், தூக்கு தண்டனை, 'தேசிய முன்னுரிமை' போன்றவை குறித்தவை – கேட்க வைப்பதற்கான வழியாக இது கருதப்பட்டது. இத் திட்டத்தை ஒருவகையான ஜனநாயகம் எனக் கருதலாம். ஜனநாயகம் என்பது பெரும்பான்மையினரின் விருப்பத்தை நிறைவேற்றுவது என்று நிலவும் பொதுவான கருத்துப்படி, இது ஜனநாயகம்தான்! பிரெஞ்சு தேசிய முன்னணியின் ஜனநாயகக் கருத்தாக்கம், அதன் இனவெறித் திட்டத்திலிருந்து பிரிக்க முடியாத அம்சமாகும். அதிகாரத்திற்கு வந்ததும் இத்திட்டத்தின் வரையறைப்படி வாக்கெடுப்பில் வெற்றிபெறலாம் என நம்பியது. வரலாற்றிய பாசிஸ்டுகள் போல் தேர்தல் போட்டிக்கு முடிவு கட்ட பிரெஞ்சு தேசிய முன்னணி நினைக்கவில்லை. நிரந்தர சர்வாதிகாரம் நிறுவவேண்டும் என்ற எண்ணம் இருப்பதற்கான சாட்சியமும் எதுவுமில்லை.

லா பென் கட்சி, வன்முறை மூலம் அதிகாரத்தை அடைய முயலவும் இல்லை. ஹிட்லர், முசோலினிபோல பிரெஞ்சு தேசிய முன்னணி சட்ட ரீதியாக அதிகாரம் பெற விரும்புகிறது என்ற கருத்து, அந்த சர்வாதிகாரிகள் சட்டபூர்வமாக அதிகாரத்தை அடைந்தார்கள் என்ற தவறான ஊகத்திலிருந்து எழுவது. அவர்கள் அப்படிச் செய்யவில்லை. அவர்கள் வெளிப்படையாக முற்போக்கு ஜனநாயகத்தை எதிர்த்தனர். இணை இராணுவ இயக்கங் களைப் பயன்படுத்தி மரபுவாதிகளைக் கட்டாயப்படுத்தினர். பாசிசத்தோடு முழு ஒப்புதல் இல்லாவிட்டிலும் கூட்டணியை ஏற்குமாறு வலியுறுத்தினர். 1922 நவம்பர் 16 அன்று முசோலினி செய்த பாராளுமன்ற உரை, பாசிஸ்டுகளின் சமரசம் மற்றும் அச்சுறுத்தல் கலந்த தொனிக்கு நல்ல எடுத்துக்காட்டு.

வரலாற்றிய பாசிஸ்டுகள் போல், பிரெஞ்சு தேசிய முன்னணி தனக்கென பெரும் இணை இராணுவப் பிரிவை அமைத்துக் கொள்ளவில்லை. கட்சிக்குள் அத்தகைய இயக்கத்தை உருவாக்கும் விருப்பம் கொண்டவர்கள் இருக்கத்தான் செய்கிறார்கள். பிரெஞ்சு

தேசிய முன்னணிக்குள் பல முரடர்கள் மற்றும் வன்முறைக்குத் தயாராக உள்ளவர்கள் இருக்கிறார்கள். ஆனால் பிரெஞ்சு தேசிய முன்னணியின் பெரும்பான்மைக் கருத்து கட்சியை இராணுவமய மாக்கப்பட்ட, ஒருகட்சி அரசாகக் கருதுவதற்கான அறிகுறி எதுவும் இல்லை. தேசிய மக்கள் விருப்புவாதம், நவீன சமூகத்தில் இவை சாத்தியமல்ல எனப் புரிந்துகொண்டு, வேறு வழிமுறைகள் மூலம் அதே நோக்கங்களை அடைய நினைப்பதாகச் சிலர் வாதிடலாம். ஆனால், இணை இராணுவம் பாசிசத்தின் இரண்டாம் பட்ச கூறு அல்ல. அதை வேண்டாமென ஒதுக்கியது சிறிய விஷய மல்ல. ஹிட்லர், முசோலினியின் அதிகாரம் அவர்களது ஆயுதம் தாங்கிய வீரர்கள் கொடுத்த அழுத்தத்தில் தான் தங்கியிருந்தது என்பது அவ்வாட்சிகளின் வரலாற்றின் மிகமிக முக்கிய அம்சம். முசோலினியின் கருப்புச் சட்டை அணியினரும் ஹிட்லரின் எஸ்எ, எஸ்எஸ்'ம் நிர்வாக சேவை, காவல் மற்றும் இராணு வத்தின் சில பணிகளை ஏற்காமல் இருந்திருந்தால் பாசிசத்தின் வரலாறு தலைகீழாக மாறியிருக்கும் அல்லவா? தீவிர பாசிஸ்டுகள் தங்கள் நோக்கங்களை முழுமையாக அடைய முடியாமல் போயிருக்கலாம். ஆனால் இந்த அம்சங்களை இரண்டாம் பட்சமாகக் கருதினால், போருக்கு இடைப்பட்ட ஐரோப்பாவின் பாசிசம் குறித்து எந்த விதத்திலும் புரிந்துகொள்ள முடியாது.

பிரெஞ்சு தேசிய முன்னணி பாசிசத்தை ஏற்கக்கூடியதாக மாற்றும் எண்ணத்தோடு தொடங்கப்பட்டிருக்கலாம். ஆனால், சர்வாதிகாரம், ஒரு கட்சி ஆட்சி, இணை இராணுவப்பிரிவு ஆகியவற்றை உதிர்த்ததன் மூலம், அது வேறுவகை இயக்கமாகி விட்டது. என்னைப் பொறுத்தவரை இவ்வமைப்பு இனவாத தேசிய மக்கள் விருப்புவாதத்தின் பிரதிநிதி. ஊழல் நிறைந்த நிர்வாகத்தைத் தாண்டி, முற்போக்கல்லாத, ஒதுக்கிவைக்கும் கொள்கையை அமுல்படுத்த மக்களை நேரடியாக அணுக முயல்கிறது.

ரஷ்யாவில் தீவிர வலதுசாரிகள்

கருப்பு நூற்றுவரின்(Black Hundreds) தொண்ணூறு ஆண்டுகள் கழித்து, ரஷ்யாவில் தீவிர வலதுசாரிகள் மீண்டும் எழுந்ததில் வியப்பேதும் இல்லை. இந்த நாட்டில் இடதுசாரி சக்திகள் குலைந்துவிட்டன; போரிஸ் எல்ஸ்சினின் முற்போக்கு ஜனநாயக

பொருளாதார சீர்திருத்தங்கள் பெரும் அதிருப்தியைக் கிளப்பின. அதோடு ரஷ்யா தனது பேரரசை இழந்தது; ஆப்கானிஸ்தானில் கேலிக்குள்ளானது; மேலைநாடுகளின் கருணையை நம்பி இருப்பது போன்ற தோற்றம் ஏற்பட்டது. போருக்கு இடைப்பட்ட ஜெர்மானியர், இத்தாலியரைப் போலவே அண்டைய குடியரசு களில் வாழ்ந்த தமது தேசிய இனத்தவரின் விதியைக் கண்டு நொந்தது.

1993 டிசம்பரில் விளாடிமீர் ஷ்ரினோவ்ஸ்கியின் முற்போக்கு ஜனநாயக கட்சி என்று அபத்தமான பெயர் கொண்ட கட்சி டூமா (பாராளுமன்றம்) தேர்தலில் கட்சி முன்னுரிமை வாக்குகளில் 25% வென்றது. அவர் பகட்டுப் பேர்வழி; கொஞ்சம் வித்தை காட்டுவர்; கொஞ்சம் கற்பனாவாதி; கொஞ்சம் தீவிரதேசியவாதி. அவரது பாணி அப்பட்டமான பாசிச, ஆணிய வெறியருடையது. வாக்குப் போடும் போது வெளிநாட்டுப் பத்திரிகையாளருக்கு அவர் கொடுத்த செய்தி, 'அரசியல் ஆண்மையற்ற தன்மை முடிவுக்கு வந்துவிட்டது. இன்றைக்குப் புணர்ச்சிப் பரவசத்தின் தொடக்கம். எல்லா மக்களும் அடுத்த ஆண்டின் (குடியரசுத் தலைவர் தேர்தல்) பரவசநிலையை உணர்வார்கள் என உறுதி அளிக்கிறேன்' என்பதாகும். அவரது செய்தி மிக எளிமையானது. ரஷ்ய மக்களின் ரஷ்ய உணர்வில் நம்பிக்கை வைத்து, அவர் ரஷ்யாவை அதன் முழந்தாளிட்ட நிலையில் இருந்து உயர்த்துவார். ரஷ்யப் பேரரசை மீட்டளிக்க உறுதியளித்தார். அந்நியரையும் யூதர்களையும் தாக்கினார்.

எதிர்பார்ப்புக்கு மாறாக 1993ஆம் ஆண்டு ஷ்ரினாவ்ஸ்கியின் முடிவுக்காலத்தின் தொடக்கமாயிற்று. தொடர்ந்து வந்த தேர்தல் களில் அவரது வாக்குகள் இரட்டை எண்களைக் கூட எட்ட வில்லை. அதற்கான காரணம் தெளிவானது. பிற கட்சிகள் அவரது கொள்கைகளைக் கையிலெடுத்தன. அவற்றுள் மிக சுவாரசிய மான கட்சி மறுசீரமைக்கப்பட்ட ரஷ்யன் கம்யூனிஸ்ட் கட்சி. கென்னடி ஸ்யுகனேவின் தலைமையில் அது தீவிர தேசியவாத இயக்கமாக மீள் கண்டுபிடிப்புச் செய்யப்பட்டது. அவர் கம்யூனிச வரலாற்றை முழுமையாக நிராகரிக்கவில்லை. ஏனெனில் சோவியத் கம்யூனிசம் எப்போதுமே பணக்காரர்களை வெறுக்கும் தேசிய மக்கள் விருப்புவாதத்தை உள்ளடக்கி இருந்தது. ஸ்யுகனேவ் லெனின், ஸ்டாலினைப் போற்றினார். முறையே உள்நாட்டுப்

போர், அந்நியப் படையெடுப்பிலிருந்து ரஷ்ய அரசைப் பாது காத்ததைப் பாராட்டினார். மேற்குலகிற்கு எதிரான புதிய போராட்டத்தைத் தொடங்க அறைகூவல் விடுத்தார். மார்க்சியத்தை தூக்கிப்போட்டுவிட்டு ஆன்மிக தேசியத்தைக் கொண்டு வந்தார். மேற்குலகப் பொருளாதாரவாதத்திற்கு நிறைய சலுகைகள் வழங்கியதாக கம்யூனிசம் விமரிசிக்கப்பட்டது. ரஷ்ய வரலாற்றின் உருவமாக புராதன தேவாலயம் சிம்மாசனம் ஏறியது. கோர்பசேவ், யெல்ட்சின் போன்ற அந்நியரால் கட்டுப்படுத்தப்படும் குண்டுப் பூனைகளுக்கு எதிராக, ரஷ்ய மக்கள், உண்மையான கட்சி ஊழியர்கள் சார்பாகத் தான் பேசுவதாகக் குறிப்பிட்டார். 'குருதி, பண்பாடு, உளவியல் அனைத்திலும் தான் ஒரு ரஷ்யன்' என அறிவித்துக்கொண்டார்; ஒரு பெண்ணோடு எப்போதும் கனதியான உரையாடலை நடத்தியதில்லை என்று டம்பம் அடித்துக்கொண்டார். மொத்தத்தில் ஸ்யுகனேவ் தேசியவாதத்தையும் கம்யூனிசத்தையும் சமரசப்படுத்தினார்.

இதைத் தேசிய சோஷலிசம் எனக்கூறத் துணியலாமா? சொல்லலாம்தான். பாசிசத்தை ஒத்த பல தன்மைகள் இதில் நிச்சயம் உள்ளன. அதிலும் இன்னமும் வலுவோடு இருந்த கம்யூனிஸ்ட் கட்சி நாட்டின் அரசாங்கத்தில் தனது பங்கை மீட்க விரும்புகிறதா என்பது நிச்சயமாகத் தெரியாமல் இருந்தது. ஆனால், ரஷ்யாவில் வெளிப்படையாகச் சர்வாதிகாரத்தை மீண்டும் கொண்டுவரும் பேச்சுக்கே இடமில்லை. எனவே லா பென்னைப் போலவே ஸ்யுகனேவும் சந்தைப் பொருளாதாரம், ஜனநாயகம் ஆகியவற்றிலிருந்து முழுமையாகத் தன்னை வெட்டிக்கொள்ள விரும்பவில்லை. பல கட்சி முறையைத் தக்க வைத்துக்கொண்டு, பாராளுமன்றத்தின் அதிகாரத்தை அதிகரிக்க விரும்பினார். (எப்படியும் அதில் தேசிய கம்யூனிஸ்டுகள் வலுவாக இருந்தனர்.)

டிசம்பர் 1995இல் தேசிய கம்யூனிஸ்டுகள் பாராளுமன்ற தேர்தலில் வென்றனர். (ரஷ்யாவின் குழப்பமான அரசியல் அமைப்பில் இயன்ற அளவு வெற்றி அது.) ஆனால், அடுத்த ஆண்டு குடியரசுத் தலைவர் தேர்தலில் எல்ட்ஸ்சினைத் தோற் கடிக்க முடியவில்லை. ஷ்ரினோவ்ஸ்கியை இவர்கள் ஒதுக்கியது போலவே, விளாடிமீர் புதின் தேசிய கம்யூனிஸ்டுகளைக்கூட இருந்தே ஏமாற்றிவிட்டு 1999இல் பிரதமமந்திரியானார். 2000இல்

ஜனாதிபதியானார். முன்பின் தெரியாத புதின், செக் இனப் பிரிவினைவாதிகளுக்கு எதிரான போர் மூலம், செயல்திறன் மிக்க வராகக் காட்டிக் கொண்டு பலத்த புகழ்பெற்றார். ஜுடோவில் கருப்புப்பட்டி பெற்ற இவர் அரசாங்கரீதியான பயணமாக ஜப்பான் சென்றபோது, ஒரு காட்சி விளக்கப் பந்தயத்தில் காலர், டை, கோட்டோடு தரையில் வீழ்த்தப்பட்டார்.

புதின் தன்னைச் 'ஜனநாயகவாதி - ரஷ்ய ஜனநாயகவாதி' என வர்ணித்துக் கொள்கிறார். அவர் பாசிஸ்ட் அல்ல. ஆனால், அவரது வெற்றி ரஷ்யாவில் நிலவும் 'அவர்களுக்கு எதிராக நாங்கள்' என்ற அரசியல் மக்கள் விருப்புவாதமாகப் பரவியுள்ளது என்பதற்கான நிரூபணம். கம்யூனிசத்தோடு கடிவாளம் போடப்பட்டிருந்த இந்த அரசியல், இப்போது தீவிரதேசியவாதத்தின் கையில் உள்ளது.

அமெரிக்காவில் வலதுசாரிகள்

வேரூன்றிய மக்கள் விருப்புவாதம் (Populism), வலதுசாரியாக மாறக்கூடிய மற்றொரு நாடு அமெரிக்கா. இரு முக்கிய கட்சி களிலும் இருந்த அதிருப்தியாளர்கள் மத்தியில் தீவிரவலது சாரிகளின் தொடக்கம் இருந்தது. சிவில் உரிமைச்சட்டங்ளை 1960களில் அமுல்படுத்திய ஜனநாயக நிர்வாகத்தின் பங்கை, தென்பகுதி வெள்ளை ஜனநாயகவாதிகள் விரும்பவில்லை. இக்காலத்தில் கேகேகே (KKK) மீண்டும் பரவியது. சில உறுப்பினர்கள் 1968 குடியரசுத் தலைவர் தேர்தலில் ஜனநாயக வாதத்திலிருந்து பிரிந்த இனவாதி ஜார்ஜ் வாலசை ஆதரித்தனர். அதிருப்தியுற்ற தென்பகுதி வாக்காளர்கள் 1980களில் ரீகனின் குடியரசுக்கட்சிக்கு மாறினார். 1950களிலிருந்தே குடியரசுக் கட்சிக்குள் இருந்த வலதுசாரிகள், தங்கள் கட்சி நிர்வாகத்தை விமரிசித்து வந்துள்ளனர். புதிய ஒப்பந்தத்தின் அடிப்படையில் பொருளாதார திட்டங்கள் மூலம் இடையீடு செய்வதில் தோல்வி மற்றும் சர்வதேசிய கம்யூனிசம் குறித்த பரிவு போன்றவைக்காக அக்கட்சிக்குள் விமரிசனங்கள் எழுந்தன. (சிலர் ஜனாதிபதி ஐசன்ஹோவர் கம்யூனிசப் பாவை என்று கருதினர்). 1960களின் பிற்பகுதி மற்றும் '70களின் முற்பகுதியில் குடியரசுக்கட்சியின் தீவிர வலதுசாரிப் பிரிவு ஜனாதிபதி நிக்சனின் குறுக்கீட்டுப் பொருளாதாரத் திட்டங்களைக் கண்டனம் செய்தது. 1970களில் இந்த வலதுசாரிகள் கிறிஸ்தவ அடிப்படைவாத இயக்கத்தோடு

கலந்தனர். குடும்பம், கிறிஸ்தவப் பள்ளிகள் ஆகியவை அரசின் தாக்குதலுக்கு ஆளாகியிருப்பதாகக் கருதியது. வலதுசாரிகளின் இம்மூன்று பிரிவினருக்குள் சில ஒவ்வாமைகள் இருந்தன. பொருளாதார முற்போக்காளர்களுக்கு, வெள்ளை வாக்காளர்களுக்காக அதிகம் செலவு செய்யும் தெற்கத்தியர்களின் இயல்பு அறவே பிடிக்கவில்லை. இருந்தாலும் பிற இரு தன்மைகளும் முன்னதிலிருந்து சில அம்சங்களைக் கடன்வாங்கிக் கொண்டு, ரொனால்ட் ரீகன் குடியரசுத் தலைவராக இருந்த காலத்தில் பெரும் இடம்வகித்தன.

எதிர்பார்த்தது போலவே, ரீகன் தனது தீவிர ஆதரவாளர்களைத் திருப்திப்படுத்தவில்லை. கருக்கலைப்புத் தடைசெய்யப்படவில்லை. பள்ளிகளில் கடவுள் வணக்கம் அறிமுகப்படுத்தப்படவில்லை. கோர்பசேவுடன் நடத்த விரும்பிய பேச்சுவார்த்தையை சிலர் விரும்பவில்லை. அவருக்கு அடுத்து ஜனாதிபதியான ஜார்ஜ் புஷ் வரிகளைக் கூட்டி அதிருப்தியை இன்னும் மோசமாக்கினார். இன்னும் வேகமான வலதுசாரித் தீவிரவாதம் தலைதூக்கத் தொடங்கியது. 1988இல் குடியரசுக் கட்சியின் தேர்தல் வேட்பாளரான பேட் ராபர்சன் (Pat Robertson) தொடங்கிய பிரச்சாரம் அதனை தீவிரப்படுத்தியது. நியூயிட் கிரிங்ரிச்சின் (Newt Gringrich) 1994 'அமெரிக்காவுடன் ஒப்பந்தம்' என்ற பிரச்சாரம், மற்றும் 1992, 1996இல் பேட் புச்சனன் (Pat Buchanan) கட்சி வேட்பாளராகச் செய்த தேர்தல் பிரச்சாரங்கள் ஆகியவை மூலம் தீவிர வலதுசாரித்துவம் குடியரசுக் கட்சிக்குள் தங்கியிருந்தது. விரைவில் நம்பிக்கையும் ஏமாற்றமும் நிறைந்த வட்டச்சுழற்சி நுழைந்தது. அதிருப்தி வலதுசாரிகளைத் தாண்டி வெளியிலும் பரவியது. புச்சனன் சீர்திருத்தக் கட்சி வேட்பாளராக 2000ஆம் ஆண்டில் குடியரசுத் தலைவர் தேர்தலில் நின்றார். அவர் எல்லா மரபுசார் வலதுசாரி சிந்தனைகளையும் ஆதரித்தார். கருக்கலைப்புக்கு எதிர்ப்பு, பள்ளிகளில் இறை வணக்கம், பெண்ணிய உரிமை, ஓரினபுணர்ச்சியாளர் உரிமை மறுப்பு ஆகியவை அவற்றுள் சில. உலக விவகாரங்களில் அமெரிக்கா சிக்கிக்கொள்வதை எதிர்க்கும் பழைய வலதுசாரிக் குரலை மீண்டும் கொண்டுவந்தார். புஷ் அறிவித்த 'புதிய உலக அமைப்பு' பெருங்கழகங்கள் மற்றும் உலகமயமாக்கல் சார்பாளர்களின் வளர்ச்சியை முன்னிறுத்தி அமெரிக்கத் தேவைகளை ஏமாற்றுகிறதென விமரிசித்தார். திறந்த சந்தையை

ஆதரிக்கும் அரசாங்கங்கள் அமெரிக்கத் தொழிலாளர்களின் விருப் பங்களைப் புறக்கணிப்பதாகக் குற்றம் சாட்டினார். புச்சனனின் பிரச்சாரம் ஐரோப்பிய தேசிய மக்கள்விருப்புவாத இயக்கங் களோடு பல ஒப்புமைகளைக் கொண்டிருந்தது. 1996இல் குடியரசுக் கட்சி முன்னணியின் மத்தியில் 21% வாக்குப் பெற்றார்.

1933 பிப்ரவரியில் உளவுப் படையினர் (FBI) வாக்கோ டெக்சாஸில் ஒரு மதப்பிரிவின் தலைமையகத்தில் நடத்திய தாக்குதலில் 76 பேர் இறந்தனர். அதையொட்டி நாட்டுப்பற்றாளர் இயக்கம் (Patriot Movement) என்ற புதிய இராணுவம் தாங்கிய இயக்கம் தோன்றியது. அதனை ஐரோப்பிய அனுபவத்தோடு பரிசீலித்து ஒப்பிடும்போது சிக்கல் இன்னமும் நம்பமுடியாத தாகிறது. அமெரிக்கப் புரட்சியின் இராணுவக் குடிமக்கள் படை, பெடரல் அரசு வருங்காலத்தில் மீண்டும் தறிகெட்டு ஓடாமல் தடுக்க வேண்டும் என்பது இவ்வமைப்பின் கருத்து. துப்பாக்கி சுமந்த குடிமக்களே அசல் அமெரிக்க அமைப்புச் சட்டத்தைப் பாதுகாக்க முடியும். நாட்டை உலகமயமாக்கப்பட்ட அமைப்புக்கு விற்கும் அரசாங்கத்துக்கு எதிராக மக்களைக் காக்கவேண்டும். ஐக்கிய நாடுகள் சபையில் நடக்கும் சம்பவங்கள் அரசாங்கத்தின் போக்கைக் காட்டுகின்றன. அமெரிக்க மண்ணில் போரிடத் தயாரான ஐக்கிய நாட்டுப்படையும் அவர்களது கருப்பு ஹெலி காப்டர்களும் தென்பட்டதாகக் கூறினர். மேலும், அசலான அமெரிக்க விடுதலை வெள்ளையர் கையில்தான் இருந்தது; அது கறுப்பர்களுக்கானதாக எப்போதும் இருக்கவில்லை.

ஐரோப்பிய தேசிய மக்கள் விருப்புவாதிகளிடம் இருந்து இராணுவப் படையினர் வேறுபடும் அம்சம், அவர்களது விடுதலை வாதக் கோட்பாட்டினால்தான். அரசாங்கத்திற்கு ஓட்டுநர் உரிமம் வழங்கும் உரிமை, வரி விதிக்கும் உரிமை கிடையாது என மறுத்தனர். சிலர் அரசாங்கம், அரசியல் அமைப்புச் சட்டத்தின் உண்மைப் பொருளில் குறுக்கிடுகிறது என்றனர்; சிலர் அமைப்புச் சட்டமே அமெரிக்கர்கள் மீது திணிக்கப்படுவது என்றனர்; வேறு சிலர் அரசியல் அமைப்புச் சட்டம் அமெரிக்காவில், பிரிட்டிஷ் முடியாட்சியும் அதன் நேசசக்தியான சர்வதேசிய முதலீடும் தொடர்ந்து ஆட்சி செய்வதற்கான ஒரு திரைதான் என்றனர். உலகமயமாக்கலை ஆதரிக்கும் பெடரல் அரசாங்கத்திற்கு எதிரான இவ்வெறுப்பும் இனத்தூய்மையான தேசத்திற்கான அறை

கூவலும் ஐரோப்பிய தேசிய மக்கள் விருப்புவாதிகள்(Populists), ஐரோப்பிய யூனியனை எதிர்ப்பதற்கு ஒப்பானதாக உள்ளது.

முடிவுரை

பாசிசத்தை நேர்மையாக ஏற்றுக்கொண்ட எந்த அமைப்பும் மையநீரோட்ட அரசியலில் நுழைய முடியவில்லை என்பதை நாம் எடுத்துக்கொண்ட எடுத்துக்காட்டுகள் காட்டுகின்றன. ஜனநாயக யுகமாக நம்பப்படும் ஒரு காலச் சூழலில், தீவிர வலதுசாரித் தத்துவத்தை ஏற்றுக்கொள்ளக்கூடியதாக ஆக்க விரும்பியவர்கள் வெவ்வேறு திசைகளில் சென்றுள்ளனர். ஃபினியின் எஎன் ஜனநாயக, பழமைவாதக் கட்சியாகி விட்டது. மைய நீரோட்ட ஐரோப்பிய பழமைவாதம் பெருமளவு வலது சாரித்துவமாக மாறிவிட்ட சூழல் இது என்பதையும் கணக்கில் கொள்ள வேண்டும். மறுமுனையில், ஜெர்மனியின் வலதுசாரி வன்முறைக் கட்சிகள், அவர்களது தோலாடை உறுப்பினர் அட்டை, குடியேற்றத்துக்கு எதிரான வன்முறை நிறைந்த வரலாறு ஆகியவை இருந்தும் தாக்கம் ஏற்படுத்தப்படாத பாடுபடுகின்றனர். கிழக்கு ஜெர்மன் கம்யூனிஸ்ட் கட்சி சீர்திருத்தங்கள் மேற்கொண்டு (ரஷ்ய கட்சியைவிட கூடுதல் இடதுசாரித்துவம் கொண்டுள்ள கட்சி இது) கிழக்கில் உள்ள பொருளாதாரப் பிரச்சனைகளுக்கு எதிரான போராட்டங்களைத் தனது ஏகபோக உரிமையாக்கியது; பல ஜெர்மானியர்களுக்குக் குடியேறியவர்களைப் பிடிக்க வில்லை; ஆனால் புதிய நாஜிகளைக் கண்டு அவர்கள் அஞ்சினர். 2001இன் பிற்பகுதியில், அதிருப்தி கொண்ட பாசிசவாதிகள் பயங்கரவாதத்தை மேற்கொள்கிறார்கள் என்ற பயம் பரவியது.

பாசிச வாரிசுகளில் வெற்றிகரமாகத் திகழும், பிரெஞ்சு தேசிய முன்னணி போன்ற கட்சிகள், ஜனநாயக சட்டவரையறைக்குள் இயங்கும் இனவாத, மக்கள் விருப்புவாத கட்சிகளாகத் தம்மை மாற்றிக்கொண்டுள்ளன. சில வேறுபாடுகளோடு, இதே தன்மை யோர்க் ஹைதரின் விடுதலைக் கட்சிக்கும் (Jörg Haider's Freedom Party - FPÖ) பொருந்தும். அக்டோபர் 1999 ஆஸ்திரிய பொதுத் தேர்தலில் இக்கட்சி இரண்டாம் இடம்பெற்றது. இந்தக்கட்சி உச்சபட்ச திறந்த சந்தைக் கொள்கைகளோடு சட்டம் ஒழுங்கில் கடுமையான நடைமுறை(ஆசிரியர்களுக்கு வழக்கமான போதைப் பரிசோதனை உட்பட), குடியேற்றத்துக்கு எதிர்ப்பு, குடும்பப்படி

மற்றும் பிற நலத்திட்டங்கள் ஆஸ்திரிய இனத்தவருக்காக ஒதுக்குதல், பலகாலமாக அதிகாரத்தில் இருந்த சோஷலிஸ்டுகள், கிறிஸ்தவ ஜனநாயகவாதிகளுக்கு எதிரான கண்டனம் ஆகியவற்றைக் கொண்டிருந்தனர். கிறிஸ்டோஃப் ப்ளோசரின் சுவிஸ் மக்கள் கட்சி (Christoph Blocher's Swiss People's Party) *1999*இல் *22%* வாக்குகள் பெற்றது. அது ஹைதரின் விடுதலைக் கட்சியின் பல அம்சங்களோடு ஒப்புமைகள் கொண்டு இயங்கியது.

இக்கட்சிகள் எல்லாமே போருக்கு இடைப்பட்ட பாசிசத்திலிருந்து வேறுபடுகின்றன. இடதுசாரி நெருக்கடிகளிலிருந்தும் வலதுசாரி சிக்கல்களிலிருந்தும் இவை உருவாகியுள்ளன. ரஷ்யாவில் இடதுசாரிக்கட்சி ஒன்று தீவிர வலதுசாரி அமைப்பாக மாறிவிட்டது; மேற்கில் ஒருகாலத்தில் இடதுசாரிகளுக்கு வாக்களிப்பார்கள் என்று நம்பப்பட்ட இளைஞர்கள் தீவிர வலதுசாரிகள் பக்கம் திரும்பினர்.

தேசிய மக்கள் விருப்புவாதம், பாசிசத்தைக் காலத்துக்கு ஏற்றவாறு மாற்றி, மாறிய சூழலில் செயல்படத்தக்கதாக ஆக்குவதற்கான முயற்சி. இதன் விளைவு, சில தொடர்ச்சிகள் மற்றும் சில குறிப்பிடத்தக்க மாற்றங்கள் (தீவிர தேசியவாதம், சிறுபான்மை இனத்தவர் மேல் பாரபட்சம், பெண்ணிய, சோஷலிச எதிர்ப்பு, மக்கள் விருப்புவாதம், உறுதியான சமூக அரசியல், மேல்தட்டு மக்கள் மீதான வெறுப்பு, முதலாளித்துவ எதிர்ப்பு, பாராளுமன்றவாத எதிர்ப்பு போன்றவை தொடர்ந்தன.) (வெகுசன மக்கள் திரட்டலைப் புறக்கணித்தல், துணை இராணுவ வன்முறை ஒழுங்கமைக்கப்படுதல், ஓரேகட்சி ஆட்சி உருவாக்கும் நோக்கம் போன்றவை மாற்றம் கண்டன.) இவற்றில் இடம்பெறாத தன்மைகள், பாசிசத்திற்கு சர்வாதிகாரப் பண்பை வழங்கியவை. தேசம், பகுதி போன்றவற்றின் நிரந்தரப் போற்றுதலுக்கான ஆசையில் வந்து முடிந்தது அது. தேசிய மக்கள் வருப்புவாதிகள் தாங்கள் வந்த மரபைக் குறிப்பிடத்தக்க விதத்தில் மாற்றியுள்ளனர். ஜனநாயகத்திற்குள் இருக்கும் இனவாதத்துக்கான சாத்தியத்தை பயன்படுத்திக்கொள்ள விரும்பினார்களே தவிர அதனைத் தூக்கியெறிய நினைக்கவில்லை. தேசிய மக்கள் விருப்புவாதம் பாசிசத்தைவிட ஏதோவொரு வகையில் 'தீமை குறைந்த', 'அபாயம் குறைந்த' கொள்கை என்று சொல்வதாகக் கருதிவிடக் கூடாது. அது முற்றிலும் வேறு ஒரு விவாதமாகும்.

அத்தியாயம் 8
பாசிசம், தேசம், இனம்

தீவிர தேசியவாதக் கருத்துருவாக்கம் என்ற வகையில் பாசிசம் கொஞ்சமும் வெட்கமில்லாமல் இனவாதத்தை உள்ளீடாகக் கொண்டது. தனது எல்லைக்குள் வசிக்கும் எல்லோரையும் பாசிசம் குடிமக்களாகவோ, சமஉரிமை கொண்ட மனிதர்களாகவோ கருதுவதில்லை. உயிரியல் அடிப்படையிலோ, பண்பாடு, மதம், அரசியல்ரீதியாகத் தேசியக் குணநலன்களைக் கொண்டிருத்தல், அவற்றோடு ஒத்துப்போதல் ஆகியவற்றைப் பொறுத்தோ குடியுரிமை மற்றும் அதற்கான பலன்கள் வழங்கப்படும்; அல்லது மறுக்கப்படும். நலத்திட்டங்கள், குடும்பநலம் தொட்டு அரசியல் தந்திரம்வரை அனைத்துப் பாசிசச் செயல்பாடுகளிலும் தேசியமும் இனத்துவமும் ஊடுருவி நிற்கும். தேசத்திற்கு வெளியே இருப்பவர்களின் கதி நிச்சயமற்ற எதிர்காலம்தான்; மிக மோசமான அதன் விளைவு கூண்டோடு ஒழிக்கப்படுவதாக இருக்கும்.

வரலாற்றுப்பூர்வ பாசிஸ்டுகள் தங்கள் தேசத்தின் மேலாதிக்கம் குறித்து வெளிப்படையாகப் பேசினர். எனவே இனம் குறித்து மகிழ்ச்சியாகக் குறிப்பிட்டனர். சமகால தேசிய - மக்கள் விருப்புவாதிகள் தங்களை இனவாதிகள் என விவரித்துக் கொள்ளத் தயங்குகின்றனர். 'இனம்' என்ற சொல் இழி சொல்லாகக் கருதப்பட்டு, அந்த முத்திரையை நாகரிகமானவராகக் கருதிக்கொள்ளும் எவரும் ஏற்க விரும்புவதில்லை. தென்னாப்பிரிக்க இனவெறி அரசு போல தனது வெறியை மறைத்துக் கொள்ள முன்வைக்கும் வாதம் இனங்கள் (பால்வேறுபாடு

போலவே) 'சமமானவை; ஆனால் வேறுபட்டவை' என்பதாகும். மேலோட்டமாகப் பார்த்தால்கூட, இத்தகைய வேறுபாடுகள் போலியானவை என்பது புரியும். ஆனால் பாசிசத்திற்கும் இனத்துவத்திற்குமான உறவு சிக்கல் நிறைந்தது.

உயிரியல், மற்றும் பண்பாட்டு இனத்துவம்

முதலில், நாம் சில வேறுபாடுகளைப் புரிந்து கொள்ளவேண்டும். சிறிதும் வளைந்து கொடுக்காத இனத்துவம், இனம் உயிரியல் ரீதியாகத் தீர்மானிக்கப்படுகிறது என நம்புகிறது. உயிரியல் விதி மாற்றமுடியாதது எனக் கருதுவதால், இன்னொரு தேசியத் தோடு இணைவதென்பது சாத்தியமே இல்லை. ஒன்றிணைந்த யூதர்கள் கூடுதல் ஆபத்தானவர்கள் என நாஜிகள் கருதினர். அவர்கள் இரகசியமாகச் செயல்படுவார்கள் எனச் சந்தேகப் பட்டனர். அதோடு, உயிரியல் ரீதியிலான இனத்துவம் மக்களை உயர்ந்தவர், தாழ்ந்தவர் எனப்பிரித்தது. தாழ்ந்தவர்கள் விலங்கு களிலிருந்து வேறுபடாதவர்களாகக் கருதப்பட்டனர். இந்த 'கீழான மனிதர்கள்', உயர் இனத்தவர் நலனுக்காகப் பயன் படுத்தப்படலாம்; அதற்காக அவர்கள் கொல்லவும்படலாம் எனக் கருதியது.

தேசிய அடையாளம், எப்போதும் உயிரியல் அடிப்படை யில் தீர்மானிக்கப்படுவதில்லை. இருபதாம் நூற்றாண்டின் தொடக்கத்தில் கல்வியறிவுமிக்க ஐரோப்பியர்கள் இனத்தை வரலாறு மற்றும் பண்பாடு அடிப்படையில்தான் புரிந்து கொண்டனர். ஒரு தேசத்தைச் சேர்ந்த தனிநபர் அதன் வரலாற்று எல்லையில் வசிப்பவர் என்ற வகையில், அந்தத் தேச மொழி யைப் பேசுவார்; அத்தேசத்தின் மதத்தைப் பின்பற்றுவார் இத்தகு இனவாதம் சற்றே தீவிரம் குறைந்தது. தேசிய மொழியைக் கற்றுக்கொண்டு, மதமாற்றம் செய்து மக்கள் தொகுதியோடு ஒன்றிணைய முடியும் என்று இந்த இனவாதம் நம்பியது. ஒன்றிணைத்தல் சிலசமயங்களில் முற்போக்குத் திட்டமாகக் கருதப்பட்டுள்ளது. 19ஆம் நூற்றாண்டு பிரான்ஸ், ஹங்கேரியில் யூதர்களுக்கு முழுக் குடியுரிமை வழங்கப்பட்டது. அவர்கள் தங்கள் வேறுபாடுகளைப் பொது இடங்களில் காட்டிக் கொள்ளாதவரை இந்த உரிமைகள் கிடைத்தன. சோவியத் ரஷ்யாவில், யூதர்கள் அரசு அதிகாரத்தில் உச்சியை எட்டினர்

ஆனால் யூதப் பண்பாட்டு வெளிப்பாடுகளை அந்த அரசு நசுக்கியது.

இருப்பினும் ஒன்றிணைதல் இனவாத ஊகங்களை உள்ளடக்கியது. பெரும்பான்மை இனத்தின் பண்பாட்டு நலன்களோடு ஒத்துப் போகாதவர்கள் சமஉரிமை பெறும் குடிமக்களாக இருக்கமுடியாது என்ற கருத்து இதன் அடிப்படையாகிறது. உண்மையான முற்போக்கு நோக்கம் மத, மொழி, பண்பாட்டு வேறுபாடுகளை ஏற்கும்; பிற அரசுகளுடனான உணர்வுப்பூர்வ அடையாளங்களைக் கூட ஏற்கும். அனைவருக்கும் பொதுவான சட்டங்ளை ஏற்று நடப்பவர்கள் அனைவரும் குடியுரிமை கொண்டவர்கள் எனக் கருதும். அதைவிட முக்கியமாக, சட்டத்தை மீறுபவர்கள் எனக் கருதப்படும் அனைவரையும் ஒரேமாதிரி நடத்தும். எந்தவொரு குறிப்பிட்ட இனத்தைச் சேர்ந்தவர் என்பதாலும், அவர் குற்றம் புரிந்தவர் எனக் கருதப்படமாட்டார். அனைவருக்கும் 'ஒரே வகைத் திட்டத்திற்கு' தகுதி உண்டு. முற்போக்குவாதிகளுக்கு, 'மாறாத பக்திக்கான தேர்வுகள்' கிடையாது. தேச வரலாறு பற்றிய அறிவு அல்லது தேசக் கால் பந்துக் குழுவுக்கான ஆதரவு போன்ற நம்பிக்கை உறுதிகள் தேவையில்லை.

போர்களுக்கு இடைப்பட்ட ஐரோப்பாவில் நடந்தது போல, சிறுபான்மை மொழிப்பள்ளிகள் மூடப்படுவது போன்ற மோசமான பாரபட்ச நிகழ்வுகள் ஒன்றிணைவதற்கான திட்டத்தின் பகுதியாகச் செயல்படுத்தப்படும். ஒரு தனிநபர் ஒன்றிணைவதற்கு எடுத்துக் கொள்ளும் காலத்தைப் பொறுத்தும் இது அமையும். பாரேயின் கருத்துப்படி பிரெஞ்சு மண்ணோடு காலங்காலமாகக் கொண்ட தொடர்பு காரணமாக, உழவர்கள் பிரெஞ்சுத்தன்மை பெற்றவர் களாகின்றனர். மேலும், அவரைப் பொறுத்தவரையில், யூதர்கள் நகர்ப்புறஜீவிகள். அவர்கள் நிலத்தை உழுததே கிடையாது. அவர்களால் முழு பிரெஞ்சுக்காரராக மாறாகவே முடியாது. இந்த 'இரத்த மற்றும் மண்' உறவு தேசியம், ஐரோப்பிய வலதுசாரிகள் மத்தியில் - பாசிஸ்ட், பாசிஸ்ட் அல்லாதவர்கள் மத்தியிலும் - போர்களுக்கு இடைப்பட்ட காலத்தில் நிலவியது. சிறுபான்மை இனத்தவர் தமது தேசிய உறவை மாற்றிக்கொள்ளச் சிறிதும் இடம் அளிக்காத காரணத்தால், இந்த இனத்துவம் நாஜி இனத்துவத்தைப் போலவே தனித்துவம் பேணுவதாக இருந்தது.

ஜெர்மானியருக்கு அணுக்கமான இனத்தவர் எனக் கருதிய மக்களை நாஜிகள் ஒன்றாக இணையக் கட்டாயப்படுத்தியது, உயிரியல் மற்றும் வரலாறு/பண்பாட்டு இனத்துவத்திற்கான வேறுபாடுகளை மங்கவைத்தது. ஜெர்மனியின் தேசிய சோஷலிஸ்ட் மக்கள்நல அமைப்பு (NSV), ஜெர்மானிய தந்தையர் கொண்ட குழந்தைகளின் தாய்மார்களான டச்சு மற்றும் நார்வேஜியப் பெண்களை கட்டாயப்படுத்தி ஜெர்மனியில் குடியேற்றியது. போலிஷ் அனாதை ஆசிரமங்களிலிருந்து குழந்தைகளைச் கடத்திவந்து, ஒழுக்க வரையறைகள், கட்டாய உழைப்பு மூலம் ஜெர்மன்மயமாக்க இந்த அமைப்பு முயன்றது. நாஜி 'நிபுணர்கள்' ஒன்றிணைத்தல் குறித்து ஆய்விதழ்களில் விவாதங்களைச் கிளப்பினர். அதன் மூலம் தங்கள் திட்டங்கள் அறிவியல் மதிப்புமிக்கன என்ற பிரமையை உருவாக்கினர்.

முற்போக்கு ஒன்றிணைப்பு வாதம், கட்டாய ஒன்றிணைப்பு, தனிமைப்படுத்தல் மற்றும் அழித்து ஒழிக்கும் இனவாதங்களுக்கு இடையே ஒருவகைத் தொடர்ச்சி இருப்பதை நாம் உணர முடியும். பாசிசம் பன்முக அடையாளங்களைப் பொறுத்துக்கொள்ளாது. ஒருவர் ஒரே நேரத்தில் குடிமகன்/ள் கடமைகளையும் நிறைவேற்றி, வேறு பிற அடையாளங்களையும் ஏற்கமுடியும் என்பதைப் பாசிசம் ஏற்காது. ஆனால், இந்த அளவுகோலில் பாசிசம் எந்த அலகிலும் தன்னை நிலைநிறுத்திக் கொள்ளலாம்.

இனவாதம் வலதுசாரிகள் அல்லது தீவிர இடதுசாரிகளின் ஏகபோகமாக இருந்ததில்லை என்பது வேறொரு சிக்கலைக் கிளப்புகிறது. இடதுசாரிச் சிந்தனை, செயல்பாடுகளில்கூட இனவாத ஊகங்கள் – வெளிப்படையாகவோ, உணர்வு மட்டத்திலோ – தொழிற்பட்டிருக்கின்றன. இடதுசாரி இனவாதத்தின் வரலாறு, இந்நூலின் எல்லைக்கு அப்பாற்பட்டது. இருந்தாலும் இடதுசாரி இனவாதம், பாசிசத்திலிருந்து முக்கிய அம்சங்களில் வேறுபட்டது என்பதைக் குறிப்பிட்டாக வேண்டும். இடதுசாரிகள் ஒன்றிணைப்பின் சாத்தியங்கள் குறித்து அதீத நம்பிக்கை கொண்டிருந்தனர்; சமூகக் கேடுகளுக்கு இனவாதக் கொள்கை சஞ்சீவி மருந்து என்று நம்பியதில்லை. வரையறையின்படி சோஷலிஸ்டுகள் வர்க்கம்தான் இனத்தை விட முக்கியமானது என நம்பினர்.

நாஜிசம்

கல்வியியலாளர்கள் சிலரின் அணுகுமுறைகளில் நாஜிசத்தின் இனவாதம் குறைத்து மதிப்பிடப்படாமல் இருந்திருந்தால், அவர்களது வழி நேரடியானதாகப் புரிந்து கொள்ளப்பட்டிருக்கும். மார்க்சிஸ்டுகள் யூத இனஎதிர்ப்பை, தொழிலாளர் வர்க்கத்தின் துயரங்களுக்கான உண்மையான காரணிகளை மறைக்க முதலாளிகள் பயன்படுத்தும் கருவிகளில் ஒன்றாகக் கருதினர். வெபரியவாதிகள் நவீன உலகிற்கெதிரான பாசிஸ்டுகளின் வெறுப்பின் சின்னமாக யூதர்கள் வசதியான குறியீடாக்கப் பட்டதாக வாதிட்டனர். இந்த வாதங்கள் சரியல்ல என்று கூறமுடியாது. ஆனால், இனவாதம், பிற நோக்கங்களுக்கான கருவி என்பதற்கும் அப்பாற்பட்டுச் செயல்பட்டது.

நாஜிசம் குறித்த சமீபத்திய விளக்கங்கள் அதன் எல்லா துறை களிலும் பரவியிருந்த இனவாதத்தை எடுத்துக் காட்டுகின்றன. அரசியல்படுத்தப்பட்ட உயிரியல்சார் இனவாதத்தின் அம்சங் களை ஹிட்லரே பின்பற்றினார். அவரது மெயின் காம்ஃப்(Mein Kampf) நூலில் அவர் இனங்களைப் படிநிலைப்படி வரிசைப் படுத்தி ஆரிய இனத்தை உச்சத்தில் வைத்தார்; இனங்களுக் கிடையே டார்வினிய போராட்டம் இருந்ததென்ற ஊகத்திற்கான நியாயம் இருந்தது என வாதிட்டார். தனிநபர்களும், சமூகக் குழுக்களும் தனது இனத்தின் நலனுக்காகத் தம்மைத் தியாகம் செய்து கொண்டு, நிறைவடைந்தனர் என்பது அவரது கருத்து.

ஹிட்லரைப் பொறுத்தவரை ஆரிய இனத்தைக் கீழ்மைப் படுத்தலே யூதர்களின்மீது தொடர்ந்த யுத்தமாக இருந்தது; நகர்ப்புற முதலாளித்துவம், கம்யூனிசம் ஆகியவற்றை ஆதரித்து, 'செழிப்பான' தேசங்களிடையே போரைத் தூண்டுவது யூதர்களின் வேலை. யூதர்கள் விபச்சாரம் மூலம் ஆரியரைச் சீரழித்துப் பால்வினை நோயைப் பரப்புவார்கள் என்பதும் ஹிட்லரின் வாதம். எல்லா மரபணுசார் வியாதிகளையும் பரப்புகிறவர்களும் யூதரே. எனவே அவர் தேர்ந்தெடுக்கப்பட்ட உயர்மரபணுவியலை இன மேம்பாட்டிற்கான தீர்வாகக் கண்டார். தெரிவு செய்யப்பட்ட மறுஉற்பத்தி, தகுதியற்றவர்களைக் கருத்தடைக்கு ஆளாக்குதல், மக்கள் தொகையில் வலுவான பகுதியினருக்கு நலம் வழங்கும் சட்டங்கள், உடல்நலம் மிக்க பெண்கள் பல குழந்தைகளைப் பெற்றுக்கொள்ள ஊக்குவிப்பு ஆகியவை அத்திட்டத்தில்

7. 'எங்கள் வாக்கு ஹிட்லருக்கே' 1932 குடியரசுத் தலைவர் தேர்தல் பிரச்சாரத்துக்கான சுவரொட்டி.

அடங்கும். ஹிட்லர் யூதர்களைக் குறிக்க அவர் பயன்படுத்திய சொற்கள் நுண்கிருமி, அட்டை, ஒட்டுண்ணி போன்றவை. அச்சொற்கள் அவர்களை அடியோடு அழிப்பதற்கான நியாயத்தைக் குறிப்பதாக அமைந்தன. யூத இனஎதிர்ப்பு, உயர்மரபணுவியல்,

முதலாளித்துவ எதிர்ப்பு, கம்யூனிச எதிர்ப்பு ஆகிய அனைத்தும் ஒரே கொள்கையின் வெவ்வேறு அம்சங்களே ஆகும்.

நாஜிகள் அதிகாரத்தை அடைவதற்தாக மேற்கொண்ட மரபு வாதிகளின் ஆதரவைப் பெறுவதற்கான முயற்சிகளில் யூதர் களை மட்டும் அவர்கள் எதிர்க்கவில்லை என்று வரலாற்று ஆசிரியர்கள் சுட்டிக்காட்டுவது மிகச் சரியானது. போலிஷ், கத்தோலிக்கர், கம்யூனிஸ்டுகள், சோஷலிஸ்டுகள் ஆகியவரோடு யூதர்களும் எதிரியாகக் கருதப்பட்டனர். சொல்லப்போனால், யூதர்களால் உடனடி அபாயம் ஏதுமில்லாத காரணத்தால், அக்காலகட்டத்தில் நாஜிகளின் முக்கிய எதிரிகளாக அவர்கள் இருக்கவில்லை. இருப்பினும், யூத இனஎதிர்ப்பு, ஹிட்லர் மற்றும் அவரது முன்னணிப் படைத்தலைவர்களுக்கு ஆட்டிப் படைக்கும் வெறியாகவே இருந்தது என்பது உண்மை. யூத எதிர்ப்பு நாஜி பிரச்சாரத்தின் முக்கியமான ஆனால் நாசூக்கான, பகுதியாக எப்போதும் இருந்தது. 1931, உழவர்களுக்கான திட்டம் வளர்ந்து வரும் கீழைச் சக்திகளுக்கு (யூத போல்ஷிவிசம் என்று வாசிக்கவும்) எதிரான இனரீதியான போராட்டத்தின் தேவை பற்றிப் பேசியது. 'ஜெர்மானிய மக்களின் இரத்தப் புத்துணர்வின் மூலமான' உழவர்களின் பாதுகாப்புக்கான சட்டம் தேவை எனக் கோரிக்கை விடுத்தது. முதலாளிகள் யூத முக சாடைகளோடுச் சித்திரிக்கப்படுவது வழக்கமாயிற்று. யூத எதிர்ப்பு, கம்யூனிச எதிர்ப்பின் உள்ளீடாக ஆயிற்று. படம் 7இல் காட்டப்படும் 1932 ஜனாதிபதி தேர்தலுக்கான சுவரொட்டியை எடுத்துக்கொள்வோம். மேற்பகுதியில், பல சோஷலிஸ்டுகள், கம்யூனிஸ்டுகளின் படங்களுக்குக் கீழ் ஹீப்ரு எழுத்துகளின் சாயலில் 'நாம் ஹிண்டன்பெர்குக்கு வாக்களிப்போம்' என்ற தலைப்புக் காணப்படுகிறது. கீழ்ப்பகுதியில் உள்ள படங்கள் ஜெர்மானிய எழுத்துக்களால் ஆன தலைப்பின் கீழ் ஹிட்லருக்கு வாக்களிக்கும் முன்னணி நாஜிகளின் படங்கள் உள்ளன. வேறுசில சுவரொட்டிகளில் கம்யூனிசப் பேய்களுக்கு, யூதப் பிசாசுகள் காதில் ஓதுவதுபோல் காணப்படுகின்றன.

அதிகாரத்திற்கு வந்த காலகட்டத்தில் யூத இன ஒழிப்பு அத்தியாவசியமானாதாக இல்லாமல் இருந்தபோதிலும், அதிகாரத்தை எட்டியுடன் நாஜிகள் தங்களது இனவெறித் திட்டங்களை அமுலாக்கத்தொடங்கினர். கம்யூனிஸ்டுகளை

வென்று, ஜெர்மன் தேச மறுமலர்ச்சிச் சிற்பி என்று பெயர் பெற்ற ஹிட்லரின் பெருமை, அவரும், அவருக்கு அணுக்கமானவர்களும் இனவாதத் திட்டங்களை மேற்கொள்ள வழிவகுத்தது. முதலில் கொண்டுவரப்பட்ட சட்டப்படி யூதர்கள் அரசு வேலைகளிலும், அதிகாரத்திலும் பணியேற்பது தடை செய்யப்பட்டது. 1935இல் யூத இனத்தவரை மணம் செய்வதோ, அவரோடு பாலுறவு கொள்வதோ தடை செய்யப்பட்டது. இதுபோன்ற அப்பட்டமான இனவெறிச் சட்டங்கள் தவிர, பிற சட்டங்களில் இனவாத நோக்கங்கள் தொழிற்பட்டன. மரபுசார் நோய்பரப்பும் குழந்தை பிறப்புத் தடைச் சட்டம் (ஜூலை 1933) சில மக்கள் தொகுதி யினரைக் கட்டாயக் கருத்தடைக்கு ஆளாக்கியது. பெண்கள் வீடு, குடும்பத்தைப் பேண அளிக்கப்பட்ட ஊக்கத் திட்டங்கள் இனவிருப்பம் மிக்க மக்களின் தொகையை அதிகரிக்கும் எனக் கருதப்பட்டது. 'கீழான இன மதிப்பு' உடையவருக்குத் திருமணக் கடன் மற்றும் பெரிய குடும்பங்களுக்கான பரிசுகள் மறுக்கப் பட்டன. 1935இல், மணம் செய்யவிரும்பும் அனைவரும் உடல் நலச் சான்றிதழ் அளிக்க வேண்டியது கட்டாயமாக்கப்பட்டது. போருக்குச் சற்று முன்பாக, எந்தவித சட்ட அனுமதியும் இன்றி மனநோயாளிகளையும் மனநலம் குன்றியவர்களையும் கொல்லும் திட்டம் தொடங்கியது. எல்லா விதிகளும் இனரீதியாக வரை யறைப் படுத்தப்படும் என்ற கொள்கை நிறுவப்பட்டவுடன், தொடர்ந்து வந்த அனைத்துச் சட்டங்களும் இனவாதப் பிரிவு களைக் கொண்டிருப்பது வழமையாயிற்று. இவ்வனைத்துத் திட்டங்களும் ஒரே கொள்கையின் பல அம்சங்களே: இனத் தூய்மைமிக்க, உடல், உள்ள நலம் கொண்ட மக்கள்தொகையை உருவாக்கி, கீழான இனங்களோடு போரிட்டுக் கீழைத் தேயத் தில் இடம் பிடித்து வெற்றி பெற வேண்டும் என்பதுதான் அக்கொள்கை.

இச்சூழலில், யூதர்களின் விதி கெட்டோ (Ghetto) எனப்படும் ஒதுக்கிடம்தான் என ஹிட்லர் வெளிப்படையாகக் கூறினார். யூதர்களுக்கு வாழ்க்கை தாங்கமுடியாத நிலை உருவாகி அவர்கள் வேறுநாடுகளுக்குக் குடியேறுவர் என்பதுதான் நம்பிக்கையாக இருந்தது. ஆனால், அவர்களது சொத்துக்களை எடுத்துச் செல்ல அனுமதிக்காமை, பிற அரசுகள் அவர்களை ஏற்க மறுத்தமை ஆகியவை அந்த நம்பிக்கையைத் தகர்த்தது. நவம்பர் 9-10, 1938 -

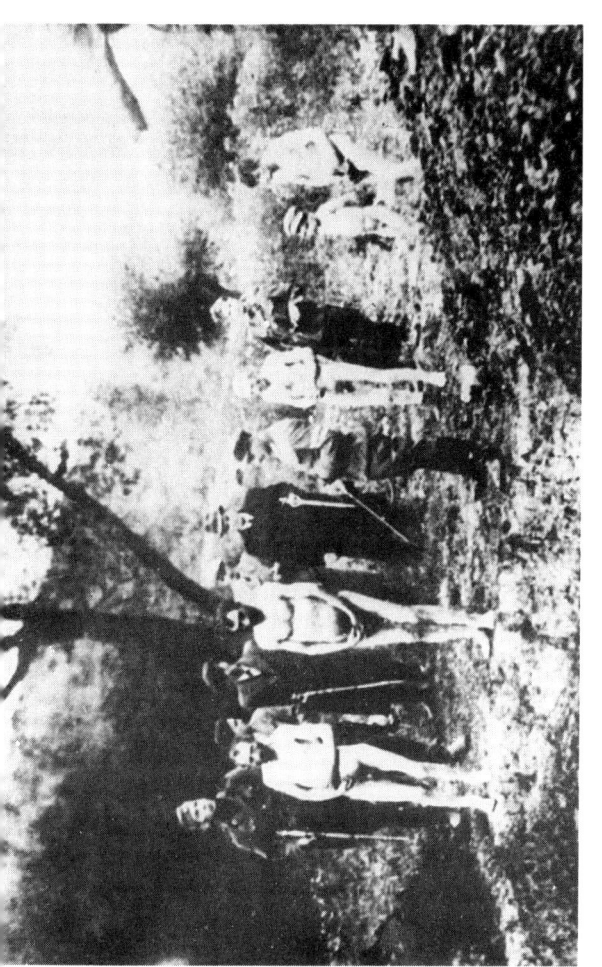

8. நாஜி சிறப்புக் குழு யூதர்களைக் கொல்லும் காட்சி. ஸ்நியாடின், போலந்து, (தற்பொழுது உக்ரெயின்) 11 மே 1943.

கிறிஸ்டால்நாச்ட் (Kristallnacht) - நாஜி ஊழியர்கள் கொடுத்த அழுத்தம் மற்றும் கோயபல்ஸ், ஹிட்லரின் நல்லெண்ணத்தைப் பெற மேற்கொண்ட முயற்சியால் நடைபெற்றது. யூதர்களின் செல்வம் அரசாங்கத்தால் சூறையாடப்பட்டது. குடிபெயர்தல் மட்டுமே நோக்கமாயிற்று; ஆனால், எஸ்எஸ்'க்கு யூதப் பிரச்சனை யில் கூடுதல் அதிகாரம் வழங்கப்பட்டது.

கிழக்கில் போர் மூண்டதும் யூதர்களுக்கு எதிரான நாஜிக் கொள்கை இறுதிகட்டமாகத் தீவிரம் பெற்றது என்பதை அறிஞர்கள் ஏற்றுக்கொள்கிறார்கள். இருந்தாலும், 'யூத - போல்ஷிவிசம்' மீதான போர் நெடுங்காலமாக நாஜிகளின் நோக்கமாக இருந்துள்ளது என்பதை நினைவில் கொள்ள வேண்டும். 1939 ஜனவரியில் ஹிட்லர் பின்வருமாறு அறிக்கை விடுத்தார்: யூதர்களின் பணம் ஐரோப்பாவைப் போரில் ஆழ்த்துமானால், விளைவு, 'பூமி போல்ஷிவியமயமாக்கம் பெறுவதாக இருக்காது; ஐரோப்பாவில் யூத இன அழிவாக இருக்கும்'. அத்தகைய உணர்ச்சி வெடிப்புகளைச் சில நாஜிகள் குடிபெயர்தலை நியாயப்படுத்துவதாக விளங்கிக் கொண்டனர். வேறு சிலர் மடகாஸ்கர் அல்லது போலந்திற்குக் கட்டாயக் குடிப்பெயர்ப்பு எனப் புரிந்துகொண்டனர். எப்படியானாலும், இத்திட்டங்கள் ஏற்கப்பட்டால் அவற்றால் நிச்சயம் மரணங்கள் நிகழும். ஹிட்லரின் அறிக்கைகள் ஆக்கிரமிக்கப்பட்ட போலந்தில் யூதர்கள் கொல்லப்பட்டுவதை அங்கீகரித்தன. தனிக்குடியிருப்புக் கொள்கை, கட்டாய உழைப்பு, மற்றும் 1939 டிசம்பர் வெளியேற்றம் போன்றவை மனித நடத்தைமுறைகளில் இருந்து மிகவும் விலகிப்போன மீறல்களையே குறித்தன. ரஷ்யாவை எதிர்ப்பதற்கான தயாரிப்பு முயற்சியின் போது எஸ்எஸ் சிறப்புக் குழுக்களுக்கு (Einsatzgruppen) ஆணைகள் வழங்கப் பட்டன. அதன்படி, குறிப்பிட்ட பொறுப்பிற்கு மேற்பட்ட நிலையில் உள்ள கம்யூனிஸ்ட் அதிகாரிகள், கட்சி, மற்றும் அரசுப் பணியில் உள்ள யூதர்கள், தீவிரவாதிகள், நாசவேலைகளில் ஈடுபடுவோர்கள், பிரச்சாரகர்கள் போன்றவர்கள் கொல்லப்பட வேண்டும் என்பது திட்டம். இந்த ஆணைகள் இவ்வமைப்புக்கு பெரும் அதிகாரத்தை வழங்கின. அதிலும் நடைமுறையில் யார் யூதர், யார் கம்யூனிஸ்ட் என்பதை நிறுவுவதில் உள்ள சிரமம் கொலைகளை அதிகரித்தன.

உள்நாட்டுச் 'செயல்பாடுகளில்' நூற்றுக்கணக்கான, ஆயிரக் கணக்கான யூதர்கள் கொல்லப்பட்டனர். அந்த ஆண்டு இறுதிக்குள், ஜனவரி 1939இல் ஹிட்லரும் அவரது ஆதரவாளர்களும் நிறைவேற்றுவதாகக் குறிப்பிட்ட திட்டப்படி, யூதர்கள் கொல்லப்பட வேண்டுமா? என்பது கேள்வியாக எழவே இல்லை; எப்போது, எங்கு, எப்படி அவர்கள் கொல்லப்படவேண்டும் என்பதே பேச்சாயிற்று. 1941 தொடக்கத்தில், முகாம்களில் சாகும் வரை உழைக்கவேண்டும்; அல்லது உடனே கொல்லப்பட வேண்டும் என்பது முடிவானது. மொத்தத்தில் சுமார் ஆறு மில்லியன் யூதர்கள் அழிக்கப்பட்டனர்.

பாசிசம் குறித்த நூலில், நாஜி இனவாதத்தின் பயங்கரம் குறித்து முழுமையாக விவரிப்பது இயலாத காரியம். நமது அணுகு முறையில் உள்ள தடைகளை ஏற்றுக்கொண்டு, பாசிசத்திற்கும் இனவாதத்திற்குமான சிக்கல் சிடுக்கு நிறைந்த உறவை மேலும் ஆராய்வதே நமக்குச் சாத்தியமாகும்.

இத்தாலிய பாசிசத்தின் சிக்கல்

மேற்கண்ட விவாதம் இத்தாலிய பாசிசத்தின் சிக்கலுக்கு நம்மை இட்டுச் செல்கிறது. அது இனவாதம் அற்றது என்று வாதிடப் படுகிறது. இத்தாலியில் வலுவான யூதஎதிர்ப்பு மரபு கிடையாது. பாசிசக் கட்சி மற்றும் ஆட்சியில் முக்கியமான பதவிகளில் யூதர்கள் இருந்தனர். முசோலினியின் 'வைப்பு'களில் ஒருவர் மார்கரீட்டா சர்ஃபாட்டி ஒரு யூதப் பெண்மணி; 1930இல் பிரபலமான பேட்டியொன்றில் முசோலினி உயிரணு இனவாதத்தைக் கேலி செய்தார். போரின்போது, இத்தாலிய ஆக்கிரமிப்பு அதிகாரிகள் பிரான்ஸ் மற்றும் க்ரோஷியாவில், ஜெர்மானியரிடம் யூதர்களை அளிக்க மறுத்தனர். 1938இல் இத்தாலியானது ஜெர்மானிய இனவாதச் சட்டங்களை ஏற்றதற்குக் காரணம், இத்தாலிய ஆட்சி நாஜிசத்திற்கு அடிபணிந்ததுதான் எனப்படு கிறது. எனவே இத்தாலிய பாசிசம் - இத்தாலியர்கள் - யூதப் படுகொலையில் பங்கேற்கவில்லை; அந்தப் பழியில் இருந்து அவர்கள் தப்பித்தார்கள் என்று அடிக்கடி வாதிக்கப்படுகிறது.

இந்தக் கருத்தை விளக்கங்களோடு அணுக வேண்டியுள்ளது. ஐரோப்பா முழுவதும் 1938இல், யூதஎதிர்ப்புப் பரவியதைக் காண்கிறோம். ஜெர்மானியர் ஆஸ்திரியா, செக்கோஸ்லோவாகியா

மீது தனது திட்டங்களை வலியுறுத்த உருவாக்கிய போர் அச்சம் இதற்குக் காரணமாகும். பல நாடுகளில் வலதுசாரிகள் யூதர்களும் போல்ஷ்விக்குகளும்தான் போரைத் தூண்டுகிறார்கள் எனக் குற்றம் சாட்டினர். இதே மாதிரிக் கற்பனைகள் நாஜி ஆக்கிரமிப்புக் குறித்த அச்சம் இல்லாத பிரிட்டன், பிரான்ஸ் நாடுகளிலும் அடிக்கடிப் பரவியது. இத்தாலியில் நாஜிசத்தின் பிடி நெருக்கமாக இருந்தது. இத்தாலிய யூதஎதிர்ப்பு ஜெர்மானிய மாதிரியின் மேலோட்டமான நகலாக இல்லை என்று நாம் கருதலாம். 20ஆம் நூற்றாண்டு முற்பகுதியில் ஐரோப்பாவில் பொதுவான அரசியல் கருத்துகள் நிலவின. இனவாதம் வெவ்வேறு நாடுகளில் வெவ்வேறு வடிவங்களை எடுத்தபோதிலும் அது எல்லா இடங்களிலும் பாசிஸ்டுகளுக்குக் 'கிடைக்கக்கூடிய' சரக்காக இருந்தது.

அதிகபட்ச வலதுசாரிக் கருத்துப்படி வரலாற்றுபூர்வ, பண்பாட்டு மற்றும் உயிரியல் இனவாதங்களைப் பிரித்தறிவது கடினமானது என்பதையும் குறிப்பிடவேண்டும். இத்தாலி இதற்கு விதிவிலக்கல்ல. ஒருமித்த தேசிய இனத்திற்கான ஆசை இத்தாலிய பாசிசத்தின் அடிப்படையாகும். அதற்காக உயிரியல் இனவாதத்தை அமுல்படுத்தாத போதிலும் இத்தாலிய ஆட்சி தேசிய முன்னணித்துவம் என்ற புனைவைப் பரப்பியது. இத்தாலிய இனத்தின் உயர்நற்பண்புகள் அடிப்படையில் பழங்கால ரோமின் பெருமைகளை மறுபடைப்பு செய்வதாகக் கூறிக் கொண்டனர். தெற்கு டைரோல் பகுதியில் இருந்த ஜெர்மன் மக்களைக் கட்டாய மாக ஒன்றிணைக்கும் திட்டத்தைப் போருக்குப் பிறகு இத்தாலிய பாசிசம் மேற்கொண்டது குறிப்பிடத்தக்கது. முற்போக்கு அரசாங்கங்கள், பொருளாதார, இராணுவ அடிப்படையில் அங்கு வாழ்ந்த பெரும்பான்மை ஜெர்மானியரை ஆட்சி செய்வதை நியாயப்படுத்தின. ஜெர்மானியருக்கு குறிப்பிடத்தக்க அளவு சுதந்திரமும் அளித்தன. பாசிச அரசு வேறு மாதிரி செயல்பட்டது. மானிடவியல், மற்றும் வரலாற்று வாதங்களைப் பயன்படுத்தி, நம்பமுடியாத தரவுகளைக் கொண்டு, ஜெர்மனியோடு இணைக்கும் வாதத்தைப் பயன்படுத்தியது. அதன்படி, இத்தாலிய பாசிச ஆட்சி, தெற்கு டைரோலியர்கள் அடிப்படையில் இத்தாலியர்களாக இருந்து, ஹாப்ஸ்பர்க் பேரரசுக் காலத்தில் ஜெர்மானியமயமாக்கப் பட்டவர்கள் என நம்பியது. இத்தகைய ஆதாரமற்ற ஊகங்கள்

அடிப்படையில் குடும்ப பெயர்களை இத்தாலியமயப்படுத்தல், ஜெர்மன் செய்தித்தாள்களைத் தடை செய்தல், அரசாங்கப் பணிகளில் கட்டாய இத்தாலிய மொழிப் பயன்பாடு, ஜெர்மன் தனியார் பள்ளிகளை மூடுதல் போன்ற பயங்கரச் செயல்பாடுகள் நியாயப்படுத்தப்பட்டன. ரீச் ஆட்சிக்கு வெளியில், ஜெர்மானி யர்கள் பாதுகாப்பிற்கு உடனடியாக முன்வரும் ஹிட்லர் இக் கொள்கையை விமரிசிக்கத் தயங்கினார். முசோலினியின் நட்பை இழக்கத் தயாராக இல்லாததால், தெற்கு டைரோலின் ஜெர்மன் தேசியவாதிகளை 'யூத, பூர்ஷ்வாப் பிரிவினர்' என்று ஹிட்லர் விமரிசித்தார். 1938இல், ஹிட்லர் தெற்கு டைரோலியர்கள் ரீச் ஆட்சிக்குள் மறுகுடியமர்வு செய்யும் திட்டத்தைத் தொடங்கினார். முசோலினி தனது இத்தாலியமயமாக்கும் திட்டத்தை கைவிட வில்லை; எனவே மறுகுடியமர்வை எதிர்த்தார். உயிர்மரபணு மேம்பாடு மூலம் இத்தாலிய இனத்தை மேம்படுத்தி, 'பழுப்பு, மஞ்சள் நிற இனத்தவரோடு' நடத்தும் போட்டியில் வலுசேர்க்கும் திட்டத்தை இவ்வரசு ஆதரித்தது. இத்தாலிய மண்ணில் பல நூற்றாண்டுகளாக வேரூன்றிய, உடல் வலுமிக்க கிராமப்புற மக்களை இக்கொள்கை போற்றியது. இத்தகைய தேசியத்துவ வரையறையின் முக்கியத்துவம் 1938இல், 1919க்குப்பின் குடியுரிமை வழங்கப்பட்ட யூதர்களின் உரிமை பறிக்கப்பட்டபோது புலனா யிற்று. அதற்குள் அபிசினியாவை வென்று, பாசிஸ்டு இன வாதம் வெளிப்படையாகத் தெரியத் தொடங்கியது. முசோலினி அப்போது விட்ட அறிக்கை ஏகாதிபத்திய ஆக்கிரமிப்பு 'இன உணர்வு' இன்றி சாத்தியப்படாது என்று குறிப்பிட்டது.

பிற இடங்களில் பாசிச இனவாதம்

ஜெர்மனி, இத்தாலிக்கு வெளியே உள்ள நாடுகளில் பாசிச இனவாதம் செயல்படுவதை நோக்கும்போது, அதிதீவிர தேசிய வாதம் பல வடிவங்களை எடுக்கும் என்பது உறுதிப்படுகிறது. போலந்தில், கத்தோலிக்க தேவாலயம் வலுவோடு இருந்ததால், பாசிஸ்டுகளானாலும் வேறொருவரானாலும் அறிவியல்ரீதியாக இனவாதக் கொள்கைகளை மேற்கொள்வது சிரமமாக இருந்தது. அங்கு, இனவாதம் யூதர்கள் கிறிஸ்துவைக் கொன்றவர்கள், மதச்சார்பின்மை, முற்போக்குவாதம், சோசலிசம் போன்ற கொள்கைகளின் குத்தகைக்காரர்கள் ஆகியவற்றோடு காலங்

களுக்கு அப்பாற்பட்ட போலிஷ் கத்தோலிக்க பண்பாட்டைப் பாதுகாக்கும் நோக்கமும் சேர்ந்து கொண்டது. ருமேனிய பாசிசம் அதே அளவு மதப்பிடிப்பு மிக்கது. சிலசமயங்களில், படையணிப் பிரிவினர் உயிரியல் இனவாதத்தை மறுத்த போதிலும், படையணியினர் தங்களை தேசிய வேளாண் இனத்திலிருந்து வந்தவர்களாகச் சித்திரித்தனர். அவர்கள்தான் ரோமானிய படையெடுப்புக்கு முந்திய ருமேனியாவின் பூர்வகுடிக்களாகக் கருதப்படுபவர்கள். ருமேனிய உயர் மத்திய வர்க்கத்தினர் ரோமன் அல்லது டர்க்கிய-கிரேக்க இனத்தின் வழித்தோன்றல்கள் என்றும் அவர்கள் அதிகாரத்தைக் கைப்பற்றி, நாட்டிற்குள் யூத மற்றும் பிரெஞ்சு தாக்கங்கள் ஊடுருவ வழிசெய்துவிட்டனர் என்றும் நம்பப்பட்டது. 1930களின் பிற்பகுதியில் சோதனை பூர்வ யூதஎதிர்ப்பின் வெளிப்பாடுகள் ருமேனியாவில் மிகச் சாதாரணமாகப் பரவியிருந்தது. ரஷ்யாவில் இருந்த ருமேனிய இராணுவத்தினர் யூதர்களைப் பிடிப்பதில் கொடூரமான ஈடுபாடு கொண்டிருந்தனர். நாஜிகள் ஆக்கிரமித்த நாடுகளில் இருந்த பாசிஸ்டுகளும் பிறரும் யூதர்களை அவர்கள் கொல்வதற்கு உதவினர்; அல்லது கண்டுகொள்ளாமல் இருந்தனர். ஆனால், அந்த நாடுகள் எதுவும் தாங்களாகவே விரும்பி இனப் படு கொலைத் திட்டங்களை அமுல்படுத்தி இருக்க வாய்ப்பில்லை. அதுவும், நாஜிகள் ஆக்கிரமித்த நாடுகளில் பாசிஸ்டுகள் ஆட்சிப் பொறுப்பில் அபூர்வமாகவே இருந்தனர். சர்வாதிகாரத்துவ மரபுவாத ஆட்சிகள், யூதஎதிர்ப்பில் முடிவான கொள்கையற்று இருந்தனர். அவற்றை நாஜிகள் ஆதரித்தனர். மதவாதப் பொதுமையில் கொண்ட ஈடுபாடு அல்லது ஒன்றிணைப்பின் சாத்தியம் குறித்து எஞ்சியிருந்த நம்பிக்கை ஆகியவற்றினால், மரபுவாத சர்வாதிகாரிகள் பாசிசத்தின் இனவாத தீவிரவாதத்தைச் சந்தேகத் துடனேயே அணுகினர். 1944இல் ஹங்கேரி ஆக்கிரமிக்கப்படும் வரை, அந்த அரசு யூதமக்களை நாடுகடத்த வேண்டும் என்ற நாஜிகளின் கோரிக்கையை எதிர்த்தே வந்தது. பிரெஞ்சு அரசு பிரெஞ்சு யூதர்களை விட, குடியேறிய யூதர்களை வெளியேற்றிட தயாராக இருந்தது.

தேசிய மக்கள் விருப்புவாதமும் இனமும்

மரியாதை பெறுவதற்கான பிரச்சாரத்தில் ஈடுபடும் சமகால

பாசிஸ்டுகள், தாங்கள் இனவாதிகள் அல்ல என்று கூறிக்கொள் கிறார்கள். புதிய வலதுசாரிகளைப் பின்பற்றி, உண்மையான இனவாதிகள் உலகமயமாக்கல் மற்றும் பன்முகப் பண்பாட்டை உருவாக்குபவர்களே என்று கூறுகிறார்கள்; ஏனெனில் அவர்கள் தான் தேசிய வேறுபாடுகளை மதிப்பதில்லை. பிரிட்டிஷ் தேசியக் கட்சிதான்(BNP) இனவாதக் கட்சி அல்ல என்பதற்குக் கொடுக்கும் காரணம் பின்வருமாறு:

'இனவாதம்' என்பது பிறிதொரு இனக்குழுவை 'வெறுப்பது'. நாங்கள் கறுப்பர்களை 'வெறுக்கவில்லை', ஆசியர்களை 'வெறுக்கவில்லை'. கடவுள் ஓர் இனக்குழுவை ஒருவித மாகப் படைத்ததை நாம் மறுக்கவில்லை. நமக்கு உள்ளதைப் போலவே அவர்களது அடையாளத்தைப் பேணிக்கொள்ள அவர்களுக்கு உரிமையுண்டு. பிரிட்டிஷ் மக்களின் இன, பண்பாட்டு அடையாளத்தைப் பாதுகாப்பதே நம் நோக்கம். எல்லோரையும் போலவே, நமக்கும் மனித உரிமைகள் தேவை... www.bnp.org.uk/faq.html

அதைப் போலவே, டேவிட் ட்யூக் என்ற முன்னாள் கேகேகே உறுப்பினர் வெள்ளையர் முன்னேற்றத்திற்கான தேசிய அமைப்பு ஒன்றை நிறுவினர். வெள்ளைத் தேசியத்தை அங்கீகரிக்க வைப்பதே அதன் நோக்கம். 'எல்லோருக்கும் சமஉரிமைகளும், வாய்ப்புகளும் வேண்டும், வெள்ளையர்கள் உட்பட' என்பதே அதன் முழக்கம். தேசிய மக்கள் விருப்புவாதத்தின் இனவாத அடிப்படைகளை அம்பலப்படுத்துவது சிரமமான காரியமல்ல. பிரிட்டிஷ் தேசிய கட்சியையே மீண்டும் எடுத்துக் கொள்வோம். முதலாவதாக, தேசத்தை அது இன அம்சங்களோடுதான் வரையறை செய்கிறது:

கற்காலத்திற்கு முன்பிருந்து இந்தத் தீவுகளில் வசித்து வந்த பூர்வகுடிகள், கிட்டத்தட்ட ஒரேமாதிரி சாயல் கொண்ட சிறு எண்ணிக்கையிலான மக்கள் - சாக்ஸன், வைகிங், நார்மன் மற்றும் இங்குவந்து இணைந்து கொண்ட ஐரிஷ் இனத்தவர்கள்...

அவ்வமைப்பின் உயிரியல் சார்ந்த இனவாதம் அவர்கள் கலப்பு இன மணங்களை எதிர்ப்பதனால் உறுதிப்படுகிறது. அதற்கு அவர்கள் சொல்லும் காரணம், 'இப்பூமியில் உள்ள எல்லா உயிரினமும், இனங்களும் அழகானவை. அவை பாதுகாக்கப்பட

வேண்டும்!' என்பதாகும். உண்மை என்னவெனில், மரியாதை பெறவேண்டும் என்ற நோக்கத்திற்கு, சமகால பாசிஸ்டுகள் உயிரியல் இனவாதிகளுக்குப் பெரிதும் கடன்பட்டுள்ளனர்.

இரண்டாவதாக, ஒவ்வொரு இனமும் தூய்மையாக இருக்க வேண்டும். மக்களின் 'தனித்தன்மை'களைக் காப்பது அரசின் கடன். தேசிய மக்கள் விருப்புவாதிகள் குடிப்பெயர்வில் பலத்த தடை தேவை என்று கருதுபவர்கள். சுயவிருப்பின் அடிப்படையிலோ, கட்டாயத்தின் பேரிலோ அவர்கள் மீண்டும் திருப்பி அனுப்பப்படவேண்டும் என வலியுறுத்துபவர்கள். வேலை வாய்ப்பில் 'பூர்வகுடிகளுக்கு' முன்னுரிமை வழங்கவேண்டும்; வணிகம், தொழில்துறை ஆகியவை பூர்வீக முதலாளிகளுக்கு மறுபடி வழங்கப்பட வேண்டும் என்பவை இவர்களுடைய கோரிக்கைகள். நாஜிகள் முதலில் எதிர்ப்பார்த்தப்படி, சிறுபான்மை இனத்தவர்கள் வாழ்வதில் உள்ள சிரமங்களை எதிர்கொள்ள இயலாமல், நாட்டைவிட்டுச் சென்றுவிடுவார்கள் என்று இவர்களும் எதிர்பார்த்திருக்கலாம். பிரெஞ்சு தேசியவாதிகள் குடியேறியவர்களைத் தங்கள் ஆட்சிக்குட்பட்ட நகரங்களில் இருந்து வெளியேற வைக்கமுடியும் என நிச்சயமாக நம்புகிறார்கள்.

மூன்றாவதாக, தேசிய மக்கள் விருப்புவாதம் 'பூர்வீக' குடிப் பெண்களின் குழந்தைப்பேறு விகிதத்தை அதிகரிப்பதற்கான பிரச்சாரத்தை அடிக்கடி இனவாதத்தோடு தொடர்புபடுத்துகிறது. பிரிட்டிஷ் தேசியகட்சி 'உடல்நலத்தோடு கூடிய வாழ்முறைக்கு'ச் செலவிடுவது, 'நீண்டகால நோயில் அவதிப்படும் வயோதிகளுக்குச்' செலவிடுவதைவிட மேலானது என்ற வாதத்தை முன்வைக்கிறது. அது உயர்மரபணுவியல் சார்ந்த கண்ணோட்டத்திலிருந்து எழுவதாகும்.

நான்காவதாக, சில தேசிய மக்கள் விருப்புவாதிகளுக்குத் தீமைகளின் உருவம் யூதருக்குப் பதில் முஸ்லீமாக உருமாறிவிட்டது. எனவே செப்டம்பர் 2001இல், உலக வணிக மையம் நியூயார்க்கில் பயங்கரவாதத் தற்கொலைப்படை விமான ஓட்டுநர்கள் மூலம் அழிக்கப்பட்டபோது, மைய நீரோட்ட மேலைய அரசியல்வாதிகள் - பெர்லுஸ்கோனி நீங்கலாக - அனைவரும் பெரும்பான்மை இஸ்லாமிய கருத்திலிருந்து, சிறுபான்மை முஸ்லீம் வெறியர்களின் கருத்தைக் கவனமாகப் பிரித்தே விளக்கினர். ஆனால், பிரிட்டிஷ்

தேசியகட்சி எல்லா முஸ்லீம்களும் ஆபத்தான அடிப்படைவாதிகள் அல்ல என்றாலும் (மீண்டும் முற்போக்கு மொழி!) இஸ்லாம் அடிப்படையில் ஆபத்தானது என்று உறுதியாகக் கூறியது. ஹிட்லர் யூதர்கள் ஜெர்மனியை யூதமயமாக்கம் செய்ய விரும்புவதாக நம்பியது போல, பிரிட்டிஷ் தேசியக்கட்சி பள்ளிகளில் 'போதனைத் திணிப்பு' (அதாவது, பல மதங்களின் நம்பிக்கைகள் சார்ந்த கல்வி), கூடுதல் பிறப்புவிகிதம், குடிபெயர்வு ஆகியவை மூலம் அடிப்படைவாதிகள், பிரிட்டனை இஸ்லாமியக் குடியரசாக்க முனைந்திருப்பதாக நம்புகிறது. போருக்கு இடைப்பட்ட ஜெர்மனி போலவே, இஸ்லாமிய எதிர்ப்பு உணர்வும் முஸ்லிம்களின் இருப்பினுக்கு அப்பாற்பட்டே கிளம்புகிறது. அந்நிய இனவெறுப்புமிக்க டேனிஷ் மக்கள் கட்சியின் தேர்தல் வெற்றி அதனையே நிரூபிக்கிறது. எல்லா பாசிச ஆதரவு சக்திகளும் இந்த இஸ்லாமிய வெறுப்பில் பங்கெடுக்கவில்லை. ஜெர்மன் நாஜி - ஆதரவாளர்கள், இஸ்லாமிய அடிப்படைவாதிகள் செப்டம்பர் 11 தாக்குதலைத் தங்களது பொது எதிரியான அமெரிக்காவிற்கு எதிரானது என்பதால் வரவேற்றனர்.

தேசிய மக்கள் விருப்புவாதம் அனைத்து இனங்களுக்கும் சமஉரிமை கிட்டுவதை ஆதரிப்பதால், இனவாத எதிர்ப்புக் கொள்கை எனக் கூறிக்கொள்கிறது. ஆனால், குடியுரிமை மற்றும் சமூக திட்டங்களில் இனவாத கொள்கைகள் அமுல்படுத்தப்பட வேண்டும் எனக் கோருகின்றன. இனரீதியாக விரும்பத்தகாத மக்கள் நாட்டைவிட்டு வெளியேறுவதை விரும்புகின்றன. அதிலும் சில வேறுபட்ட தன்மைகள் காணப்படுகின்றன. பிரிட்டிஷ் தேசியக்கட்சி சுயவிருப்பத்தோடு நாடுதிரும்ப வேண்டும் என்று கூறுகிறது. (ஆனால் கிரிஃபின் எல்லா வெள்ளையர்கள் அல்லாதவரும் திரும்பிப் போகவேண்டும் என்று எதிர்ப்பார்ப்பதாகக் கூறுகிறார்.) பிரெஞ்சு தேசியவாதிகள் கட்டாய நாடு திரும்பலை விரும்புகிறார்கள். ஹெய்டெர் '20-30 ஆண்டுகளாக இங்கேயே தங்கி வாழ்பவர்கள் மேல் தமக்கு எதிர்ப்பு இல்லை; புதிதாக வருபவர்களைத்தான் திருப்பி அனுப்பக் கோருகிறேன்' என்று கூறுகிறார்.

நடைமுறையில் இத்திட்டங்கள் எவ்விதம் செயல்படும் என்பதை நிச்சயமாகச் சொல்ல முடியாது. நாட்டைவிட்டுச்

செல்ல விரும்பாத 'குடியேறிகள்' எப்படி நடத்தப்படுவார்கள் என்பது பெரும் கேள்வி. வேலைச்சந்தை, நலத்திட்டங்களில் அவர்கள் சமமான வகையில் நடத்தப்படுவார்களா? தேசிய மக்கள் விருப்பவாதிகளுக்குள்ளேயே 'கடுந்தீவிரவாதிகளுக்கும்', 'மிதவாதிகளுக்கும்' இடையே முரண்பாடுகள் எழலாம் என்று எதிர்ப்பார்க்கலாம். இனரீதியாக அந்நியமான மக்களுக்கு, தேசிய - மக்கள் விருப்பவாத ஆட்சியின் கீழ் வாழ்க்கை சுமுகமாக இராது என்பது மட்டும் உறுதி.

இனரீதியான ஒருமுகப்படுத்தலைச் செயல்படுத்துவது சிரமம் என்பதும் அதனை நடைமுறைப்படுத்தத் தீவிர கட்டாயப் படுத்தலும் ஜனநாயக மதிப்பீடுகளிலிருந்து வழுவுவதும் அவசியம் என்றும் வரலாறு நமக்குக் கற்றுத் தந்துள்ளது. நாஜி ஆட்சியின் செயல்பாடுகள்கூட முரண்பட்ட விளைவுகளையே தந்தன. யூதர்களைக் கூண்டோடு அழிப்பதற்கு நாஜிகள் பெரும் வளங்களைச் சேர்க்க வேண்டியதாயிற்று; இதுவரை நாகரிகமான தாகக் கருதப்பட்ட அனைத்தையும் மறுக்க வேண்டியதாயிற்று. இருந்தும் ஜெர்மனியை இனரீதியாக ஒருமுகப்படுத்தும் முயற்சி யில் அவர்கள் தோல்வியுற்றனர். போர் இயந்திரத்தின் தேவைக் காக 1944க்குள் ஏழு மில்லியன் அந்நிய தொழிலாளர்களையும் அடிமைகளையும் இறக்குமதி செய்ய வேண்டியதாயிற்று. கற்பனைக்கெட்டாத மோசமான சூழலில் இத்தொழிலாளர்கள் சுரண்டப்பட்டப் போதிலும் ஜெர்மானியர்களும் அந்நியர்களும் அன்போடு உறவுகொள்வதை அந்த ஆட்சியில் தடுக்கமுடியாது போனது. இனக்கலப்பினால் ஏற்படக்கூடிய விளைவு குறித்த சித்தப்பிரமையால் மேலும்மேலும் பயனற்ற நடவடிக்கைகளில் அந்த ஆட்சி இறங்கியது.

இனவாதத்தின் அடக்குமுறை அதன் முடிவு அறியமுடியாத தன்மையால் மேலும் எரிச்சலடைகிறது என்றும் வரலாறு காட்டுகிறது. சிறுசிறு மரபணு வேறுபாடுகளால், எல்லைகளுக்கு எதிரெதிர் புறங்களில் வசிக்கும் மக்கள், அல்லது தோல்நிறம், முடிநிறம் வேறுபட்ட மக்கள் ஆகியோருக்கிடையே 'ஆழமான உளவியல்' மாறுபாடு உள்ளதென்றோ, தினசரி நடவடிக்கை களில் பெரிய தலைகீழ்மாற்றம் உண்டு என்றோ யாரும் இதுவரை நிரூபிக்கவில்லை. மக்கள் குழுக்களுக்கு இடையே உள்ள பண்பாட்டு வேறுபாடுகள், ஓரோர் குழுவுக்குள் உள்ள

மக்களுக்கிடையே உள்ள வேறுபாடுகளைவிடக் கூடுதலானது என்பதும் நிரூபிக்கப்படவில்லை. இனவாதிகளின் கொள்கை களில் இந்த தெளிவற்ற தன்மை, அவர்கள் தங்கள் காரண காரியத்திற்கேற்ற வகையில் இனவாதத்தைக் கைக்கொள்ள வசதியாகப் போய்விடுகிறது. இந்நூற்றாண்டின் தொடக்கத்தில் ஆரியருக்கும், இலத்தீனியருக்கும் இடையே உள்ள அடிப்படை வேறுபாடுகளைக் குறிப்பிடுவது வழக்கமாக இருந்தது. இப்போது எல்லா ஐரோப்பியர்களும், இஸ்லாமுக்கு எதிரான போராட்டத்தில் இணைந்திருப்பதாகச் சொல்லப்படுகிறது. சிலர் ஆங்கிலேயரை யும் ஐரீஷ்காரரையும் அடிப்படையில் வேறுபட்டவர்களாகப் பார்க்கிறார்கள்; சிலர் அதனை ஏற்பதில்லை. இந்த மாறுபட்ட கருத்துகள் அறிவியல் ஆய்வு மற்றும் மேம்பாடு காரணமாக எழவில்லை என்பதைச் சொல்ல வேண்டியதில்லை. இனவாதம் ஓர் அமைப்பாகக் கட்டமைக்கப்பட்ட பாரபட்சமாக இன்றும் நிலைத்து நிற்கிறது.

மைக்கேல் பர்லே மற்றும் வூல்ஃப்கேங் விப்பர்மேனின் 'இனவாத அரசு' நூலில் அவர்கள் படிநிலைப்பட்ட, புதிய இன அமைப்பை உருவாக்குவதற்காகப் பிற கொள்கைகளை இரண்டாம் பட்சமாக்கிய விதத்தில், மூன்றாம் ரீச் ஆட்சி தனித் தன்மை கொண்ட ஆட்சி என வாதிடுகின்றனர். நாஜி ஆட்சியின் தனித்துவத்தை நான் மறுக்க விரும்பவில்லை. எல்லா ஆட்சி களுமே தனித்துவமானவை; ஒப்பாய்வுக்கு ஆட்படக்கூடியவை. தீவிர தேசியவாதத்தை வலுவான இனஅம்சத்தோடு முதன்மைப் படுத்துவது, அனைத்துப் பாசிச இயக்கங்கள் மற்றும் அரசுகளின் பொதுத்தன்மை என்ற கருத்தை மட்டும் நான் முன்வைக்க விரும்புகிறேன்.

அத்தியாயம் 9

பாசிசமும் பாலினமும்

பாசிசவாதிகள் மனதளவில் இனவாத தேசியத்தையே முதன்மைப் படுத்தினர்; ஆனால் அவர்கள் தேசத்தை ஆண்நிலை நோக்கிலேயே உருவகப்படுத்தினர். பாசிசம் அடிப்படையில் ஓர் ஆணியவாதக் கருத்துநிலையே! போர்களுக்கு இடைப்பட்ட காலத்தில் சட்டைப் பொத்தான்களை முழுமையாகப் போட்ட, தெருச்சண்டையிடும் பிம்பம் முதல், நவீன காலத்தின் ஒட்டமுடிவெட்டி(skinhead) குரூரமும் இனவாதமும் தாண்டவமாடும் இளைஞர்கள் பிம்பம் வரை நமக்குள் எழும்புவது இதுதான். பாசிசம், சோஷலிசத்திற்கு எந்த அளவிற்கு எதிரானதோ, அந்த அளவு ஆழமாகப் பெண்ணியத்திற்கும் எதிரானது. வரலாற்றுப் பாசிஸ்டுகள் பொதுவாக முன்வைக்கும் வாதம் பெண்களது முதன்மைப் பங்கு குடும்பம் மற்றும் இன மறு உற்பத்தி சார்ந்தது என்பதாகும். தேசிய மக்கள் விருப்புவாதிகள் இதே செய்தியை மேலும் நயமாக விளக்குவார்கள்; இனங்களைப் போலவே, இருபால்களும் 'சமமானவையே! ஆனால் வேறுபட்டவை' என்பதே அவர்களுடைய வாதம்.

போர் ஆண் - பெண் இருபாலருக்கிடையே இருந்த இயல்பான உறவைக் குலைத்துவிட்டது எனப் பல ஐரோப்பியர்கள் நம்பினார்கள். பெண்கள் ஆண்களது வேலைகளை மேற்கொண்டனர்; ஆண்கள் போர்முனையின் பயங்கரங்களைச் சகித்துக் கொண்டிருந்த வேளையில், பெண்கள் சுதந்திரமான அற்ப கேளிக்கைகளில் ஈடுபடும் வாழ்க்கையை மேற்கொண்டனர் என்று பலர் ஐயுற்றனர். போர் முயற்சியில் பெண்களின் முக்கிய

பங்கேற்பு பெண்கள் அமைப்புகள் உருவாக வழிவகுத்தது. அவற்றுள் சில பெண்ணிய அமைப்புகளாக மாறின. பல நாடுகளில் போருக்குப்பின் பெண்களுக்கு வாக்குரிமை கிடைத்தது. பூர்ஷ்வா சமூகப் பெண்கள் தங்களது உழைப்பு முறைக்கேற்ற எளிய ஆடைகளை அணியத் தொடங்கினர். அந்த மாறுதலைப் பெண்களின் பால் - தன்மை இழப்பாகக்(de-sexing) கண்டனர் சிலர். பிரெஞ்சு நாவலாசிரியரும் அரசியல்வாதியுமான - பிற்காலத்தில் பாசிஸ்டாக உருவானவர் - பியர் டிரை லா ரோசெல் 'இந்த நாகரிகத்தில் இனி இருபாலர் என்பதே இல்லாமல் போனது' என வருந்தினார். பாலின உறவுகளில் ஏற்பட்ட நெருக்கடி, பொதுவான சமூக நசிவின் குறியீடாகக் கருதப்பட்டது. தீவிரத் தொழிலாளர்கள் அல்லது வேகம் மிக்க சிறுபான்மை தேசிய இனத்தவர் 'பெண்ணுக்குரிய' உணர்வுக் குமுறல்களால் பாதிக்கப்பட்டவர்களாகக் கருதப்பட்டனர். மரபுவாதிகள் பெண்கள் அவர்களுக்குரிய இடத்திற்கு மீண்டும் இட்டுச் செல்லப்படாவிட்டால், சமூகம் முறையாகச் செயல்பட இயலாது எனக் கருதினர். இந்த அச்சங்கள் எல்லாம் போர் இறப்புகளை ஈடுகட்ட பிறப்புவிகிதத்தை அதிகரிக்க வேண்டும் என்ற பிரச்சாரத்தில் வந்து முடிந்தது. பெரும்பாலான ஐரோப்பிய நாடுகளில் இப்பிரச்சாரம் சூடு பிடித்தது. இந்த 'மகப்பேறு' பிரச்சாரங்களின் மையக்கருத்து பெண்களது முதன்மைப் பங்கு தாய்மை என்பதே ஆகும். பிற பங்குநிலைகளில் இருந்து பெண்கள் விலக்கப்படவேண்டும் என்பது அதன் உள்ளீடாகும்.

ஆணிய மதிப்பீடுகளின் அடிப்படையிலேயே சமூகம் மறு உருவாக்கம் செய்யப்படவேண்டும் என்பதில் பாசிஸ்டுகள் ஒருமனதாக உடன்பட்டனர். இந்த விஷயத்தில், அவர்கள் மரபுவாதிகளைவிடத் தீவிரமாகவும் உறுதியாகவும் இருந்தனர். சொல்லப்போனால், அவர்கள் மரபுவாதிகளை 'ஆண்மக்களே இல்லை' எனக் கருதினர். போர்வீரத்தில் சிறந்தவர்களைப் பாசிஸ்டுகள் தேசம் என்ற கருத்தின் வீரியம் மிக்கவர்களாகக் கண்டனர்; அவர்களே தேசத்தின் மறு உருவாக்கத்தைச் சாத்திய மாக்கக் கூடியவர்கள் எனக் கருதினர். பதுங்கு குழிகளில் பணியாற்றுவது ஒரு மனிதனின் தேசத்தின் மீதான பக்தியை நிரூபிக்கும் நிகழ்வு. அது ஆண்வகைப்பட்ட வீரம், துணிவு, தியாகம், தோழமை, துயரங்களை எதிர்கொள்ளும் பக்குவம்,

பணிவு ஆகிய குணநலன்களை வளர்த்தது. அப்பண்புகள் சமூகம் முழுமைக்கும் மாற்றப்பட வேண்டிய நற்குணங்கள் ஆயின. காட்ரெனோ ''போருக்குரிய அர்த்தத்தில் ஒரு புதுவகை ஹீரோ, ஒரு சமூக ஹீரோ, வேலைகளில் ஈடுபடும் ஹீரோ'' தேவை என அறைகூவலிட்டார். அவரது முன்மாதிரி இடைக்கால மன்னர் மாவீரன் ஸ்டீபன். அவர் இராணுவ வீரமும் குழந்தைகளை உருவாக்கும் வீரியமும் மிக்கவர். இந்த உன்னத குணங்கள் எஸ்எஸ்'ல் உயர்ந்தபட்ச நிலைக்குக் கொண்டு செல்லப் பட்டது. ஜப்பானிய சாமுராய், டியூடானிய வீரத்திருத்தகையினர், ஜெசுயிட்டுகள் போல ஆண்வகைப்பட்ட போர்க்கலை அமைப்பின் பிரதிபலிப்புகளாக இவை கருதப்பட்டன.

பாசிஸ்டுகள் ஆண்மையை அப்படியே ஏற்கவில்லை. மேலாதிக்க இனத்தைச் சேர்ந்த குறிப்பிட்ட சில ஆண் உறுப்பினர் களின் ஆணியப் பண்புகளையே அவர்கள் உகந்ததெனக் கொண்டனர். சோஷலிஸ்டுகளும் கம்யூனிஸ்டுகளும் (அவர்களது ஆண் மையச் சாய்வுகளை மீறி) 'பெண்மை'க்குரிய ஒழுக்க மின்மைகளை ஊக்குவிப்பவர்களாகக் கருதப்பட்டனர். பாசிசப் புரட்சி ஆண் மைய அமைப்பின் பண்புகள் கொண்டதாகக் கருதப் பட்டது. நாஜிகள் யூதர்களையும் போலிஷ் இனத்தவரையும் 'பெண்மை' மிக்க இனத்தவராகக் கருதினார். அவர்கள் தங்கள் குறிக்கோள்களை அடைய நேரடியான ஆணிய முறையை மேற் கொள்ளாது, சுற்றிவளைத்து முயல்பவர்கள் என்பது பாசிஸ்டு களின் முடிவு.

பெரும்பாலான பாசிஸ்டுகள் ஓரினப்புணர்ச்சியாளர்களை வெறுத்தனர் என்பது அதிர்ச்சித் தரத்தக்க கண்டுபிடிப்பு அல்ல. சில நோக்கர்கள், இத்தீவிர வெறுப்பு பாசிஸ்டுகளின் அடக்கப் பட்ட ஓரினப்புணர்ச்சி விருப்பத்தின் பாற்பட்டதாக இருக்கலாம் எனக் குறிப்பிட்டுள்ளனர். எஸ்எஸ் அணியினரின் ஓரினம்சார் விருப்பத்தைத் தூண்டும் வகையிலான உடையமைப்பையும் வாழ்முறையையும் அவர்கள் மேற்கோள் காட்டுகின்றனர். சமகால புதிய - நாஜி ஜெர்மன் ஒருவர் உண்மையான ஆண்களுக்கு இடையேயான உறவை ஓரினப்புணர்ச்சி வலுப்படுத்துவதாக வாதிடுகிறார். எஸ்எ நாஜி தலைவரான எர்னஸ்ட் ரோஹமை எடுத்துக்கொள்வோம். பல வகைகளில் அவர் பாசிஸ்டுகளின் வகைமாதிரியாகத் திகழ்ந்தார். அவரது முகத்திலிருந்த வடுக்கள்

அவரது போர்ச் சேவை, துணிவு ஆகியவற்றின் காட்சிவடிவ நிரூபணங்களாகத் திழ்ந்தன. பெண்கள் அமைதிகாக்க வேண்டும் என்பது அவரது நம்பிக்கை. வெய்மார் குடியரசு, ஆண்மையற்ற அரசு என்பது அவரது கருத்து. யூதப்பெண்களும் கம்யூனிஸ்டு களும் பெருமளவு தாக்கத்தை ஏற்படுத்திய அச்சமூகம் பெண் மைய 'லொடலொடப்' பேச்சு கொண்டதாகத் திகழ்ந்தது என்று அவர் கருதினார். அவரது ஓரினப்புணர்ச்சி வாழ்வு பரவலாக அறியப்பட்டதே. ஆண்மையற்றவர் என்று எழுந்த தாக்குதல் களை அவர் வேகமான ஆண் மையச் செயல்வாதம் மூலம் எதிர்கொண்டார்.

பாசிஸ்டுகள் மத்தியில் ஓரினப்புணர்ச்சியாளர் பிற மக்கட் தொகையினரைக் காட்டிலும் அதிகம் எனக் கருத இடமில்லை. பார்க்கப்போனால், எதார்த்தம் உப்புச்சப்பற்றது. முழுவதும் ஆண்களாலான சமூகத்தில் வசிப்பது அவர்கள் மேல் ஓரினப் புணர்ச்சியாளர் என்ற முத்திரை விழ ஏதுவாகும் என அவர்கள் அஞ்சினர். அதனாலேயே ஓரினப்புணர்ச்சியைக் கடுமையாகக் கண்டித்தனர். மேலும், பாலியல் விழைவு இன மறுஉற்பத்திக் கான கருவியாகக் கட்டுப்படுத்தப்படவேண்டிய ஒன்று; அப்போதுதான் இனஉற்பத்தி பெருகும். அப்படியெனில் எதிர் பாலினப் புணர்ச்சியை மட்டுமே ஆதரிக்கவேண்டும் என்பதே அவர்கள் பார்வை. இருப்பினும் ரோஹம், ஓரினப்புணர்ச்சியாளர் என அறியப்பட்டப்பின்னரும் நாஜி தலைமையில் பொறுப் பேற்றார். தேசத்தை முதன்மைப்படுத்தும் எவராயினும் எத்தகைய தீவிரவாதச் சாயல் கொண்டவராயினும் பாசிசம் அனுமதிக்கும் என்ற வெகுசன விருப்பை ஈர்க்கும், பூர்ஷ்வா - எதிர்ப்புச் சூழலை இது நிரூபிக்கிறது. ரோஹம் சமூக, அரசியல் தீவிரவாதம் கொண்டவர் அல்ல. அவர் 'பூர்ஷ்வா ஒழுக்கமுறையை'க் கடுமை யாக விமரிசித்தார். நாஜிசம் பூர்ஷ்வா இரட்டைத் தன்மையை ஒழித்து, புதிய ஆணிய அமைப்பைக் கொணரும் என நம்பினார். இவ்வகையில் நாஜி புரட்சியை விளக்கம் செய்தவர்கள் மிகச் சிறுபான்மையினரே! அவர்களது கனவுகள் நனவாக வாய்ப்புகள் ஏதுமில்லை. ஜுன் 1934இல் எஸ்எ'யை அடக்குவதற்கான முகாந் திரங்களில் ஒன்றாக ரோஹமின் 'வக்கிரம்' முன்வைக்கப்பட்டது. அதற்குப்பின்னர் நாஜிகள் ஓரினப்புணர்ச்சியாளரைத் தண்டிப்பது அதிகரித்தது. எத்தனை பேர் வதைமுகாம்களில் இறந்தனர்

என்றோ, எத்தனை பேர் நாஜி மருத்துவர்களால் 'சிகிச்சை' செய்யப்பட்டனர் என்பதோ எவருக்கும் தெரியாது.

பல பாசிஸ்டுகளும் ஓரினப்புணர்ச்சியாளரை வெறுத்தது போலவே பெண்களையும் வெறுத்தனர். அல்லது அவர்கள் இருக்கவேண்டிய இடத்தில் இருக்கவேண்டும் என நம்பினர். இத்தாலிய எதிர்காலவியலாளர் ஃபிலிப்போ மாரினெட்டியின் 'பெண் வெறுப்பு' புகழ்பெற்றது. சில நாஜிகள் பெண்கள் ஒப்பனை செய்துகொள்வதையும் பொது இடங்களில் புகை பிடிப்பதையும் எதிர்த்தனர். ருமேனிய செய்தித்தாளான அயர்ன் கார்டு (Iron Guard) 1937இல் பின்வருமாறு அறிவித்தது: 'இன்றைய அறிவுஜீவித்தனமான பெண், சமூகத்தின் களர்நிலம்.' *பாசிச அரசுகள் பெண்களை அடக்குவதற்கான திட்டங்களை அமுல் படுத்தின. அவை பெண்களை உழைப்புச் சந்தையிலிருந்து விலக்கவும் அவர்களது கல்விக்கான வாய்ப்புக்களைக் குறைக்கவும் முயன்றன. ஜெர்மனி, இத்தாலி, க்ரோசியா... எங்கிருந்தாலும், பெண்கள் வருங்காலக் குடிமக்களை, போர்வீரர்களை உருவாக்கி இனத் தாய்மார்களாகத் திகழவேண்டும் என எதிர்பார்த்தனர். பெண்கள் குழந்தைகளின் மனதில் தேசிய மதிப்பீடுகளை வளர்க்கவேண்டும் என விரும்பினர். பாசிஸ்டுகளின் பொருளா தார சுய சார்பு, பெண்களை மிகமுக்கிய நுகர்வோராக மாற்றியது.*

பாசிஸ்டுகளின் இந்தத் திட்டங்களில் ஒரு முரண்பாடு இருந்தது. பெண்கள் வீடுகளில் இருக்கவேண்டும் என்ற பாசிசம், அவர்களுடைய 'குடும்பப்' பணிகளை அரசியல்மயப்படுத்தியது. இன மறுஉற்பத்தி, கல்வி, நுகர்வு அனைத்தும் தேசியக் கடமை களாயின. மேலும் பெண்களுக்குக் குடும்பப் பொறுப்புகளைக் கற்றுத்தரும் முனைப்பில், பாசிஸ்டுகள் அவர்களைக் கட்சியோடு தொடர்புடைய அமைப்புகளில் ஒன்றிணைத்தனர். பெண்களை வீடு நோக்கித் திருப்ப, பாசிசம் அவர்களை வீட்டிலிருந்து வெளியே கொண்டு வந்தது! மரபுசார் அமைப்புகள் (சில கத்தோலிக்க, உழவர் கட்சிகள் தவிர) பெண் உறுப்பினர் களைப் புறக்கணித்த சூழலில், பெரும்பாலான பாசிஸ்ட் அமைப்புகளில் குறிப்பிடத்தக்க பிரிவினர் பெண்களாக இருந்தனர். 1921இல், இத்தாலியில் 2000 பெண் பாசிஸ்டுகள் இருந்தனர். 1920களின் பிற்பகுதியில் தேங்கிய பெண் உறுப்பினர் எண்ணிக்கை, மீண்டும் 1930களில் பாசிசத்தின் 'மக்களை

9. பிரிட்டிஷ் பாசிச சங்கத்தின் பெண் உறுப்பினர்கள் சர். ஆஸ்வால்ட் மோஸ்லேக்கு வணக்கம் செலுத்துகின்றனர்.

நோக்கிச் செல்லும்' காலக்கட்டத்தில் வேகமாக உயர்ந்தது. ஆட்சிப் பொறுப்பேற்ற சமயம் நாஜிக் கட்சியின் 8% பேர் பெண்கள். 1931இல் பெண்கள் பிரிவுகள் தேசிய சோஷலிச சம்மேளனத்தில் (தேசோச - NSF) ஒன்றிணைக்கப்பட்டன. ஆட்சியில் ஏறியபின் (தேசோச) பிற பெண்கள் குழுக்களையும் தனது கட்டுப்பாட்டில் கொண்டு வந்தது. 1938க்குள் தேசோச'இல் பதிவுசெய்யப்பட்ட பெண் உறுப்பினர்கள் எண்ணிக்கை இரண்டு மில்லியனாக உயர்ந்தது. பிரெஞ்சு பாசிஸ்டு அமைப்புகள் உச்சக் கட்ட அதிகாரத்தில் இருந்தபோது 1,00,000க்கு மேற்பட்ட பெண் உறுப்பினர்களைக் கொண்டிருந்தன. இதுபோன்ற பல எடுத்துக் காட்டுக்களை வழங்கமுடியும்.

பெண்களைத் திரட்டும் விதத்தில் பாசிசம், அதிகாரத்துவம் மிக்க மரபுவாதத்திலிருந்து பெரிதும் வேறுபட்டது. மரபுவாதம் பெண்ணிய மறுப்புக்கொண்டது. தனது பெண்கள் அமைப்பு களை உருவாக்கி, அவற்றுக்கான தனி செயல்பாட்டுக்களத்தில் சுதந்திரமாகச் செயல்பட விட்டது. ஆட்சி அதிகாரத்திற்கு அப்பாற்பட்ட குடிமைச் சமூகத்தில் அவர்களை இயங்கவிட்டது. இதற்கு மாறாக, பாசிஸ்டுகள் எந்தவித சுயாதீன பெண்கள் அமைப்புகளும் உருவாவதை விரும்பவில்லை. அவை பெண் களை முன்னிருத்தி, தேசத்தைப் பின்தள்ளும் என அஞ்சினர் . இருப்பினும் பெண்களது தனிப்பட்ட தேவைகளும் ஆர்வங் களும் கணக்கில் எடுக்கப்பட்டால்தான், அவர்களை தேசத்துடன் ஒன்றிணைக்கமுடியும் எனக் கருதினர். எனவே, பெண்கள் அமைப்புகளைக் கட்சி அல்லது அரசின் பகுதியாக்கினர். உழைப்பாளர் அமைப்புகளைக் கையிலெடுத்து, தம்மோடு இணைக்க முயன்றது போலவே பெண்கள் அமைப்புகளையும் செய்ய விரும்பினர். குடிமைச் சமூகத்தைப் பாசிசம் தன்வசப் படுத்தியது.

சில பெண்ணியவாதிகள் பாசிஸ்டு கட்சிகளால் ஈர்க்கப் பட்டது வியப்பிற்குரியது! பிரிட்டிஷ் பாசிஸ்ட் யூனியன் போருக்கு முற்பட்ட வாக்குரிமைப் போராட்டத்தின் தொடர்ச்சியைப் பிரதிநிதித்துவப்படுத்துகிறது என்று மேரி ஆலன் குறிப்பிட்டார். ருமேனியாவில், அலெக்ஸான்டிரீனா கான்டகொசீனோ பழைமைவாத ருமேனியப் பெண்கள் தேசியச் சங்கத்தின் (Orthodox National Society of Romanian Women) தலைவராக இருந்தார்.

இத்தாலிய தெரசா லாப்ரியோலா, தொழிற்சங்க ஆட்சி அமைப்பின்(Syndicalist) முன்னணித் தலைவரின் மகள். அவர் தியாகம் செறிந்த, மேல்தட்டுப் பெண்களால் இத்தாலிய தேசம் மறுஉருவாக்கம் பெறும் என்றார். 1926இல் நாஜி எம்மா ஹட்லிச் அந்நிய மதிப்பீடுகளால் சீரழியாத காலத்தில் ஜெர்மானிய இனம் இருபால் சமத்துவத்தில் பெயர்பெற்று விளங்கியது என வாதிட்டார். நாஜி ஆட்சி நிறுவப்பட்ட பின்னர் இதுபோன்ற கருத்துகள் 'நாஜிப் போராளி' (The Nazi Fighter) இதழ் மூலம் ஆதரிக்கப்பட்டன.

தவறான வழிகாட்டலுக்கு ஆட்பட்ட முன்னாளையப் பெண்ணியவாதிகள் சிலர் பாசிஸ்டுகள் பெண்கள் வாக்குரி மையை அறிமுகப்படுத்துவார்கள் என எதிர்பார்த்தனர். இத்தாலியில், பாசிஸ்டுகளின் திட்ட மூலவரைவில் பெண்களது வாக்குரிமை இடம்பெற்றது. பிரிட்டன் போன்ற ஏற்கனவே பெண் வாக்குரிமை இருந்த நாடுகளில், சில பெண்ணியவாதிகள் பெண் வாக்குரிமை, உண்மையான அரசியல் அதிகாரத்திற்கு வழிவகுக்க வில்லை என்பதால் ஏமாற்றம் அடைந்தனர். பாசிசம் இதனைச் சரிப்படுத்தும் என நம்பினர். பல இத்தாலிய பெண்கள் அமைப்புகள், முற்போக்குவாத ஆட்சி, பெண்கள் பிரச்சனை களைச் செவிமடுக்கவில்லை என்பதால், தேசியவாத எதிர்க் கட்சியை ஆதரித்தன. பாசிச ஆட்சிக் காலத்தில், அவர்கள் 'இலத்தீன் பெண்ணிய'த்தை ஆதரித்தனர். அது சோஷலிசமும் முற்போக்குவாதமும் கலக்காத, பெண்களது தனிதனி உரிமை களை மரபு, குடும்பம், இனத்திற்கு அடுத்தக் கட்டத்தில் வைத்து அணுகும் போக்குக்கொண்டது.

பிற பெண்ணியவாதிகள் - குடும்பபெண்ணியவாதிகள் என அறியப்படுவோர் - அரசியல் உரிமைகளில் ஆர்வம் காட்டவில்லை. பெண்களைப் பெண்கள் என்றவகையில் பாதுகாப்பதையே முதன்மையாகக் கருதினர். ஆண்களின் குடிபோதைப்பழக்கம், விவாகரத்துச் சட்டங்களில் சீர்த்திருத்தம், பெண்களது உரிமை களில் – தாய்மார்கள், உழைப்பாளர்கள் என்ற வகையில் – முன்னேற்றம் போன்ற கோரிக்கைகளை முன்வைத்தனர். பிரதி நிதித்துவ ஜனநாயகத்தைக் கைவிடத் தயாராகிவிட்டார்கள் எனில் (அது பெரியதொரு 'எனில்') இப்பெண்ணியவாதிகள், பாசிஸ்டுகளோடு பொதுவான பண்புகள் சிலவற்றைப் பகிர்ந்து

கொள்பவர்களாக ஆகிவிடுவர். அவர்களும் தேசிய சமூகத்தில் குடும்பத்தின் பங்கை வலியுறுத்துவதில் பாசிஸ்டுகள் போலவே செயல்பட்டனர்.

அரசியலற்ற அல்லது வலதுசாரி பெண்ணிய மறுப்பு அமைப்பு களின் ஆதரவு பாசிஸ்டுகளுக்கு இருந்தது. இப்பெண்கள், பாசிஸ்டு ஆண்கள் போலவே பெண்களது இடம் வீடுதான் என நம்பினர். பெரும்பாலான பூர்ஷ்வா பெண்களுக்குக் குடும்பம் என்ற அமைப்பு சில வசதிகளை வழங்கியது. குழந்தைகள் மீதான கட்டுப்பாடு, விரிவுபட்ட குடும்ப அமைப்பில் பணியாளர்கள் மீதான அதிகாரம் ஆகியவை இப்பெண்களுக்குக் கிடைத்தன. 'அக்கறை செலுத்தும் பண்பு' கொண்டவர்கள் என்ற வகையில் பெண்கள் முக்கியமான அறக்கொடை நிறுவனங்களில் பொறுப் பேற்றனர். சிலசமயம் அரசாங்கத் திட்டங்களிலும் தாக்கம் செலுத்தினர். இத்தகைய பெண்கள் பெண்ணியத்தைக் கண்டனம் செய்தனர். சோஷலிசம், முற்போக்குவாதம், ஜனநாயகம் ஆகிய வற்றையும் எதிர்த்தனர். அறப்பண்பு, குடும்ப அமைப்பு, வீட்டுப் பணியாளர்கள் ஆகியவற்றை மறுப்பதனால் இவற்றை எதிர்த் தனர். ஆழமான மரபுப்பிடிப்பு இருந்தபோதிலும், இத்தகைய பெண்கள் மரபுசார் அமைப்புகள் குடும்பத்திற்கு போதுமான கவனம் செலுத்துவதில்லை என்பதை உணர்ந்தனர். ஜெர்மனியில் ஏழை, கிராமப்புறப் பெண்கள் பாசிஸ்டுகளுக்கு வாக்களித்தனர். பெண்ணியத்தைப் பூர்ஷ்வா பெண்களின் ஒப்பனைப் பொருளாகக் கண்டதனால், அவர்கள் இவ்விதம் செய்திருக்கக்கூடும்.

எனவே, பாசிசம் பல்வகைப்பட்ட பெண்கள் குழுக்களின் ஆதரவை வென்றது. பெண்ணியவாதிகள், பெண்ணியவாதிகள் அற்றவர்கள், முன்னாள் முற்போக்குவாதிகள், மரபுவாதிகள், சோஷலிஸ்டுகள்கூட இவர்களோடு சேர்ந்தனர். இவர்களது பொதுவான இணைப்புத்தளம் இடதுசாரி எதிர்ப்பு மற்றும் அப்போதிருந்த கட்சிகள், இடது மற்றும் வலதுசாரிகள், தம்மைச் சரிவர பிரதிநிதித்துவப்படுத்தவில்லை என்ற விமரிசனம் ஆகியவையே. பாசிச அமைப்புகள் மற்றும் ஆட்சிகளில் பெண்களது பங்கேற்பு பாசிசத்தின் தீவிரவாத மற்றும் பிற்போக்குத் தன்மைகளை ஒருசேரக் கொண்டிருந்ததைப் புலனாக்குகிறது.

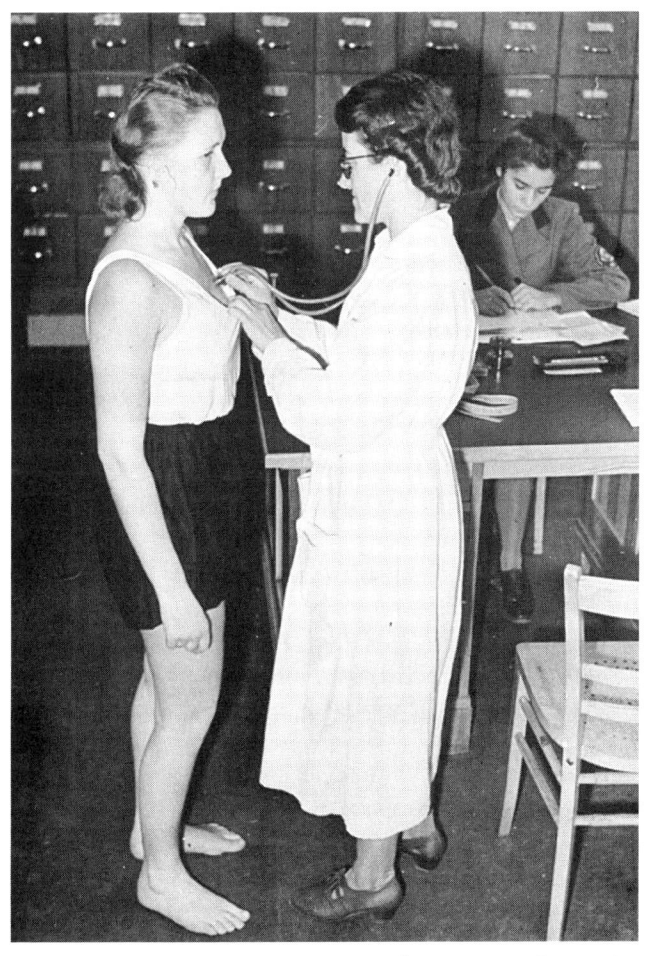

10. ஒரு பெண் உலகக் காட்சி. மருத்துவர் ஒருவர் ரீச் சமூக சேவை நிறுவனத்திற்கு சேர வந்த புது உறுப்பினரைப் பரிசோதிக்கிறார். 6 செப்டம்பர் 1940.

பாசிச அமைப்புகள் மற்றும் ஆட்சிகளில் சேர்ந்த தீவிரமான பெண்கள் நல்லமுறையில் இயங்கமுடியவில்லை. ஆண் செயல்வீரர்கள் பாசிஸ்டுகளோடு சேர்ந்ததற்கான காரணமே இருபாலருக்கும் இடையே உள்ள 'இயல்பான' உறவை மீட்டெடுக்கும் விருப்பத்தினால்தான். முசோலினி பெண்

வாக்குரிமையில் கொண்ட ஈடுபாட்டை இழந்தார். தனது அமைப்பின் பெண்கள் பிரிவு ஆண்கள் கிளைகளுக்கு அடி பணிந்து நடப்பதை உறுதிசெய்தார். ஜெர்மனியில், நாம் முன்பு குறிப்பிட்ட எம்மா ஹால்ட்விச்சின் கருத்துகளை ஆல்பிரட் ரோசன்பெர்க் மறுத்து, புராதன ஜெர்மானிய சமூகம் தந்தைமை ஆதிக்கம் கொண்டதே என வாதிட்டார். 1934இல் ஹிட்லர் நாஜிசத்திற்குள் பால்களுக்கிடையேயான போருக்கு இடமில்லை என நாஜிப் பெண்களிடம் அறிவித்தார். இரு ஆட்சிகளுமே பெண்களைக் குழந்தைகள் பெற்றுக்கொள்ள வைப்பதில் முனைப்புக் காட்டின. தேசோச'இன் தலைவர் கெர்ட்ரூட் ஹோல்ட்ஸ்-கிளிங் பதினோரு குழந்தைகள் பெற்றுப் படைத் தலைமை வகித்தார். பெண்களது கல்வி வாய்ப்பைக் குறைப்பது, உழைப்புச் சந்தையிலிருந்து பெண்களை நீக்குவது ஆகியவற்றில் முயற்சி மேற்கொண்டனர். பாசிச அமைப்புகளில் இருந்த பெரும் பான்மை பெண்கள் அவர்களது இயல்புகளுக்கு உகந்ததாகக் கருதப்பட்ட நலவாழ்வுப் பணிகளில் ஈடுபட்டனர்.

பாசிசத்தில் பெண்கள் செயலூக்கம் அற்றவர்களாகத் திகழ்ந் தனர் என்பதல்ல இதன்பொருள். காலுறைகள் பின்னுதல், ஏழைகளுக்கு உணவு சேகரித்தல் போன்ற சிறுசிறு பணிகளைச் செய்தவர்கள்கூட வீட்டிற்கு வெளியே அவற்றைச் செய்ய வேண்டியதாயிற்று. பெண்களால் வழிநடத்தப்பட்ட சிக்கலான அமைப்பு முறையின் பகுதியாக இவர்கள் இயங்கினர். (பார்க்க: படம் 10). படிநிலையின் மேல்மட்டத்தில் பாசிச அமைப்புகள், ஆட்சிகளின் பெண்கள் பிரிவுகள் சிறுசிறு படைகளை அமைத் தனர். உடல்நல விசாரிப்பாளர்கள், மருத்துவத் தாதிகள், வீட்டில் பாடம் நடத்தும் அறிவியல் ஆசிரியர்கள், சமூக சேவகர்கள் என இப்படைகள் பிரிந்து செயல்பட்டன. ஆண் பாசிஸ்டுகள் பெண்கள் பணியை இரண்டாம்பட்சமாகக் கருதி இருக்கலாம்; ஆனால் பெண்கள் அப்படிக் கருதவில்லை. அவர்கள் தங்களது தேர்ச்சியைப் பெருக்கிக்கொள்வதில் ஆண்களோடு போட்டி யிட்டனர். தங்கள் தொழில்களுக்கு, மருத்துவம் மற்றும் சட்ட வல்லுநர்களுக்கு நிகரான மதிப்பைப் பெறப் பாடுபட்டனர். அவர்களைப் பொறுத்தவரை நலவாழ்வு ஒத்திசைவுமிக்க, ஒன்றிணைந்த தேசத்தின் வளர்ச்சிக்கு அடிப்படை அம்சம். பெண்களை, அவர்களது இடத்தில் இருத்த விரும்பினாலும்

பாசிஸ்டுகள் பெண்களது பணி ஒன்றிணைந்த தேசத்தை உருவாக்க அத்தியாவசியமானது என்பதை ஒத்துக்கொண்டனர். எனவே, பாசிச அமைப்புகள் மற்றும் ஆட்சிகளில் பெண்களுக்குச் செல்வாக்கு இருக்கத்தான் செய்தது.

பெண்களது தாக்கத்திற்கு செலுத்தப்பட்ட விலை மிக அதிகம். பாசிச அமைப்புகள் பல நலவாழ்வு திட்டங்களை அமுல்படுத்தக் கோரின. பாசிச ஆட்சிகள் அவற்றை அமுல் படுத்தின. அவற்றுள் பல பெண்கள் இயக்கங்களின் நீண்டகால ஆசைகளைப் பூர்த்தி செய்பவை போலத் தோன்றின. (குடும்பச் சலுகைப்படி, திருமணக்கடன், பணியிடத்தில் உடல்நலத் திட்டங்களில் முன்னேற்றம் போன்றவை.) இத்திட்டங்கள் பெண்களது வாய்ப்புகளை அதிகரிப்பதற்காக உருவாக்கப்பட வில்லை. அவை, நாம் அத்தியாயம் 8இல் கண்டபடி, தேசம் மற்றும் இனத்தின் தேவைகளைப் பூர்த்தி செய்ய உருவாக்கப்பட்டன. ஜெர்மனியில் ஆரியப் பெண்கள் மட்டும் முழுமையான 'வளர்ச்சி' பெற்றவர்களாகக் கருதப்பட்டனர். அவர்கள் 'வலு'வான குழந்தைகளைப் பெறவும் தாய்மைப் பணிகளைச் செய்யவும் தகுதியுடையவர்களாகக் கருதப்பட்டனர். ஹிம்லரின் ஆதர வோடு, எஸ்எஸ் மணமாகாத பெண்களைப் பாதுகாக்கும் எல்லை வரை சென்றது - அவர்கள் இனரீதியாக ஏற்புடையவராக இருக்கும் பட்சத்தில்! பிரான்ஸில் பெரும் நலவாழ்வு அமைப்பு களான க்ராயிக்ஸ் தெ ஃப்யூ மற்றும் பார்டி சோஷியல் பிரான்சே ஆகியவை குடியேறிய பிற இனத்தவர், அவர்களது குடும்பங் களுக்கு உதவி வழங்க மறுத்தன.

இத்தாலியில், 1938க்கு முன்பு வரையிலாவது, இனக்கலப்பு பயனுடையதாகக் கருதப்பட்டது. இனஉயர்வுக்கு 'எதிரான' வழிமுறைகள் அனுமதிக்கப்படவில்லை. மகப்பேறு திட்டங் களின் குறிக்கோள் இனநலம் சார்ந்ததாகவே இருந்தது. இத்தாலிய திட்டங்கள் பிற ஜனநாயக ஆட்சிகளின் திட்டங்களைவிட அதிகாரத்துவம் மிக்கதாக இருந்தன. 'இத்தாலிய மக்களின் உற்பத்தித் திறனைத் தடுக்கும்' குடும்பக் கட்டுப்பாட்டு முறைகள் அரசாங்கக் குற்றங்களாகக் கருதப்பட்டன. இதில் குறிப்பிடத் தக்கது என்னவென்றால், அலுவலக முறையற்ற அரசியல் விதிப்படி, நலவாழ்வுத் திட்டங்கள், ஆட்சிக்கு நட்புணர்வு காட்டாதவர்களுக்குக் கிட்டவில்லை. பெண்கள் குறித்த பாசிச

அரசுகளின் திட்டங்களில் பலத்த வேறுபாடுகள் இருந்த போதிலும் அனைத்துத் திட்டங்களுமே நிரந்தரமாகத் திரட்டப் பட்ட, ஒரே தன்மையதான தேசத்தை உருவாக்குவதை நோக்கியே தொழிற்பட்டன. அத்தகு தேசம் உடலியல் கூறுப்படி வரை யறுக்கப்பட்டாலும், இல்லாவிட்டாலும் நோக்கம் இதுவாகவே அமைந்தது.

சமகால தேசிய மக்கள் விருப்புவாதக் கருத்து நிலைகளில் பேணப்படும் பெண் குறித்த பார்வை மேற்குறிப்பிட்டவற்றி லிருந்து வேறுபடவில்லை. பிரெஞ்சு தேசிய முன்னணியின் தலைவர் ஜீன்-மேரி லெ பென், பெண்களுக்குப் பாதி-தெய்வீகப் பணியான உயிரூட்டுதல், 'குழந்தைகள் மற்றும் இளைஞர்களின் மனம், இதயம், உணர்வுகளுக்கு அறிவூட்டும்' வேலையை வழங்கியுள்ளார். பிரிட்டிஷ் தேசிய கட்சி (British National Party - BNP) குழந்தைகள் பெற்றுக்கொள்ள ஊக்கத் தொகை வழங்கும் திட்டத்தை அமுல்படுத்த உள்ளது. குறைந்து வரும் அபாயகரமான பிறப்பு விகிதம் மற்றும் குடும்ப எதிர்ப்பு உணர்வை எதிர்கொள்ள இத்திட்டம் தீட்டப்பட்டுள்ளது. 1999 பொதுத் தேர்தலில் ஹெய்டெர் தாய்மார்களுக்குப் பெரும் 'குழந்தைக் காசோலைகள்' வழங்குவதாக உறுதியளித்தார். கடந்தகாலம் போலவே மகப்பேறு ஆதரவும் இனவாதமும் இணைந்தே உள்ளன. உழைப்புச் சந்தையில் உள்ள குறைபாட்டை இனியும் குடியேற்றம் மூலம் சமாளிக்க முடியாது என்பதால், பெண்கள் அதிகக் குழந்தைகள் பெற்றுக்கொள்ள முன்வரவேண்டும்; 'சொந்த இனப்' பெண்களின் மறுஉற்பத்திக்கே ஆதரவு வழங்கப் படும் என்பது இதன் உட்பொருள். சமகால தேசிய மக்கள் விருப்புவாதம் பெருமளவு ஆணிய பாணியிலேயே செயல் படுகிறது. லெ பென்னின் பெண்ணியத்திற்கு எதிரான பிரெஞ்சு வீரசாகசமானாலும், ஒட்ட முடி வெட்டிய கால்பந்து வன்முறை யானாலும் அடிப்படை அதுதான்!

இத்திட்டங்கள், பெண்கள் பொருத்தமற்ற வேலைகள் மேற்கொள்வது குறித்த அச்சத்தின் அடிப்படையில் எழுகின்றன என்பதைப் போர்களுக்கு இடைப்பட்ட காலம் குறித்த மாணவர்கள் அனைவரும் அறிவார்கள். லெ பென் கூறுவது போல பாலினங் களுக்கு இடையே இயல்பான வேலைப் பிரிவினை இல்லாமல் போவது 'ஆண்கள் தங்களைப் பெண்களாகவும், பெண்கள்

தம்மைத் தாமே ஆண்களாகவும்' கருத வழிவகுக்கும் என்ற அச்சம் உள்ளது. சமகால சமூகத்தில் இந்த பயங்கள், குறைந்துவரும் பயிற்சி அற்ற ஆண் உழைக்கும் வர்க்கத்தினர் மத்தியில் நிலவும் மாறாத வேலையின்மை போன்றவை மூலம் மேலும் அதிகரிக்கின்றன. பெண்சார்பு கொண்ட 'ஆக்கபூர்வமான பாரபட்சம், ஆண்களது மேல்நிலை உயர்வுக்குக் குந்தகம் விளைவிக்கின்றன என்று சில ஆண்கள் நம்புவதாலும் இப்பயங்கள் கூடுகின்றன. மேலும், வலதுசாரிகளின் சோஷலிசம், கம்யூனிசத்திலிருந்து வரும் அபாயங்கள் குறித்த கவலைகள் குறையக் குறைய, பாலின பங்குநிலை, திருமணம், மணமுறிவு, கருக் கலைப்பு, பாலியல் விழைவு போன்றவை அரசியலில் மையம் வகிக்கத் தொடங்குகின்றன.

இருப்பினும், பெண்கள் தேசியவாத - மக்கள் விருப்புக் குழுக்களுக்கு வாக்களிக்கின்றனர். தொடக்ககாலப் பாசிச அமைப்புகளில் சேர்ந்த பெண்களது நிலையிலிருந்து இது வேறுபட்டது. சமத்துவம் இன்னமும் வெகுதொலைவில் இருந்தாலும் பெண்களது சமூக, அரசியல்நிலை மேம்பாடு அடைந்துள்ளது. தொலைக்காட்சி, சினிமா, மதச்செயல்பாடுகளில் நாட்டக் குறைவு, கல்வியின் மாறுபட்ட தன்மை ஆகியவற்றால் பெண்களுக்கான வாய்ப்புகள் விரிந்துள்ளன. அவர்களது எதிர்பார்ப்புகளும் உயர்ந்துள்ளன. பல பெண்கள் பெண்ணிய முத்திரை தேவையில்லை என ஒதுக்கினாலும் பெண்ணியத்தின் வெற்றிகளைத் தமக்குரியதாக ஏற்கின்றனர். புதிய-பாசிச அட்டைகள் மூலம் தேர்ந்தெடுக்கப்படும் பூர்ஷ்வா பெண்களுக்கும் உழைக்கும் வர்க்கப் பெண்களின் தேசிய - மக்கள் விருப்புவாத சார்புக்கும் இது ஒருங்கே பொருந்தும். லெ பென்னுக்குத் தனது குடும்பப் பெண்களைக் கட்டுப்படுத்துவதில் மிகுந்த சிரமங்கள் ஏற்பட்டன. அவர்களுள் சிலர் அமைப்பில் முக்கிய பதவிகள் வகிக்கின்றனர். அவரது மாஜி மனைவி குடும்பம் குறித்த அவரது பார்வையைக் கேலிசெய்யும் விதமாக 'ப்ளேபாய்' ஆபாசப் புகைப்பட இதழில் பணிப்பெண்ணாகத் தோன்றினார். அவரது பெண்களுள் ஒருவர் அரசியல் வழிமுறைகள் குறித்த கருத்து வேறுபாட்டால் பிரிந்து சென்றுவிட்டார்.

போர்களுக்கு இடைப்பட்ட காலத்தில் செய்தது போல, சில சமயம் பாசிச அமைப்புகள் பெண்களது வளர்ச்சியை மதிப்பதாக

உறுதி சொல்கின்றன. ஆனால், அந்த நலன்களை விலக்கக் கூடிய திட்டங்களையும் அறிவிக்கின்றன. நடைமுறையில் இத்தகைய அழுத்தங்கள் எவ்வாறு தொழிற்படும் என்பதை நாம் கூற இயலாது. ஆனால் தீவிர வலதுசாரிகளின் பெண்கள் தொடர்பான திட்டங்களை அமுல்படுத்துவதென்பது, முற்போக்கு ஜனநாயகத்திலிருந்து ஏற்படும் இன்னொரு முக்கிய முறிவாக இருக்கும் என்பது நிச்சயம்.

அத்தியாயம் 10
பாசிசமும் வர்க்கமும்

ஒருகட்டம் வரை பாசிசம், வர்க்கத்துடன் கொள்ளும் உறவைக் கொண்டே முழுமையாக விளக்கப்பட்டது. மார்க்சிஸ்டுகளைப் பொறுத்தவரை, பாசிசம் முதலாளித்துவத்தின் மிகப் பிற்போக்கான அம்சங்களின் சர்வாதிகாரம்; அல்லது அதிகாரத்திலுள்ள முதலாளித்துவவாதிகளுக்கும் அவர்களுக்குக்கீழ் செயல்படும் குட்டி முதலாளித்துவவாதிகளுக்கும் இடையிலான தொடர்பின் வெளிப்பாடு. வெபரியவாதிகளைப் பொறுத்தவரை பாசிசம் 'மரபான மேல்தட்டினரின்' 'நவீனமயமாதலுக்கு' எதிரான பாதுகாப்புப் போராட்டத்தின் கடைசி சாக்கடை. இவற்றோடு இன்னொரு வாதத்தையும் சேர்த்துக் கொள்ளலாம். அதுவும் வெபரியவாதத்தில் வேரூன்றியதே. அதன்படி, பாசிசம் என்ற இயக்கம், குட்டி முதலாளித்துவவாதம் பெரும் முதலீடு மற்றும் அமைப்புமயமாக்கப்பட்ட உழைப்பு ஆகிய இரண்டின்பாலும் ஒரேசமயத்தில் கொண்ட சமஅளவு வெறுப்பின் வெளிப்பாடு.

மார்க்சியமும் வெபரியமும் பாசிஸ்டுகள் மற்றும் பாசிச ஆதரவாளர்களின் செயல், சொல் மற்றும் எழுத்துக்களில் வெளிப்படும் வர்க்க 'அக்கறைகளை' வெளிப்படுத்த முனைகின்றன. ஆனால், இவ்விரு வாதங்களும் பாசிசத்திற்கு ஆதாரமாகக் காணும் வர்க்கம் குறித்த புரிதலில் வேறுபடுகின்றன. மார்க்சிஸ்டுகள், பாசிஸ்டுகளின் தேசிய அக்கறையை முன்னிறுத்தும் போக்கை, முதலாளித்துவவாதிகள் சோஷலிசத்தின் வர்க்க அடிப்படையில் தொழிலாளர்களை ஒன்றுதிரட்டும் முயற்சியை முறியடிக்கும்

திட்டத்தின் அம்சமாகக் காண்பார்கள். அதே போல, வெபரிய வாதிகள், யூதஇனஎதிர்ப்பு முயற்சிகளை யூதஇனஉருவகத்தில் நவீன உலகை அரக்கனாகச் சித்திரிப்பதாகவோ, குட்டி முதலாளித் துவவாதிகளின் ஊசலாட்டங்களின் சாட்சியமாகக் காணலாம்.

மாற்றாக, சர்வாதிகாரக் கொள்ளையாளர்கள் பாசிஸ்டுகள் உலகை அணுகும் குறிப்பிட்ட தன்மையை நாம் புரிந்துகொள்ள வேண்டியது அவசியம் என வாதிடுவர். பாசிஸ்டுகள் தங்களது உந்துசக்தி தீவிர தேசியவாதம் என்பதையும் ஒன்றுதிரட்டப்பட்ட தேசிய இனச் சமூகமே தங்கள் நோக்கம் என்பதையும் வலியுறுத்தி வந்துள்ளனர். பாசிஸ்டுகள் எந்த அளவு அவர்களது நோக்கங ்களை வென்றடைந்தனர்? எதிர்கொண்ட தடைகளை எப்படிக் கடந்தனர்? எவ்வகையான சமரசங்களை மேற்கொள்ளக் கட்டாயப் படுத்தப்பட்டனர்? என்ற வினாக்களை எழுப்புவதே நமது பணியாகிறது. சர்வாதிகார அணுகுமுறையில் வர்க்க ஈடுபாட்டுக்கு சிறிதும் இடமில்லை.

ஒன்றுக்கொன்று மோதிக்கொள்ளும் பலவித அணுகுமுறை களில் பலம் / பலவீனங்களை அலசிக் கொண்டிராமல், முந்தைய பகுதிகளில் முன்வைத்த பார்வையைச் சுருக்கமாகக் காணலாம்:

1. பாசிஸ்டுகள், தங்களது மனங்களில் அவர்களது 'விளக்கத்துக்கு உகந்த வகையில்' தேசத்தை ஒன்றுபடுத்துவதையே தமது நோக்கமாகக் கண்டனர். தேசம் குறித்த பாசிசக் கருத்தே அவர்களது திட்டங்களின் அனைத்து அம்சங்களிலும் வெளிப் பட்டது.

2. 'அவர்களது விளக்கத்துக்கு உகந்தவகையில்' என்பது இங்கு முக்கியமாகும்: பாசிஸ்டுகளைப் பொறுத்தவரை தேசம் என்பது இருண்மையான கருத்து அல்ல; மெல்லியதாகப் பரவுவது அல்ல; ஏற்கனவே நிலவும் முன் தீர்மானங்களி லிருந்து உருவாக்கப்படுவது. அதில் தந்தைமை ஆதிக்கக் குடும்பமும் நிலவும் சொத்துடைமை உறவுகளும் அடங்கும்.

3. இருந்தாலும், தந்தைமை ஆதிக்கக் குடும்பம் மற்றும் அதிகாரிகளின் உரிமைகள் தேசம் என்ற கருத்தோடு ஒத்துவரும் வரைதான் பாசிஸ்டுகள் அவற்றை ஆதரித்தனர். 'அந்நிய' குடும்பங்கள் அல்லது வணிகங்கள் பாதுகாப்புரிமை பெறவில்லை. எனவே, மரபுவாதிகளைப்போல, பாசிஸ்டுகள்

குடும்பம் மற்றும் சொத்துடைமையை முழுமையாக ஆதரிக்க வில்லை.

4. தீவிர தேசியவாதிகள் என்ற வகையில், பிற 'வாதங்களை' பாசிசம் ஏற்கவில்லை. பெண்ணியவாதிகளும் சோஷலிச வாதிகளும் பாலினம், வர்க்கம் அல்லது மனிதநேயத்தை தேசத்தைக் காட்டிலும் முதன்மைப் பொருளாகக் காண்பதாக ஏசப்பட்டனர். அதேசமயம் பாசிஸ்டுகள் எல்லாப் பாலினரை யும் வர்க்கத்தையும் தேசத்திற்குள் இணைக்க வேண்டி இருந்ததால், பெண்ணிய வாதிகள் மற்றும் சோஷலிசவாதிகள் பரிந்துரை செய்த குறிப்பிட்ட சீர்திருத்தங்கள் சிலவற்றை ஏற்கக்கூடிய மனநிலையோடு இருந்தனர். இந்தச் சீர்திருத் தங்கள் பாசிஸ்டுகளின் தேசம் குறித்த விளக்கத்திற்குட்பட்டதாக இருந்தவரையில் இந்த ஏற்பு மனநிலை தொடர்ந்தது.

பாசிசத்திற்கு வர்க்கத்துடனான உறவில் மேற்குறிப்பிட்ட பார்வையின் நடைமுறைத் தாக்கங்களைப் பற்றி ஆராய்ந்திடும் முன் நாம் மனதில் இருத்தவேண்டிய ஒன்று உள்ளது. எந்தவொரு குறிப்பிட்ட சமூக வர்க்கத்திற்கும் எந்த அடிப்படையிலும் உகந்த தாக இருக்கக்கூடிய எந்தவொரு அம்சமும் பாசிசத்தில் அடிப்படை யிலேயே இல்லை என்பதுதான் அது. தேசிய ஒற்றுமை என்ற பெயரில் உழைக்கும் வர்க்க இயக்கத்தை அழிக்கும் வகையில் வணிகர்களுக்கு இந்த இயக்கத்தில் கவர்ச்சி ஏற்படலாம்; ஆனால் சில சோஷலிசக் கோரிக்கைகளை ஏற்றுக்கொள்ளக்கூடிய, சொத்துடைமைக்கு மேலாகத் தேசத்தை இருத்தும் இயக்கத்தை அதிகாரிகள் நம்பத் தயங்கலாம். அதேபோல, தொழிலாளர்கள் சோஷலிச எதிர்ப்புக் கொள்கை காரணமாகப் பாசிசத்தை எதிர்க்கலாம்; ஆனால் உள்நாட்டு உழைப்பாளர்களை அந்நியத் தொழிலாளர்களைக் காட்டிலும் முதன்மைப்படுத்துவோம் என்ற பாசிசத்தின் உறுதி அவர்களை ஈர்க்கலாம்.

எனவே குறிப்பிட்ட சூழலில் பாசிசம் செயல்பட்ட விதத்தைப் பரிசீலிப்பதன் மூலமே நாம் யார் யார், எதற்காக அதனை ஆதரித்தனர் என விளக்கமுடியும். இரு கோணங்களில் நாம் இச்சூழலை ஆய்வுக்குட்படுத்த வேண்டும். முதலில், பாசிச ஆதரவாளர்களின் சமூக உருவாக்கம் மற்றும் நோக்கங்கள் யாவை எனப் பார்க்க வேண்டும்; இரண்டாவதாக, பாசிச ஆதரவு ஊழியர்கள் தமது கொள்கையைப் பரப்ப மேற்கொண்ட

நடைமுறைத் திட்டங்கள் மற்றும் அவர்களது மனப்பான்மை ஆகியவற்றைப் பகுத்தறிய வேண்டும்.

முன்னணி ஊழியர்களும் வாக்காளர்களும்

வர்க்க அடிப்படையில் பாசிச ஆதரவில் பலவித வேறுபாடுகள் காணப்படுகின்றன. நாஜி வாக்காளர் பட்டியல் குறித்து நடத்தப் பட்டுள்ள ஆய்வில், உழவர்களும், குட்டி முதலாளித்துவ வாதிகளும் (குறிப்பாக கைவினைஞர்கள், குடிமைச் சேவகர்கள், உதிரித் தொழிலாளர்கள், மேற்பார்வை அதிகாரிகள்) அதிக அளவில் இடம்பெற்றுள்ளனர் என்று பல வரலாற்றியலாளர்கள் ஒத்துக்கொள்கின்றனர். ஆனால், தொழிலாளர்கள் மற்றும் உயர்வர்க்கத்தினரிடம் இருந்தும் நாஜிகளுக்குக் குறிப்பிடத்தக்க அளவில் ஆதரவு கிடைத்தது. நாஜிக்கட்சியில் சில வர்க்கத்தினர் மிகுந்த வலுவோடு இருந்தனர். ஆனாலும், பிற எதிர்க்கட்சி களோடு ஒப்பிடுகையில் நாஜிக்கட்சி 'அனைத்து வர்க்க'க் கட்சியாகத் திகழ்ந்தது.

போர்களுக்கு இடைப்பட்ட காலத்தில், பிரான்ஸில் பாசிச அமைப்பு நடுத்தரவர்க்கத்தினர் மத்தியில் பரந்த ஆதரவு பெற்றிருந்தது. ஆழமாக அணுகினால், அதனுள் பல திகைப் பூட்டும் வேறுபாடுகளைக் காணலாம். ஜெர்மனியில் தனியார் நிறுவன 'உடல் உழைப்பு அற்ற' தொழிலாளர்கள், மற்றும் ஆசிரியர்கள் நாஜிகளைச் சார்ந்து இயங்கினர்; பிரான்ஸில் இவர்கள் இடதுசாரிகளால் கவரப்பட்டனர். ஹங்கேரியில் தொழிலாளி வர்க்க, மற்றும் நிலமற்ற உழைப்பாளர்கள் பாசிசத்தை வலுவாக ஆதரித்தனர். ருமேனிய பாசிசம், உழவர்கள், மாணவர்கள் ஆதரவில் இயங்கியது. தேசிய - மக்கள் விருப்புவாதமும் வெவ்வேறு வகைகளில் இயங்குகிறது. பிரெஞ்சு தேசிய முன்னணி எல்லா வர்க்கத்தினரிடமிருந்தும் சமமான அளவு வாக்காளர்களைப் பெறுவது பலரும் அறிந்ததே. பாசிச வாக்கு வங்கியில் தாக்கம் செலுத்தும் பிற அம்சங்களைக் கணக்கில் கொண்டால் நம்முன் உள்ள சித்திரம் மேலும் சிக்கல் நிறைந்ததாகிறது. ஜெர்மனியில் சிறுதொழிற்சாலை புராடஸ்டெண்டு தொழிலாளர்கள் நாஜிக்கு வாக்கு அளிப்பதான சாத்தியம் அதிகம்; கத்தோலிக்கத் தொழிலாளர்கள் கத்தோலிக்க மையம் அல்லது கம்யூனிஸ்டுகளுக்கு வாக்களிப்பர். பெருந்

தொழிற்சாலை புராடஸ்டெண்டு தொழிலாளர்கள் சோஷலிஸிட்களுக்கு வாக்களிப்பர். பிரான்ஸில் நகர்ப்புற, தொழில்மயமாக்கப்பட்ட கத்தோலிக்க பூர்ஷ்வாக்கள் பாசிச அமைப்புகளில் சேரும் வாய்ப்புகள் அதிகம். கிராமப்புற கத்தோலிக்க பூர்ஷ்வாக்கள் மற்றும் நகர்ப்புற, மதம் சாராத பூர்ஷ்வாக்கள் அவ்விதம் செய்யக்கூடிய வாய்ப்பு இல்லை. பிரெஞ்சு கனரகத் தொழிலில் உள்ள ஆண் தொழிலாளர்களைவிட, நெசவுத் தொழிலாளர்களே பாசிஸ்டு தொழிற்சங்கங்களில் சேரக்கூடிய சாத்தியங்கள் உண்டு.

மேலதிக எடுத்துக்காட்டுகள் குழப்பத்தை அதிகரிக்கவே செய்யும். வர்க்கம் மட்டுமல்லாது, பாலினம், புவியியல் மற்றும் மதம் பாசிச வாக்குகளைத் தீர்மானித்தன என்பதை நாம் புரிந்துகொள்ள மேற்குறிப்பிட்ட எடுத்துக்காட்டுகள் போதும். குறிப்பிட்ட வர்க்க சமூகம் எதற்கும் பாசிசத்தின்பால் தனி ஈடுபாடு ஏதும் இல்லை.

மேலே குறிப்பிட்ட வேறுபாடுகள் பாசிசம் குறித்த தகவல்கள் மற்றும் அந்தந்த நாடுகளின் அரசியல் சூழலைக் குறித்து நமக்குப் புரிய வைக்கின்றன. அதோடு, ஒரே வர்க்கத்திற்குள் காணப்படும் அரசியல் சாய்வுகளில் உள்ள வேறுபாடுகள், அவ்வர்க்கத்தினருடைய ஈடுபாடுகளில் முரண்பாடுகள் இருப்பதைக் குறிக்கின்றன என்பதையும் சேர்த்துப் பார்க்க வேண்டும்.

விவாதத்தின் இந்தப்புள்ளி நம்மை இரண்டாவது கேள்விக்கு இட்டுச் செல்கிறது. பாசிசத்திற்கும் வர்க்கத்திற்குமான உறவில், முன்னணி ஊழியர்களின் வகிபாகம் குறித்த விவாதமே அது. பொதுவாக, ஊழியர்கள் சமூக சக்திகளின் அடிநாதத்தை வெளிப்படுத்தும் பிரதிநிதிகளாகவே கருதப்படுகின்றனர். சோஷலிச ஊழியர்கள் தொழிலாளர் வர்க்கத்தினர் சார்பாகப் பேசுவதாகக் கருதப்படுகிறது; மரபுவாதிகள், பாசிசவாதிகள், பூர்ஷ்வாக்கள் சார்பாகப் (அவர்களுக்கே அது தெரியாவிட்டாலும் கூட) பேசுவதாகச் சொல்லப்படுகிறது. அரசியல் ஊழியர்களை அறிந்தவர்களுக்குத் தெரியும், அவர்கள் நம்மைப் போன்றவர்கள் அல்ல என்பது. உலக அமைப்பைக் குறித்த உள்ளார்ந்த புரிதலில் தங்களுக்குச் சிறப்புரிமை இருப்பதாக அவர்கள் கருதிக்கொள்கின்றனர். நம்மை அவர்களது கருத்துகளின் நியாயத்தைப் புரிந்துகொள்ள வைக்கும் தலையாயப் பணி அவர்களுக்கு

இருப்பதாகவும் அவர்கள் நம்புகிறார்கள். எடுத்துக்காட்டாக, சோஷலிச ஊழியர்கள் தொழிலாளர்களின் உணர்வுகளைப் பேசுபவர்கள் மட்டுமல்ல; தொழிலாளர்களின் நலன் அவர்கள் குறிப்பிட்ட பாணி சோஷலிசத்தைத் தழுவுவதில்தான் உள்ளது எனத் தொழிலாளர்களை ஏற்க வைக்க முயற்சிக்கிறார்கள்; பிற எதிர்பாணி சோஷலிசமோ, அரசியல் கத்தோலிக்கவாதமோ, பாசிசமோ, தொழிலாளர் நலனைக் கருதாது என நம்ப வைப்பதைத் தம் பணியாகக் கருதுகிறார்கள். எனவே, முன்னணி ஊழியர்கள் அவர்கள் பிரதிநிதித்துவப்படுத்துவோரின் கருத்துக் களை மட்டும் பிரதிபலிப்பதில்லை. மக்கள் தமது 'நலன்களாக' எவற்றைக் கருதவேண்டும் என்பதைத் தீர்மானிப்பதில் அவர்கள் பங்கு வகிக்கிறார்கள். கட்சிப் பிரச்சாரத்தைத் திட்டமிடுபவர்கள், அவர்கள் யாரை நோக்கி இதனைச் செய்கிறார்கள் என்பதை நாம் சிரத்தையாக அணுகவேண்டும்.

எடுத்துக்காட்டாக, நாஜிசத்தை எடுத்துக்கொள்வோம். நாஜிசம் உழவர்கள், குட்டி பூர்ஷ்வாக்கள் மத்தியில் பிரபலமாக இருந்தது. ஆனால் அதன் எதிரி அமைப்புகளைவிடப் பரந்துபட்ட தளத்தை எட்டியது. (சோஷலிசவாதிகள் ஆண் தொழிலாளர் வர்க்கத்தினருக்கும், கம்யூனிஸ்டுகள் வேலையில்லா ஆண் களுக்கும், கத்தோலிக்க மையம் கத்தோலிக்க சிறுபான்மை யினருக்கும் மட்டுமே தத்தம் அறைகூவலை விட்டனர்.) பின்னர் குறிப்பிட்ட கட்சிகள் தமது திட்டத்தை வர்க்கச் சார்பு அல்லது ஒப்புதல் தொனியில் வெளியிட்டன. நாஜிகள் தேசத்தின் உறுப்பினர்கள் என்ற வகையில் வாக்காளர்களுக்கு வேண்டு கோள் விடுத்தனர். நாஜிகள் தம்மை 'மக்கள்' பிரதிநிதிகளாக உருவகித்துக் கொண்டனர். ஊழல் நிறைந்த அந்நிய, அரசியல் நிர்வாகத்துக்கு எதிரான எதிர்ப்புக் குரலாகத் தம்மைக்காட்டிக் கொண்டனர். அதன் களம் மிகவும் பரந்துபட்டதுதான். சிறு கடைகள் வைத்திருப்பவர்களின் வெறுப்பை யூத டிபார்ட்மென்ட் ஸ்டோருக்கு எதிராகத் திசை திருப்பினர். இடதுசாரிகளின் சின்னங்களை உள்ளடக்கிப் பல தொழிலாளர்களின் ஆதரவைப் பெற்றனர். செங்கொடிகள் ஸ்வஸ்திக் சின்னத்தோடு வந்தன. பல்லிளிக்கும் தொந்தி பெருத்த, உயர் தொப்பி அணிந்த, சிகார் பிடிக்கும் முதலாளித்துவவாதி பிம்பத்தைத் தேசிய, யூத இன எதிர்ப்புத் திட்டத்தோடு கலவை செய்தனர். தொழிலாளர்களிடம்,

'எதிரி வணிகமல்ல; யூத வணிகம்' என்றனர். தொழிலாளர்களின் மோசமான நிலைக்கு ஜெர்மானிய முதலாளித்துவவாதி அல்ல காரணம் என்ற வாதத்தை இது உள்ளடக்கி இருந்ததால் இந்த தேசிய, முதலாளித்துவ எதிர்ப்பு பல எஜமானர்களையும் கவர்ந்தது.

எல்லாப் பாசிசவாதிகளும் முயற்சித்ததை நாஜிகள் வென்றடைந்தனர். பலவாறாகப் பிரிந்து கிடக்கும் குழுக்களை, தனியொரு இயக்கமாக இணைத்த தேசியக் கட்சியாக இருப்பது தான் பாசிஸ்டுகளின் கனவு. இத்திட்டத்தின் வெற்றி, தன்னியல்பாகக் கிடைத்தது என நாம் கருதிவிடக்கூடாது. தேசியம் வர்க்கத்தைக் காட்டிலும் அதிகப் பரப்பை எட்டமுடியாது. தேசம், வர்க்கம் ஆகியவற்றை நாம் எப்படி வரையறை செய்கிறோம் என்பதைப் பொறுத்து இவை மாறலாம். நாஜிசம் முன்வைத்த தேசம் குறித்த கருத்தாக்கத்தில் உணர்வுபூர்வமான, மற்றும் உட்கிடக்கையான 'பாரபட்சங்கள்' தாக்கம் செலுத்தின. பல நாஜிகள் ஜெர்மனியை அடிப்படையில் புராடஸ்டென்ட் அல்லது உருவவழிபாட்டுவாதம் கொண்டதாகப் பார்த்தனர். எனவே, அவர்களது வாக்குவேட்டை. கத்தோலிக்கரை விலக்கிவைத்தது. மாறாக, பிரான்ஸ், இத்தாலி மற்றும் ஸ்பெயினில் பாசிசவாதிகள் தமது தேசங்களைக் கத்தோலிக்க தேசமாகக் கருதினர். எனவே திருச்சபைக்கெதிரானவரை அவை விலக்கின. ருமேனியாவில் காட்ரெனௌ ருமேனிய மரபுவாதத்தையே தேசமாகக் கண்டார். எனவே யூனியேட் நம்பிக்கையைப் பின்பற்றுபவர்கள் தேசத்திலிருந்தும் சிறப்புப் படையணியில் இருந்தும் விலக்கப்பட்டனர்.

வர்க்க அடிப்படையில் பாசிசத்தின் தாக்கத்தை நாம் பாசிச முன்னணி ஊழியர்களின் நடைமுறை செயல்பாட்டுத் தந்திரங்களுக்கும், (அவர்கள் ஒத்துக்கொள்ள மறுக்கும் பாரபட்சங்களோடு), குறிப்பிட்ட குழுக்களின் (அவர்களது ஒத்துக்கொள்ளப் படாத பாரபட்சங்களோடு) சூழல்களுக்குமான ஊடாட்டத்தின் விளைவாகப் புரிந்துகொள்வது நலம். இதில் வெளிப்படும் வேறுபட்ட தன்மைகள் பாசிசத்தின் வர்க்கக் கட்டமைப்பு முக்கியத்துவம் அற்றது என்பதன் அறிகுறி அல்ல. மாறாக, பாசிசத்தில் நம்பிக்கை வைத்தவர்கள், அவர்களுக்கு இருந்த அதிகாரமட்டத்தைப் பொறுத்தவரை வெவ்வேறு தரப்பில் இருந்தனர் என்பதால் வர்க்கக் கட்டமைப்பு மிக முக்கியம்

ஆகிறது. துப்பாக்கி முனையின் கீழ் எல்லா வர்க்கத்தினரும் சம அளவில் செயலற்றவர்களாக இருக்கவில்லை என்று இதைக் குறித்து மார்க்ஸ் சொல்லியிருப்பார். இதனை விளக்கும் விதமாக, பாசிச பேரகராதியில் உள்ள இரு முக்கிய பதங்களைப் பரிசீலிக்க விரும்புகிறேன். அவை தேசிய சோஷலிசம்(National socialism), கூட்டமைப்பு வாதம்(corporatisam) ஆகியவை ஆகும்.

தேசிய சோஷலிசவாதம்

இச்சொல்லை நாஜிகள் மட்டும் பயன்படுத்தவில்லை. 1898இல், நான்சியில் மௌரிஸ் பாரே தேசிய சோஷலிசக் குடியரசுக் குழுவின் தேர்தல் திட்டத்தை விளக்கும்போது பின்வருமாறு கூறினார் :

> நிலவும் பகை உணர்வுகளைத் திருப்திபடுத்தும் திட்டத்திற்கு மாற்றாக, அதிகார மோகத்தை மட்டுமே உந்து சக்தியாகக் கொண்ட அத்திட்டத்திற்கு மாற்றாக, நான் புதிய திட்டத்தோடு வருகிறேன். நீங்கள் ஏற்கனவே போற்றிப் பாராட்டும் 'தேசிய' மற்றும் 'சோஷலிசக்' கருத்துகளுக்கு எதிரான புதுத்திட்டம் இது. இவ்விரண்டையும் விட்டுக்கொடுக்க நீங்கள் தயாராக இல்லை.
>
> [...] சமூகத்தின் உயர்மட்டங்களில் பிரதேச மையங்களில், பொருளாதார மற்றும் ஒழுக்கவரையறை மட்டங்களில், வணிகம், தொழில்துறை, விவசாயம், ஏன் துறைமுகங்களில் கூட அவர்கள் பிரெஞ்சு தொழிலாளர்களுடன் போட்டியிடு கிறார்கள். அந்த அந்நியர்கள் நம்மை ஒட்டுண்ணிகள் போல் நச்சேற்றுகிறார்கள்.
>
> புதிய பிரெஞ்சு திட்டத்தின் முக்கிய கொள்கையாக அமைய வேண்டியது நமது தேசத்தவருக்கு எதிரான இப்படையெடுப்பி லிருந்து நம்மவரைப் பாதுகாப்பதாக இருக்கவேண்டும். இந்த பாணி சோஷலிசம் பெருநகர்மயமாக்கப்பட்டது; சொல்லப் போனால் ஜெர்மன் மோஸ்தர் சோஷலிசம். இது நமது நாட்டின் அரண்களை வலுவிழக்கவைக்கும்.

பாரேயின் கருத்துப்படி சர்வதேச சோஷலிசம் – மார்க்சியம் பிரெஞ்சு – தேசத்திற்கு, பிரெஞ்சு இனத்திற்கு அபாயம் விளை விக்கக்கூடியது. ஏனெனில் அது ஒரு 'ஜெர்மானிய' கருத்தியல்.

எனவே அவர் இருவகைகளில் தேசியமயமாக்கப்பட்ட சோஷலிசத்திற்கான குரல் எழுப்பினார்: ஒன்று மண்ணின் மைந்தர்களான தொழிலாளர்களை 'மட்டுமே' அது பாதுகாக்கும்; இதுவரையிலும் எதிரெதிர் வர்க்கங்களாக இருந்தவற்றை ஒன்றிணைய வைத்து தேசிய நலனுக்காகத் தத்தம் நலனை விட்டுக்கொடுப்பதற்கான உறுதியைச் செய்யும்.

பாரே சொத்துடைமைக்குக் குந்தகம் விளைவிக்கவில்லை. மாறாக வர்க்க உறவுகளின் 'உணர்வுத் தளத்தில்' மாற்றம் வேண்டினார். இந்தச் சூத்திரம் மார்க்சியத்தைவிட குறைவான அச்சுறுத்தலையே முதலாளித்துவவாதிகளுக்குத் தந்தது. இருப்பினும், பாரே உயர்த்தப்படும் வருமானவரி, மற்றும் இலாபத்தைப் பகிர்ந்துகொள்ளல் போன்ற சீர்திருத்தத் திட்டங்களை முன்வைத்தார். சமகால நோக்கிற்கு அவை உப்புச்சப்பற்றதாகத் தோன்றலாம். ஆனால், அவை பலத்த எதிர்ப்பிற்கு ஆளாகின. மரபுவாதிகள் அக்காலத்தில் பித்துப் பிடித்த மனநிலையோடு அவற்றை எதிர்த்தனர். எஃகு தாதாக்களுக்கும் குறைந்த மதிப்பில் கிடைத்த அந்நிய உழைப்பைக் கட்டுப்படுத்தும் பாரேயின் விருப்பம் உகந்ததாக இல்லை. பாரேயின் திட்டங்கள் சில நம்பிக்கை இழந்த மரபுவாதிகளைக் கவர்ந்ததென்னமோ உண்மைதான். ஆனால் நான்சி தேர்தலில் வெற்றி பெற முடியவில்லை.

27 ஆண்டுகளுக்குப் பின்னர், பீர் - ஹால் திடீர்ப்புரட்சி குறித்த வழக்கில் பிரதிவாதியாக இருந்த ஹிட்லருக்கு வழக்கமில்லாத முறையில் தனது தரப்பு நியாயத்தை விளக்க நீதிபதி வாய்ப்பளித்தபோது, ஹிட்லர் ஜுரிக் குழுவைப் பார்த்து இவ்வுரையை ஆற்றினார்:

> அப்போது தொழிலாளர் கட்சியாக அறியப்பட்ட தேசிய சோஷலிச இயக்கத்தின் முதல் கொள்கை மார்க்சிய இயக்கத்தை அடியோடு அழிக்கவேண்டும் என்பதுதான்; 1918இல் நடந்த புரட்சியின் அடிப்படைப் புரிதல், மார்க்சியத்தின் காரணமாக, அதன் மூலம் அவிழ்த்துவிடப்பட்ட இதுவரை கண்டிராத பயங்கரச் செயல். ஜெர்மன் பூர்ஷ்வாக்கள் தேசியமயமானதால் ஏற்பட்டதல்ல; பிரச்சனைக்குக் காரணம், ஜெர்மன் தொழிலாளர்கள், ஜெர்மானிய மக்கள் திரள், மீண்டும் தேசியமயமாக வேண்டும் என்பதுதான். அதற்குத் தேவை

11. 1937இல் ஸ்பானிஷ் தொழிலாளி ஒருவர் ஃபெலாஞ் பேரணிக்கு வணக்கம் செலுத்துகிறார். தொழிலாளர்களுக்கான தனது திட்டம் குறித்து ஃபெலாஞ் பெருமை கொண்டிருந்தது.

தூய்மையான தேசியவாதம் அல்ல; அதாவது செயலூக்கமற்ற சார்பு அல்ல. இதுவரை அதனை அழித்தவர்களோடான தொடர்ந்த போர் தேவை. அதைவிட நூற்றுக்கணக்கான, ஆயிரக்கணக்கான பேர்கள் மக்களைத் தேசியமற்றவர் களாக்க எல்லாப் புறங்களில் இருந்தும் முயற்சிக்கும் வேளையில், மக்களைத் தேசியமயமாக்க விரும்புவது

பைத்தியக்காரத்தனமானது. அதிலும் அந்த நூற்றுக்கணக் கானோர்தான் புரட்சியைக் கொண்டு வந்தவர்கள்; அவர்கள் நம் இனத்தவர்கூட இல்லை. மார்க்சிஸ்டு சிக்கல், இனச் சிக்கல் ஆகிவிட்டது. இன்றைய மோசமான, ஆழமான சிக்கல் அது.

ஹிட்லர், பாரேயின் இலக்கிய நயங்களைப் பெற்றிருக்க வில்லை. ஆனால் அவரது ஊகங்கள் ஒரே மாதிரியானவை. சர்வதேசிய மார்க்சிய சோஷலிசம் ஜெர்மன் இனத்தின் எதிரி; அதனை எதிர்க்கத் தொழிலாளர்கள் மீண்டும் தேசத்தோடு ஒன்றிணைக்கப்பட வேண்டும். தேசிய சோஷலிசம் வர்க்கங்களை சமரசம் செய்யும்.

வணிகவாதம்(Corporatism)

பாசிஸ்டுகள் எங்கும் செய்வதுபோலவே, ஹிட்லரும் கூட்டமைப்பு வணிகவாதத்தைச் சமூக அமைதிக்கான முக்கிய வழியாகக் கண்டார். சமகால அறிஞர்கள் பலர் இதனைப் பெருவணிகத்தின் தடையற்ற அதிகாரத்தின் முன்பனிப்படலம் போல மறையும் என்று கூட்டமைப்பு வணிகவாதத்தைக் கருதுகின்றனர். கார்ப்பரேடிசம் அடிப்படையில் பாசிசக் கொள்கை கொண்ட தல்ல. மிக எளிமையாகக் கூறவேண்டுமெனில், கொள்கை முடிவுகளை எடுப்பதில் அமைப்பாகத் திரண்ட குழுக்களின் பிரதிநிதிகள் பங்கெடுக்கவேண்டும் என்பதே அதன் மையம். தொழிற்சங்கங்கள், முதலாளிகளின் அமைப்பு, குடும்பங் களைப் பிரதிநிதித்துவப்படுத்துவோர், உழவர்கள் அமைப்பு போன்றவை கொள்கைகளை முடிவுசெய்யும். அரசாங்கமோ, சட்டசபையோ இதில் இடம்பெறாது. போருக்குப் பிந்தைய மேலைய குடியரசு நாடுகளில் பெரும்பான்மையானவை, ஏதோவொரு சமயத்தில் இதனை மேற்கொண்டுள்ளனர். தொழிற் சங்கங்களும், முதலாளிகள் குழுக்களும் கொள்கைத் தெரிவு மற்றும் விளக்கத்தில் பங்கெடுத்துள்ளனர்.

பாசிச கார்ப்பரேடிசம் இதிலிருந்து வேறுபட்டது. நிலவும் அமைப்புகளின் அழிவின்மீதே அது கட்டப்படுகிறது. அதன்படி, தேசப்பற்று இல்லாத இடதுசாரி அல்லது 'அந்நிய' தாக்கங் களைக் களையெடுத்துவிட்டால், எல்லா வர்க்கத்தினர் மத்தி யிலும் இயல்பான தேசப்பற்று மீண்டும் மலரும் என்பது பாசிச

கார்ப்பரேடிசத்தின் ஊகம். மற்றுமொரு ஊகம், கார்ப்பரேடிசம் சுதந்திரச் சந்தையின் சுரண்டலிலிருந்து தொழிலாளர்களைப் பாதுகாக்கும் என்பதாகும். முதலாளிகளின் விருப்புவெறுப்புக் கேற்ப கூலி நிர்ணயிக்கும் முறை மாறும். வர்க்க முரண்பாடு மறைந்து தேசத்தில் ஒத்திசைவு நிலவும்.

தொழிலாளர்களை மீண்டும் தேசிய சமூகத்தோடு வந்து சேருமாறு கவர்வதற்கு எவ்வளவு சலுகைகளை முதலாளித்துவ வாதிகள் வழங்கவேண்டும் என்பது இன்னும் தீர்மானிக்கப்பட வேண்டிய விஷயமாக இருந்தது. கார்ப்பரேடிசத்திற்குள் பாசிஸ்ட் சங்கங்களுக்கு வழங்கப்படவேண்டிய தன்னாட்சி அளவு இதில் முக்கியமானதாயிற்று. பலநாடுகளில் தொழிற்சங்கங்களுக்கு மிக அதிக அளவிலான சுதந்திரம் கோரியவர்கள் 'சிண்டிகலிஸ்டு' அல்லது தொழிற்சங்க ஆட்சி வாதத்தினர் எனப்பட்டனர்

இத்தாலியில், ஐஎன்எ'யின் வாரிசுகள், தீவிர பாசிஸ்டு களோடு கார்ப்பரேடிசத்தின் இயல்பு குறித்து ஒத்துப்போக வில்லை. ஐஎன்எ கார்ப்பரேடிச அமைப்புக்களின் மேல் அரசுக் கட்டுப்பாடு தேவை எனக்கருதியது. பொட்டாயைச் சுற்றியிருந்த தொழில்நுட்ப வல்லுநர்கள், நிர்வாகிகளுக்கும் பொறியிய லாளருக்கும் கூடுதல் அதிகாரம் தேவை என்றனர். மிகவும் தீவிரமான தொழிற்சங்க ஆட்சிவாதத்தவரும் பாசிச தொழிற் சங்கத்தவரும் தொழிலாளர் அமைப்புகளுக்குக் கூடுதல் தன்னாட்சி கோரினர். வணிகத்தில் ஈடுபட்டுள்ளவர்கள் சுதந்திர வியாபாரத்தைத் தடைசெய்யும் கட்டாய கார்ப்பரேடிசத்தின் எல்லா வடிவத்தையும் எதிர்த்தனர். அதே சமயம் போட்டியின்றி வணிகநிலையங்களின் கூட்டணி விலைநிர்ணயம் செய்ய, அரசு நிர்வாகத்தின் சட்டரீதியான ஆதரவை வேண்டினர்.

1925இல் பாசிஸ்ட் தொழிற்சங்கங்கள், தமது சிண்டிகலிஸ்டு கருத்துகளைத் திணிக்க உலோகத் தொழில் துறையில் வேலை நிறுத்தங்களைத் தொடங்கின. அக்டோபர் 1925, பலாஸோ விடோனி ஒப்பந்தப்படி தொழிலாளர் பிரதிநிதித்துவத்திற்கு ஏகபோக உரிமையைப் பெற்றனர். இது வணிகர்களை ஆத்திர மூட்டியது. பாசிஸ்ட் சங்கங்களை, சோஷலிச அமைப்புகள் போலவே அபாயகரமானவையாக அவர்கள் கருதினர். இருப்பினும் கார்ப்பரேடிச அமைப்பிற்குள் முதலாளிகள் அமைப்பிற்கு

நிகரான ஒப்புதல்பெறச் சங்கங்கள் தவறிவிட்டன. எனவே அவர்களது இடத்தில் அவர்களை வைக்கத் தொடங்கினர். வணிகர்களின் நோக்கம் வென்றது. வேலைநிறுத்தங்கள் தடைசெய்யப்பட்டன. தொழிற்சங்கங்கள், அரசு நிர்வாகத்தின் கைக்கூலிகள் என அறிவிக்கப்பட்டன. பொட்டாய் நிர்வாகிகள், பொறியாளர்கள் கையில் தீர்மானகரமான அதிகாரம் பெறச் செய்த முயற்சிகள் வணிகர்களை அச்சுறுத்தின. பெருவணிகத்தினரைக் காட்டிலும் அவர்கள் கை ஓங்கியிருந்தது. ஆனாலும், பாசிச தொழிற்சங்கங்களின் ஆதரவாளர்களின் நோக்கம் நிறைவேற வில்லை என்பதை எவரும் மறுக்கவியலாது.

நாஜி கட்சி என்எஸ்பிஓ (NSBO), தொழிற்சாலை அமைப்பு என்ற வலுவான தொழிற்சங்கப் பிரிவைக் கொண்டிருந்தது. 1933க்குப்பின், என்எஸ்பிஓ தலைவர்கள் தங்களது பொற்காலம் வந்துவிட்டதெனக் கருதி, ஊதியத்தை உயர்த்தித்தர மறுத்தால் வதைமுகாம்களில் அடைப்போம் என்று முதலாளிகளை அச்சுறுத் தினர். 1934இல், மரபுவாதிகளின் அழுத்தம் காரணமாக ஹிட்லர் எஸ்எ அமைப்பை ஒடுக்கியது இத்தீவிரவாதிகளுக்குப் பெரும் இடியாக விழுந்தது. 1933இலியே என்எஸ்பிஓ, கார்ப்பரேடிச ஜெர்மன் தொழிலாளர் முன்னணியோடு (DAF) இணைக்கப் பட்டிருந்தது. நடைமுறையில், இடதுசாரி சங்கங்கள் அழிக்கப் பட்டது, வேலைநிறுத்தத்தடை ஆகியவற்றோடு நிர்வாகத்தின் நிர்வாக உரிமைக்கு ஆதரவும் சேர்ந்து, ஜெர்மன் தொழிலாளர் களுக்கு கூட்டுப் பிரதிநிதித்துவம் கிடைக்காமல் இருக்க வழி செய்தன. ஆனால், பிற நாஜி அமைப்புக்கள் போலவே, தொழி லாளர் முன்னணியும் கொள்கையளவில் முழு ஈடுபாட்டோடு செயல்படும் தொழிலாளர்களுக்கு வேலைகள் வழங்குவதிலும் வளர்ச்சித் திட்டங்கள் தருவதிலும் ஈடுபட்டது. பழைய அரசு படிநிலை அமைப்பைக்கூட தகர்க்கும் 'அதிகார எல்லையாக' இது அமைந்தது. வெய்மார் நல அமைப்பின் பல திட்டங்களை நாஜிகள் தொடர்ந்தனர். 'மகிழ்ச்சி மூலம் வலு' என்ற இயக்கம் தொழிலாளர்களின் ஓய்வுநேரத்தை முறைப்படுத்தியது. இன வாத, இனவள மேம்பாட்டுத் திட்டங்களோடு அவற்றைப் பிணைத்தது. நலத்திட்டங்கள் தூய இனம்கொண்ட, இராணுவ ரீதியாக வலுமிக்க, தேசிய சமூகத்திற்குள் (எல்லா வர்க்கத்தினரை யும் உள்ளடக்கும்) நோக்கத்திற்கு பயன்பட்டன.

முதல் இரு பாசிச ஆட்சிகளிலும் தொழிலாளர்கள் நிலை உழவர்கள் மற்றும் கைவினைஞர்களின் நிலையை ஒத்ததாகவே இருந்தது. பாசிஸ்டுகள், நாஜிகள் இருவருமே இவ்வர்க்கத் தினருக்கு உரிய கௌரவத்தையும் சமூக நிலையையும் மீட்டுத் தருவதாக உறுதியளித்தனர். ஆனால் நடைமுறையில் அதைச் செய்யவில்லை. சிறு உழவர்களுக்கு நிலம் தரும் இத்தாலிய ஆட்சியின் உறுதிமொழி பெரும்பாலும் நிறைவேற்றப்படாமலே இருந்தது. முசோலினி கிராமப்புற மக்களின் இடப்பெயர்வை தடுப்பதற்கான பிரச்சாரம் ரோம் நகரின் மக்கள் தொகை இரு மடங்காகப் பெருகியது. ஜெர்மனியில், நாஜி கடைச் சொந்தக்காரர் மற்றும் கைவினைஞர்கள் அமைப்புகள் எந்தவித செயல் பாட்டுக்கும் உரிமையின்றி இருந்தன. டிபார்ட்மென்ட் ஸ்டோர்ஸ் கடைகளைத் தடுக்கும் உறுதிமொழிகள் மீறப்பட்டன. யூத சொத்துகள் அபகரிப்பு மூலம் பெருவணிகத்தினரே, சிறுவணிகர் களைவிடப் பயனடைந்தனர். உழவர்களின் கடன்களைத் தீர்க்க நாஜிகள் கொடுத்த உறுதியை நிறைவேற்றினர். ஆனாலும் கிராமப்புற மக்கள் தொகை குறைவதைத் தடுக்க அது போதுமான தாக இல்லை.

தீவிரவாத பாசிசம் அடிமட்டவர்க்கத்தினரை முட்டாளாக்கும் திட்டமல்ல. பல பாசிஸ்டுகள் தங்கள் நோக்கங்களை நிறை வேற்றக் கடுமையாக முயற்சித்தனர். தீவிரவாத பாசிசம் தோல்வி யுற்றதற்குக் காரணம் அதன் நோக்கம் அர்த்தமற்றது என்பதனால் அல்ல; தனது குறிக்கோளை அடைவதற்கான வலுவற்று இருந்தது என்பதே உண்மை. முரட்டுத்தனமான முதலாளித்துவத்தை 'ஒழுங்குபடுத்த' தேசிய ஈடுபாடு என்பது மட்டும் போதுமான வலு கொண்டிருக்கவில்லை. அதிலும் முதலாளித்துவவாதி களும், பல பாசிஸ்டுகளும் வலுவான முதலாளித்துவம் தேசிய நலனுக்கு உகந்ததெனக் கருதினர். எப்படியிருப்பினும் இரு அரசுகளும் போர்க்கால உற்பத்திற்குப் பெருவணிகம் முக்கியம் எனக் கருதின. எனவே அத்தகு நிறுவனங்களுக்குக் கச்சாப் பொருட்கள் மற்றும் உழைப்பை ஒதுக்கீடு செய்வதில் முன்னுரிமை வழங்கின. தொழிலாளர்களது நிலை, முதலாளித் துவத்திற்கு அடிபணிதலாக வரையறுக்கப்படவில்லை. (பாசிச நல அமைப்புகளில் பணியாற்றிய பூர்ஷ்வா பெண்களது நிலை ஆண்களுக்குக் கீழானதாக இல்லை என்பது போலத்தான்

இதுவும்.) நாஜிசத்தின் 'தினசரி வாழ்முறை' குறித்த சமீபகால ஆய்வுகளின் படி, வயதுகூடிய தொழிலாளர்கள் நாஜிசத்தை எதிர்த்தனர். பலர் நல்ல முறையில் அமைக்கப்படும் சமூகத் திற்கான தமது கனவை, சோஷலிசக் கட்சிகள் மூலம் முன்னர் வெளிப்படுத்தப்பட்டதை, நாஜிசம் நோக்கித் திருப்பினர். சோஷலிச ஜனநாயகவாதிகள் தேசிய உணர்வைக் கடந்தவர் களாக எப்போதும் இருந்ததில்லை. 1932-33இல் சோஷலிசம் தனது வலுவின்மையை உணர்ந்த பின்னர், நாஜிகளுக்கு முன்னாள் சோஷலிச தொழிலாளர்களை வென்றெடுப்பதில் சிறிது வெற்றி கிடைத்தது. தொழிலாளர் வர்க்கப் போர்வீரர்கள் கிழக்குப் பகுதியில் பாசிச ஆட்சி நடத்திய இனவாதக் குற்றங்களில் பங்கெடுத்ததை, அவர்களது தொழிற்சாலைகளில் செய்த 'உயர்தர ஜெர்மானியப் பணி'யின் விரிவாக்கமாகவேக் கொண்டனர் என்றும் கூறப் படுகிறது. இதன் விளைவாக, வர்க்க ஒற்றுமையைக் கைவிட்ட தற்காக, தொழிலாளர்களுக்குத் தேசிய மேட்டிமைக்குழுவில் சிறுசிறு பங்கும் அந்நிய ஆக்கிரமிப்பின் பலன்களில் பங்கும் கிடைத்தன. ஜெர்மனியில் சர்வதேசிய உழைப்பாளர் இயக்கத்தின் மதிப்பீடுகளை எதிர்த்து, மில்லியன் கணக்கில் அடிமைத் தொழிலாளர்களைத் தொழிலாளர்களே எஜமானம் செய்தனர். இத்தாலியிலும், தொழிலாளர் பிரிவு பாதி-இனத்துவத்தோடு திகழ்ந்தது. வடக்கத்தியவர்கள் திறன்பெற்ற பணிகளிலும் தெற்கத்தியவர்கள் கீழான பணிகளிலும் இருந்தனர்.

வணிகமும் பாசிசமும்

மேற்கூறிய காரணங்களால், பாசிம் 'ஒட்டுமொத்தத்தில்' ஒரு வணிகக் கருத்துநிலை என்று சொல்லலாமா? சில மார்க்சியர்கள் அப்படிக் குறிப்பிடுகிறார்கள். ஜெர்மனியிலும் இத்தாலியிலும் சில வணிகர்கள் பாசிச இயக்கங்களில் சேர்ந்தனர்; பாசிசம் அதிகாரத்திற்கு வந்ததும் பெருவணிகர்கள் அதனை ஆதரித்தனர். தொழிலாளர் இயக்க அழிவை ஆதரித்தனர் என்பவற்றைக் கொண்டு ஒருவகையில் அப்படிச் சொல்லலாம்.

ஆனால், பலநாடுகளில் முதலாளித்துவவாதிகள் இடதுசாரி களை ஒடுக்கப் பாசிசப் படைகளைப் பயன்படுத்தினாலும் வெகுசில முதலாளித்துவவாதிகளே பாசிச ஆட்சிகள் அமைவதை விரும்பினர் என்பதனைக் கணக்கில் கொண்டால், பாசிசம்

வணிகக் கருத்துநிலை இல்லை என்றாகும். இத்தாலியில், பாசிஸ்டுகள் அதிகாரத்தைக் கைப்பற்றும்வரை வணிகத்துறையின் அரசியல் சார்பு ஐஎன்எ'க்கும் ஜியோலிட்டியின் முற்போக்கு வாதத்திற்கும் இடையே பிளவுபட்டே இருந்தது. ஜெர்மனியில் பெருவணிகம் ஜனநாயகத்தைக் குலைக்கப் பல வேலைகளைச் செய்தது. ஆனால் பெரும்பாலானோர் நாஜி ஆதரவுடன் கூடிய மரபுவாத சர்வாதிகாரத்துவத்தையே ஹிட்லர் அரசாங்கத்தைக் காட்டிலும் விரும்பினார். பெருவணிகத்தைவிட வேளாண் சக்திகளே இறுதியில் ஹிட்லர் அதிகாரத்திற்கு வருவதில் பெரும்பங்கு ஆற்றின.

அதே நேரம் பாசிசத்தை முதலாளித்துவ ஆட்சி என்றும் வர்ணிக்க முடியாது. பெருவணிகம் தனது கொள்கையோடு

12. நாஜிசமும் தனிச்சொத்தும்: யூதருக்குச் சொந்தமான கடை ஆரியமயமாக்கப்படுதல். ஃப்ராங்க்பர்ட், 1938 முன்னர் கும்மி வெய்ல் எனப்பட்ட கடையின் பெயர்ப்பலகை ஸ்டாம் மற்றும் பாஸர்மான் என மாற்றப்படுதல்.

மாறுபட்ட ஆட்சிகளுக்கு ஏற்ப தன்னைத் தகவமைவு செய்து கொள்வதில் திறமைமிக்கது என்பதைப் பலவாறு நிரூபித் துள்ளது! போர்களுக்கு இடைப்பட்ட காலத்தில் பாசிசத்தை அண்டியிருந்தால்தான் ஜெர்மன், இத்தாலிய முதலாளித்துவம் பாதுகாக்கப்பட்டிருக்கும் என்றும் கூறமுடியாது. சில முதலாளிகள் அந்த நம்பிக்கையோடு பாசிச இயக்கத்தில் சேர்ந்தார்கள்; ஆனால் அந்த நம்பிக்கை சரியானது என்பதற்கான எந்த ஆதாரமும் இல்லை. முதலாளித்துவம் நீடிப்பதற்கான ஒரே வழி பாசிசம் என்று வணிகர்கள் நினைத்திருக்கலாம் என்ற ஊகத்தை நம்மால் கற்பனைகூடச் செய்யமுடியாது. இருப்பினும், 1922இல் இத்தாலி யிலும் 1933இல் ஜெர்மனியிலும் நிலவிய குறிப்பிட்ட வரலாற்றுச் சூழல்கள் வணிக முதலாளிகளை இவ்வகை நோக்கில் செயல்பட வைக்கவில்லை.

182ஆம் பக்கத்தில் உள்ள படம் நமக்குப் பாசிசம் சொத்துடைமையை முழுமையாகக் காக்கவில்லை என்பதை நினைவுறுத்துகிறது. அதேபோலத்தான் குடும்பத்தையும், பாசிசம் தேசிய நலனுக்கு ஏற்ற வகையில், குறிப்பாக, போரைத் தொடர்வதற்கான வகையில், வணிகத்தை வழிநடத்தியது; அதேசமயம் வணிகம் ஒரு குழுவாக அரசியல் தீர்மானங்கள் மேற்கொள்வதில் இடையீடு செய்வதைத் தடுத்தது. 1930களில் இத்தாலிய அரசு வலுவான தேசியத்துறைகளை உருவாக்கியது. தனியார் தொழிலும் தழைத்தது என்பது உண்மைதான். ஆனால் பொதுத் துறைகளின் வலிமை மரபுவாதிகளைப் போர்க்காலத்தில் ஆட்சி அதிகாரத்திலிருந்து ஒதுக்கிவைக்க உதவியது. நாஜி அரசு, யூதச் சொத்துக்களை தன்னகப்படுத்தியது மிகத் தெளிவான உண்மை. கிழக்கு ஐரோப்பாவில் பாசிஸ்டுகள் வணிகப் பிரிவினரின் சொத்தை தன்னகப்படுத்துவோம் என அச்சுறுத்தினர். அவர்கள் இனரீதியாக அந்நியர்கள் என்ற ஒரே காரணத்தால் இவ்விதம் செய்தனர். மரபுவாதிகள் இதனைக் கடுமையாக எதிர்த்தனர்.

பெரும்பாலானோர், வணிகமுதலாளிகள் உட்பட, பாசிசத் தோடு இணைந்ததற்குக் காரணம் மார்க்சிய எதிர்ப்பு என்பதும் பாசிச தீவிர தேசியவாதம் தொழிலாளர் வர்க்கத்தின் வர்க்கச் சார்பை வேண்டுமென்றே சீர்குலைத்தது என்பதும் மார்க்சிஸ்டு களின் ஆட்சேபணைகள். அவை உண்மைதான். ஆனால், பாசிசம்

அடிப்படையில் முதலாளித்துவச் சார்புடையது என்ற வாதம் ஏற்கத்தக்கதல்ல. பாசிஸ்டுகள் அதிதீவிர தேசியவாதத்தின் கருத்துகளைப் பல குறிக்கோள்கள், கருதுகோள்கள் மற்றும் கருத்துகளில் இருந்து பெற்றுக்கொண்டனர். அவற்றில் முதலாளித்துவம் இல்லாமலும் இல்லை; ஆனால், அது மேலாதிக்கம் செலுத்தவும் இல்லை.

அத்தியாயம் 11
பாசிசமும் நாமும்

பாசிசமும் நவீனமயமாக்கலும்

பாசிசம் விளிம்பு நிலையில் செயல்படும் அதையொத்த இயக்கங்களுக்கும் பல வெற்றிகரமான தேசிய மக்கள் விருப்புவாத குழுக்களுக்கும் வழிவகுத்தது என்பதை அத்தியாயம் 7இல் கண்டோம். இந்த அத்தியாயத்தில், பாசிசம் விட்டுச்சென்றவை குறித்த ஆய்வை தற்காலத்தில் மேலோங்கியுள்ள விவாதமொன்றின் அடிப்படையில் மேற்கொள்ள விரும்புகிறேன். பாசிசம் தன்னையறியாமலேயே, 'நவீன' உலகை அமைக்க உதவியதா?அல்லது 'மரபு'சார் சமூகத்தைப் புதுப்பிக்க முயன்று தோற்றதா? பாசிசம் எதனைப் பிரதிநிதித்துவப்படுத்துகிறது என்ற விவாதம் இப்போது நடந்து வருகிறது. இரண்டாவதாகக் குறிப்பிட்ட கருத்தை ஆதரிப்பவர்கள் நவீனத்துக்கு எதிரானவர்களென கருதப்படும் வர்க்கத்தினர் பாசிசத்திற்கு வழங்கிய ஆதரவைக் குறிப்பிடுவர். கைவினைஞர்கள், உழவர்கள், மேல்தட்டு நிலச்சுவான்தார்கள் போன்றோரும் பாசிசத்தை ஆதரித்தனர். சில பாசிசக் கொள்கைகளையும் நவீனத்துக்கு எதிரானவை எனக் கொள்ளமுடியும். நிலத்தை நோக்கிய கவனம், நகர வளர்ச்சிக்குத் தடைகள், உழவர்களைப் போற்றுதல் போன்றவை அதில் அடங்கும். காட்ரொனெள உழவர்போல உடையணிந்து, ருமேனிய பாசிசத்தின் வேளாண் ஆதாரங்கள் நோக்கிய பயணத்தை வெளிப்படுத்தினார். அது பாசிசத்தின் முக்கியக் கூறாகும். வேறு பிற சாட்சியங்கள் பாசிசம் 'நவீனமானது' எனக் காட்டுகின்றன. இராணுவத் தொழில்நுட்பத்தைப் போற்றுதல், பெருவணிகத்தை

நோக்கிய பரிவு காட்டி இத்தாலி, ஜெர்மனிக்கு இராணுவ ஒப்பந்தங் களைப் பகிர்ந்தளித்தல், வெகுசனத் திரட்டல், பாசிச இயக்கத்தில் பெண்கள் பங்கேற்பு, வணிகமயமான விளையாட்டிற்கு ஆதரவு போன்றவை நவீனமயமாதலைக் காட்டுகின்றன. இருதரப்பிலும் பல தரவுகளை அடுக்கிக்கொண்டே போகலாம், இருந்தாலும் தீர்வு கிடைக்காது.(ஒத்துவராத சாட்சியங்களை 'இரண்டாம் பட்சம்' என்று ஒதுக்கினாலொழிய ...)

உண்மையில், நவீனமயமாக்கம் என்று கருத்துநிலையிலேயே சிக்கல் உள்ளது. இரு நூற்றாண்டுகளாக 'நவீனமயமாக்கலை' அனுபவித்த மேலைய சமூகங்களில் நவீனமற்றதெனக் கருதப் படக்கூடிய உணர்வு, எதிர்வினைகள் ஆழமாக வேரூன்றி இருக்கத்தான் செய்தன. இனவாதம் அதற்கொரு எடுத்துக்காட்டு, எப்படியிருந்தாலும், வரலாறு 'இயல்பாகவே' முற்போக்கு, ஜனநாயக, மதசார்பற்ற, பகுத்தறிவுவாத, தொழில்மயமான சமூகத்தை நோக்கி நகரும் என்பது ஐயத்திற்குரியது! அல்லது வரலாறு செல்லும் திசைவழியை நம்மால் உணரமுடியும் என்பதுகூட ஐயப்பாட்டிற்குரியதே. அந்தப் புரிதல் இல்லாமல், நோக்கர்கள் பலர், பாசிசத்தின் நவீனமாதலை அவர்கள் தனிப் பட்ட முறையில் 'முற்போக்கு' எனக் கருதுவனவற்றோடு பொருத்தி அளந்து பார்க்க முற்படுகின்றனர். தொழிலாளர்களின் சமூக மேல்நிலையாக்கத்தை விருப்புக்குரியதாகக் கருதும் அறிஞர் ஒருவர், தொழிலாளர்கள் பாசிசத்தின் கீழ் நிர்வாகப் பணிகள் மேற்கொண்டதை 'நவீனமயமாக்கலின்' அறிகுறியாகக் காண்பார். அறிஞர்கள் இனவாதத்தை எதிர்மறையாகக் கருதுவதில் மிக்க மகிழ்ச்சி அடைகிறார்கள்! எனவே அதனை 'நவீனமற்றதென' விளக்கம் கூறுகின்றனர். 1980களில் எழுந்த ஜெர்மன் வரலாற்று அறிஞர்களின் மோதல் நவீனமயமாக்கம் என்ற கருத்தாக்கத்தினை விமரிசனமற்றுப் பயன்படுத்தியதனால் வரக்கூடிய ஆபத்துக்கு நல்லதொரு எழுத்துக்காட்டாயிற்று. மார்டின் ப்ரோஸாட் (Martin Broszat) முன்வைத்த அறைகூவல், சிக்கலைத் தொடங்கி வைத்தது. நாஜிசத்தை ஒழுக்க அடிப்படையில் வெறுத்து ஒதுக்குவதோடு நிறுத்திவிடாமல் சிக்கலான கேள்விகளைக் கேட்கவேண்டும் என்று வரலாற்றியல் அறிஞர்களை அவர் கேட்டுக் கொண்டார். துரதிர்ஷ்டவசமாக, இந்த நியாயமான ஆலோசனை அவரது நவீனமயமாக்கம் பற்றிய நம்பிக்கையால்

186

தெளிவற்றதாகிப் போனது. ஜெர்மன் சமூகத்தை நவீனமயமாக்கம் செய்வதில் நாஜிசத்தின் பங்கு பற்றிப் பரிசீலிப்பதில் இருந்து தொடங்கலாம் என அவர் கூறினார். 'நவீனமயமாக்கம்' என்ற சொல் 'இயல்பு' குறித்த ஊகங்களை உள்ளிழுத்தது; வரலாற்றின் போக்கு செல்லவேண்டிய திசை குறித்த விவாதம் கிளம்பியது. எனவே ப்ராஸாட், நாஜி தொழிலாளர் முன்னணியின் நலவாழ்வுக் கொள்கைகள், நவீன ஜெர்மனியின் சமூகத் திட்டங்களுக்கு வழிவகுத்தது என்று முன்வைத்த வாதம், அவர் நாஜிசத்தை ஆக்கபூர்வமான ஒளியில் காட்டுகிறார் என்று வசைச்சொல்லிற்கு அவரை ஆளாக்கியது. அவர் நீண்டகால நவீனமயமாக்க முறை யியலை, நாஜிசத்தின் பிற அம்சங்களிலிருந்து செயற்கையாக தனிமைப்படுத்தினார் என்று கூறப்படுவதில் ஓரளவு நியாயம் உண்டு. எனவே நாஜி நலவாழ்வுத் திட்டத்தின் உள்ளீடான இனவாதத்தைஅவர் ஒதுக்கிவிட்டார். வேறுசில வரலாற்று அறிஞர்கள் ராபர்ட் லேயின் (Robert Ley) ஜெர்மன் தொழிலாளர் முன்னணியானது தனிநபரின் திறமை, குழு உறுப்பினர் பதவி யைக் காட்டிலும் அனைவரது சமூகநிலையைத் தீர்மானிப்பதில் முக்கியம் எனக் கருதக்கூடிய கூடுதல் 'நவீனச்' சமூகத்தைச் கட்டியமைக்க முயற்சித்தது என வாதிட்டனர். ஆனால் நாஜி ஜெர்மனியின் முன்னேற்றம் பாலினம் மற்றும் இனரீதியாகத் தடைசெய்யப்பட்டிருந்தது என்பதை அவர்கள் மறந்துவிட்டனர்.

பயனுள்ள ஆய்வுக்கு 'நவீனமயமாக்கம்' என்பதைத் துல்லிய மாக வரையறை செய்யவேண்டும். சிலர் வெறுமனே பாசிசம் நிலவும் சமூக அமைப்புகளை மாற்றியதா? எனக் கேட்கின்றனர். வேறுபல நிகழ்வுகளோடு பெண்கள் மற்றும் தொழிலாளர் நிலையையும் பரிசீலிக்கின்றனர். இத்தகைய நீர்த்துப்போன பொருளில், நவீனமயமாக்கம் மாற்றம் என்பதற்கான மறுபெயராகி விடுகிறது. இது பல பயன்மிக்க கேள்விகளைக் கிளப்புகிறது. ஆனால், மாற்றம் 'நவீனமாக' இருந்ததா என்பதை நமக்குத் தெளிவுபடுத்துவதில்லை.

ப்ராஸட்டின் கேள்வியை வேறுவிதமாக மாற்றியமைப்பது இன்னொரு சாத்தியமாகும். 'இயல்பு' குறித்த ஊகங்களை எழுப்பாமல், பாசிசம் அதைத் தொடர்ந்து வந்த ஆட்சிகளின் உருவாக்கம் மற்றும் பண்புநலனில் தனது பங்களிப்பைச் செய்ததா எனக் கேட்கலாம். இத்தாலி, ஜெர்மனியில் பாசிசத்தைத்

தொடர்ந்து வந்த ஆட்சிகளில், பாசிச நலவாழ்வுச் சட்டங்கள் தொடர்ந்து கைக்கொள்ளப்பட்டன. நலவாழ்வு நிர்வாகத்தில் பெண்கள் மேற்கொண்ட பெரும்பங்கு போருக்குப் பின்னும் பெண்கள் பொதுவாழ்வில் ஈடுபடுவதற்கான முன்தயாரிப்பாக இருந்திருக்கக் கூடிய வாய்ப்புண்டு; மோஸ்லே, கீனெசிய(Keynes) பொருளாதாரத்தில் கொண்டிருந்த ஈடுபாடு, போருக்குப் பிந்தைய சமூக ஜனநாயகத்தை எதிர்பார்த்திருக்க வைத்திருக்கலாம். பாசிச ஒய்வுநேரத் திட்டங்கள் தொழிலாளர்களை 'வர்க்க உணர்விலிருந்து கீழிறக்கி' போருக்குப் பிந்தைய தனிமனித நுகர்வுச் சமூகத்திற்கு ஆயத்தப்படுத்தியது என வரலாற்று அறிஞர்கள் கருத்துத் தெரிவித்துள்ளனர். இம்மாதிரியான தொடர்ச்சிகள், எல்லா ஆட்சிகளிலும் நிலவிய தவிர்க்கவியலாத 'நவீனமயமாக்கல்' போக்கிற்குச் சாட்சியங்கள் எனக் கொள்ள முடியாது. அவை தற்செயலானவை; எதிர்ப்பார்க்கப்படாதவை. குறிப்பிட்ட வரலாற்று காரணங்களின் விளைவுகள்; நிலை மைகள் மாறினால், மாறியிருக்கக்கூடியவை.

மேலும், தொடர்ச்சி குறித்த கேள்வி சிக்கலானது. பாசிச நலவாழ்வுத் திட்டங்கள் தீவிரவாதம், அரசியல் பாரபட்சம், இனவாதம் ஆகியவற்றின் அடிப்படையில் உணர்வுபூர்வமாக உருவாக்கப்பட்டவை. முற்போக்கு ஜனநாயக ஆட்சிகளின் திட்டங்களிலிருந்து வேறுபட்டவை. பிந்தைய ஆட்சிகள் பொதுமைக் கொள்கையை ஏற்று, அனைத்துத் தனிநபர்களுக்கும் சமமாக நடத்தப்படும் உரிமை உண்டு என்பதை ஆதரிப்பவை. ஆனாலும், பாசிச சமூகக் கொள்கைகளின் பாரபட்சப்போக்குகள், நவீன அமைப்புகளின் அடிநீரோட்டமாக இருக்கத்தான் செய்கின்றன. அதனால்தான் தேசிய - மக்கள்விருப்புவாதிகள் வெளிப்படையாகப் பாரபட்சத்தை ஆதரிக்க வளமான களம் கிடைக்கிறது.

'நவீனம்' என்பதை உறுதியாக வரையறை செய்வதில் சிரமம் இருப்பதால், பாசிஸ்டுகள் நவீனமயமாக்கலை எப்படிப் 'புரிந்து கொண்டனர்' (அதுகுறித்து யோசித்தார்களா என்பது உட்பட) என்பதைப் பார்ப்பது மற்றொரு அணுகுமுறையாகும். தேசம், வர்க்கம் சார்ந்த சார்புகள் குறித்துப் பல்வேறு கருத்துகள் நிலவுவதுபோல, நவீனமாதலைக் குறித்தும் வேறுபட்ட கருத்துகள் உள்ளன. கடந்த இரு நூற்றாண்டுகளில் எழுந்த புது

நிகழ்வுகளை எதிர்கொள்வதற்கான பல வழிகளில் பாசிசமும் ஒன்றாகும்.

நவீனம், அறிவியல் எனப் புரிந்துகொள்ளப்பட்ட கருத்து களின் ஒரு பகுதியால் எழுச்சி பெற்ற உலகப்பார்வையைப் பாசிஸ்டுகள் ஆதரித்தனர். சமூக டார்வினிசம், அதன் பிரெஞ்சு பதிலியான லமார்க்கியனிசம், கூட்டு உளவியல், சமூக உயிர்மரபணுவியல், கூட்டத்தின் அறிவியல், தொன்மங்களின் ஆய்வு ஆகியவற்றில் இருந்து பாசிஸ்டுகள் தமது கருத்துகளைப் பெற்றனர். இந்த 'அறிவியல்', ஊகங்களையும் ஒன்றிணைத்தது தேச அல்லது இனப் பண்புநலன்கள் பற்றிய கருத்தில் ஆகும். இந்த 'அறிவியல்', தேசம் தன்னுள் வலிமையாகவும் ஒருமுகப்பட்ட தாகவும் இருக்கவேண்டும் என்ற நம்பிக்கையைக் கொண்டிருந்தது. அப்போதுதான் தவிர்க்கவியலாத சீரழிவுப்போக்கை எதிர் கொண்டு, சர்வதேச வாழ்வா? சாவா? போராட்டத்தில் தப்பி வாழ முடியும் என நம்பியது. இந்த விஷயத்தில் பாசிஸ்டுகள் கலைத் துறை நவீனத்துவத்தின் கருத்துகளின் மூலம் எழுச்சி பெற்றனர். இந்த உலகம் இருண்ட, பயங்கரமான இடம்; எதுவுமே நிரந்தரமாக இல்லாத இடம்; இருந்தாலும் கலைஞனின் தனித் திறமைகள் மூலம் புதுவிளக்கம் பெறமுடியும். இவ்வுலகைக் கட்டுப்படுத்தவும் முடியும் என்பதே கலைப்புல நவீனத்துவம் முன்வைத்த கண்ணோட்டம்.

எல்லா வர்க்கத்தினர் மற்றும் இருபாலினத்தார் இடையே உள்ள இனரீதியாக ஏற்கக்கூடிய அம்சங்களை, தேசநலனுக்காக ஒன்றிணைக்க வேண்டும்; தேச எல்லைக்குள் அல்லது ஆட்சி எல்லைக்குள் பொருளாதாரத் தன்னிறைவு பெறப் போரிடவும் இவை ஒன்றிணைதல் அவசியம் எனப் பாசிசம் அறைகூவல் விடுத்தது. அழுத்தங்கள் சிறிது மாறுபட்டாலும் எல்லாப் பாசிஸ்டு களும் ஒரு தேசம் நவீன மாற்றங்களைத் தேசிய மரபுகளுக் குட்பட்டுச் சமரசம் செய்து கொள்ளலாம் எனக் கருதினர். கிராமப் புற, நகர்ப்புறத் தேவைகளைச் சமநிலைப்படுத்த முயன்றது இதற்கொரு எடுத்துக்காட்டாகும். நாமறிந்தவரை இது அறிவியல் அல்ல. ஆனால், பல பாசிஸ்டுகள் தங்கள் திட்டத்தை நவீன உலகை எதிர்கொள்வதற்குத் தேவையான எதிர்வினையாகக் கருதினர். பிறர் அதனை மரபு - நவீனத்திற்கிடையேயான சமரசம் என்றனர். இந்த நிச்சயமற்ற தன்மையைத் தாண்டி நாம் செல்ல

முடியாது. பாசிசம் முரண்பாடுகள் கொண்ட, ஒன்றுடன் ஒன்று தொடர்பும் எதிர்ப்பும் கொண்ட தத்துவங்கள் மற்றும் செயல் பாடுகளின் குவியல். அதனை நேரடியான மரபு - நவீனம் போன்ற எதிர்வுகளாகப் பிரித்தறிய முடியாது.

பாசிசமும் பாசிச எதிர்ப்பும்

முன்னெப்போதும் இல்லாத சகிப்புத்தன்மையற்ற சூழல், வன்முறை மற்றும் நாஜிகளின் அழித்தொழிக்கும் இயல்பு ஆகியவற்றின் காரணமாக, பாசிசத்தை அற (moral) அடிப்படையில் அணுகுவதே முறையானது என்று கொள்ளலாமா? நாம் வெளிப்படையான பாசிச எதிர்ப்பு நிலைபாட்டிலிருந்துதான் எழுத வேண்டுமா? பாசிசம் மீண்டும் நிகழக்கூடாது என்ற நோக்கத்தில்தான் பாசிசம் பற்றி எழுத வேண்டுமா?

இவற்றுக்கான விடைகள் எளிதானவையல்ல. பாசிசத்தை கல்விப் புலரீதியாக ஆய்வு செய்வதற்கும் அறவியல்ரீதியில் மதிப்பீடு செய்வதற்கும் இடையே உள்ள வேறுபாட்டிலிருந்து நாம் தொடங்கவேண்டும். கல்வித்துறை அறிஞர்கள் பாசிசம் என்ற கருத்தாக்கத்தைக் கொண்டு, பழங்காலம், எதிர்காலத்தைப் புரிந்து கொள்ளவும் பாசிசத்தின் 'ஏன்?' 'எப்படி?' போன்ற வினாக்களை விளக்கவும் முயல்கிறார்கள். வரலாற்றியலாளர், சமூகவியலாளர், அரசியல் அறிஞர்கள் ஆகியோர் அவரவர் புலமைத் திறன் மூலம் இம்மாதிரி வினாக்களுக்குப் பதிலிறுக்கக் கூடியத் தனித்திறம் கொண்டுள்ளனர் என்பது நமது நல்ல காலம். ஆனால், எப்படி 'இருந்திருக்கவேண்டும்', 'எப்படி இருக்க வேண்டும்' என்ற விஷயத்தில் அறிஞர்களுக்கு எந்த ஏகபோக உரிமையும் கிடையாது. கடந்தகால ஆய்விலிருந்து ஒழுக்க மதிப்பீடுகளைக் கடைந்தெடுக்க முடியாது. பாசிசத்தின் நடவடிக்கைகளை வரலாற்று ஆசிரியர்கள் மிகப் பயங்கரமாகச் சித்திரிக்கலாம். வாசகரும் எழுத்தாளரின் அறவியல் மதிப்பீட்டைப் பகிர்ந்து கொள்பவராக இருந்தால், பாசிஸ்டுகளின் செயல்பாடுகளைக் 'குற்றங்களாகக்' கருதுவார்கள். ஆனால் நல்லொழுக்க நீதிபதிகளாக அறிஞர்கள் இருக்க முடியாது.

ஒழுக்கபோதம் செய்ய மறுக்கும் அறிஞர்களை, தங்கள் கடமையிலிருந்து வழுவுவதாகக் கருதுபவர்கள் இதனை எதிர்க்கலாம். பாசிசத்தின் வளர்ச்சி பற்றித் தங்களுக்கு அக்கறை

இல்லை என அறிவுத்தனமான நடுநிலைமை வாதத்தைத் தொழில் முறை கல்வியாளர்கள் பயன்படுத்தவில்லையா? அதைவிடக் கேவலமாக, பாசிசக் கொள்கைகளை நியாயப்படுத்தத் தங்கள் புலமைத் தேர்ச்சியைப் பயன்படுத்தவில்லையா? இவை எல்லாம் உண்மைதான். ஆனால் இந்நூலில் பாசிசம் குறித்து நான் முன்வைத்துள்ள அணுகுமுறை அறவியலைத் துறந்த முறையியல் அல்ல.

முதலில், ஒழுக்கம் சமூகத்தின் 'அனைத்து' உறுப்பினர்களுக்கு மான கேள்வி. குடிமக்கள் என்ற வகையில், கல்வியாளர்களுக்கும் தீர்மானங்களைச் செய்யும் உரிமையும், கடமையும் உண்டு. குடிமக்கள் என்றவகையில் இதனைச் செய்கிறோம் என்பதை அவர்கள் நினைவில் கொள்ளவேண்டும். இப்படித்தான் இருக்கவேண்டும் என்ற வாதத்தில் தமக்குத் தனிப்பட்ட சிறப்பான புரிதல் இருப்பதாகக் கல்வியாளர்கள் கருதுவது செருக்கின் வெளிப்பாடு. அதிகபட்சம், வரலாற்றியலாளர்கள் கடந்தகால ஒழுக்க மதிப்பீட்டுத் தேர்வுகளில் உள்ள சிக்கல் களைச் சுட்டிக்காட்டலாம்; சமூகவியலாளர்கள், அரசியல்துறை வல்லுநர்கள் ஜனநாயக கட்டுப்பாட்டில் அரசாங்கக் கொள்கை உருவாக்கம், மதிப்பீடு குறித்த புரிதலில் பங்களிப்புச் செய்யலாம்.

சொல்லப்போனால், ஜெர்மன், இத்தாலிய கல்வித்துறை யாளர்கள் தங்கள் 'அறிவியல்பூர்வ' அணுகுமுறைகள் அவர் களுக்குப் பொதுநன்மை குறித்த சிறப்பான அறிவைத் தந்ததாக நம்பினார்கள். எனவே, மக்களின் வாழ்வில் அவர்களது ஒப்புதல் இன்றித் தலையிடத் துணிந்தனர். மருத்துவ அறிவு, அறவியல் கேள்விகளுக்குத் தீர்வளிக்கும் என்ற நம்பிக்கை இருந்ததால், மருத்துவர்கள் யூத இனப் படுகொலையில் பங்கேற்கத் துணிந்தனர். அதுபோலவே, பாசிஸ்டுகளும் அவர்களது வாரிசு களும் அறிவியலையும் ஒழுக்கத்தையும் குழப்பிக் கொண்டு, 'அ' பிரிவினர் இன்னின்ன நாட்டில், இத்தனை இத்தனை நூற்றாண்டுகள் வாழ்ந்தனர் என்பதால், 'அ' பிரிவினர் 'மட்டுமே' அங்கு வாழவேண்டும் என வாதிடுகின்றனர்.

இரண்டாவதாக, நாஜிசம், பாசிசத்தை ஆதரித்த தொழில் முறைக் கல்வியாளர்களின் முறையியல், இங்கு கூறுவதிலிருந்து அடிப்படையிலேயே வேறுபட்டது. பெரிய அளவு தன்னிறைவில்

திளைக்க முடியாது என்றாலும்கூட, சமகால கல்வியாளர்கள் கூடியவரை, எதையும் பரிசீலனையின்றி ஏற்கமுன்வருவதில்லை. அவர்கள் தமது ஊகங்கள், தமது சகபணியாளர்களின் ஊகங்கள் ஆகியவற்றை வரன்முறைப்படி விமரிசனம் செய்கிறார்கள். அவரவர் ஆய்வுகளில் தொழிற்படும் ஏற்றுக்கொள்ளப்படாத பாரபட்சங்களை அம்பலப்படுத்த முயல்கிறார்கள். எல்லா நேரமும் வெற்றி பெறுவதில்லை என்பது உண்மைதான்.

மாறாக, பாசிசம், நாஜிசத்தோடு ஒத்துழைத்த இத்தாலிய, ஜெர்மானிய தொழில்முறைக் கல்வியாளர்கள், குறிப்பிட்ட உலகப்பார்வை விமரிசனத்திற்கு அப்பாற்பட்டது என்ற ஊகத்தோடுதான் தொடங்கினர். எடுத்துக்காட்டாக, இத்தாலிய வரலாற்று ஆய்வாளர்கள் வரலாற்றைச் சரிவரப் புரிந்துகொள்ள தேசிய அரசின் வளர்ச்சியை அறிவது அடிப்படை எனக்கருதினர். தேசத்திற்கென அடிப்படைப் பண்புகள் உண்டு; அவற்றைப் பாதுகாப்பது தேசியக் கொள்கையின் நோக்கமாக இருக்க வேண்டும் எனக் கருதினர். அதேபோல, ஜெர்மானிய அறிஞர்கள் தங்களது வரலாற்றை இனமயமாக்கபபட்ட மக்கள் என்ற கருத்தியலின் மீது கட்டமைத்தனர். எனவே நாஜிசத்தோடு இணைந்து செயல்பட விரும்பி முன்வந்தனர்.

குறைந்தபட்ச பரிசீலனையிலேயே நொறுங்கிவிடக்கூடிய வெறும் பாரபட்ச உணர்வுதான் தேசப் பண்புநலன் என்ற கருத்து. பாசிஸ்டுகளின் அறிவியல், மதவெறிக்கும் சற்றுக் கூடுதலான வெறியை அமைப்பிற்குள் தட்டி எழுப்புவதாகும். முறையான அறிவுப்புல அணுகுமுறை, அடிப்படையில் பாசிச எதிர்ப்பு முறையே ஆகும். ஏனெனில், பாசிஸ்டுகள் விமரிசனத்துக்கு அப்பாற்பட்டதெனக் கருதுபவற்றை அவர்கள் ஐயத்தோடு அணுகுபவர்கள். இப்படிச் சொல்வதனால், ‘கோட்டை உச்சியில்’ அமர்ந்து கொண்டு பட்டும்படாமலும் ஆய்வு செய்யும் கல்விப்புல ஆய்வியலை ஆதரிப்பதாக ஆகாது; உலகம் தம்மைச் சுற்றித் தகர்ந்துகொண்டிருக்கும்போது, கல்வி ஈடுபாட்டைத் தொடரும் மெத்தனத்தை நியாயப்படுத்துவதல்ல இதன் நோக்கம். கடந்த காலம் குறித்து நாம் எழுப்பும் கேள்விகள், நமது இன்றைய அறவியல் காரணிகளால் எழுவதே என்பது இதற்கான ஒரு பதில். எனவே, பாசிசத்தை எதிர்ப்பதற்கான வலுவான முறைகள் யாவை? எதிர்காலத்தில் பாசிசத்தை எதிர்க்க எவையெவை

உதவும்? என்பதற்காகப் பாசிசத்தைக் கற்பது நியாயமானதே! (பாசிசத்தை புத்துயிர்ப்புச் செய்யச் சிலர் அதனைக் கற்கக்கூடும் என்பது வருத்தம் தரக்கூடியது.) இருந்தாலும், பாசிசத்தைக் கற்பது மட்டுமே, பாசிச எதிர்ப்பு வழிமுறைகளைத் தராது என்ற எச்சரிக்கை உணர்வும் நமக்குத் தேவை.

முதலாவதாக, தொடக்கத்திலிருந்தே வலியுறுத்தியது போல, பாசிசக் கருத்தாக்கத்தைப் பயன்படுத்திக் குறிப்பிட்ட நிகழ்வு களைக் குறித்து ஓரளவு புரிதலே பெறமுடியும்; தனிப்பட்ட இயக்கம் ஒவ்வொன்றும் குறிப்பிட்ட சூழலுகேற்ற தன்மை களைக் கொண்டிருக்கும். பாசிசத்திற்கு 'தூய' எடுத்துக்காட்டு இல்லை என்பதனால், பாசிசத்தை ஒட்டிப் பிறக் கருத் தாக்கங்களையும் பயன்படுத்தவேண்டும். பாசிச இயக்கம் உள்நாட்டு நிலைமைக்கேற்ப 'மாறுகிறது' என்பதல்ல இங்குள்ள சிக்கல். அப்படிச் சொன்னால், அவ்வியக்கம் பாசிச மையத்தையும் பிற இரண்டாம்பட்சக் கூறுகளையும் கொண்டுள்ளதாகப் புரிந்துகொள்ளப்படும். ஆனால், ஓர் இயக்கத்தின் தனிப்பட்ட மற்றும் பொதுமைக் கூறுகளைப் பிரித்துணர்ந்து, அவற்றின் முக்கியத்துவத்தைக் கூறுவது சாத்தியமல்ல. ஓர் இயக்கத்தின் குணாம்சத்திற்கு இரண்டுமே முக்கியமாகிறது. தனிப்பட்ட இயக்கங்களைப் புரிந்துகொள்ளப் பல்வேறு கருத்தாக்கங்களைப் பயன்படுத்தவேண்டும்; பாசிசங்கள் போலவே, பாசிச எதிர்ப்பு களும் நிறைய உள்ளன என்பதை ஏற்றுக்கொள்ள வேண்டும். வரலாற்றுபூர்வ பாசிசத்தின் ஆய்வு அடிப்படையில் மட்டுமே கவனம் செலுத்தினால், இன்றைய தீவிர வலதுசாரிகளின் புதிய அம்சங்களைக் கணக்கில் எடுக்க இயலாது போய்விடும்.

இரண்டாவதாக, பாசிச எதிர்ப்பு அணுகுமுறையை விரித் துரைக்க, பாசிச எதிர்ப்பு - பாசிசம் இரண்டைக் குறித்தும் பரிசீலனை செய்யவேண்டும். அப்பொருள் இந்நூலின் எல்லைக்கு அப்பாற்பட்டது. ஆனால், வரலாற்றியல் ஆய்வு, எந்தவொரு தனி அணுகுமுறையும் பாசிசத்தை எதிர்ப்பதில், பொதுவில் வலுவோடு இருப்பதாகக் கூறமுடியாது என்பதைக் காட்டியுள்ளது எனக் கூறமுடியும். பாசிச அமைப்புகளைத் தடைசெய்வது சிலசமயம் பலனளிக்கும்; சிலசமயம் பலனளிக்காது. இனவாதப் பிரச்சாரத்திற்காக தண்டனை அளித்தால் அது இனவாதத்தை மட்டுப்படுத்துமா? அல்லது 'அநியாயமாக' பலியானவர்பால்

பரிவை வளர்க்குமா? என தெளிவாகக் கூற இயலாது. பழமை வாதிகள் தேர்தல் களத்தில் இனவாதத்தை ஆதரிக்கப் பாசிஸ்டுகளை ஆதரிக்காமல் இருந்த நேரங்களும் உண்டு; பாசிசத்தை நியாயப்படுத்திய காலமும் உண்டு. பாசிசத்தை ஆதரிக்கக்கூடிய போக்கு கொண்டவர்கள், அவர்களது சிக்கல்களைத் தீர்த்துக் கொள்ள நல்ல மனிதாபிமான மாற்றுவழிகள் வழங்கப்பட வேண்டும் என்பது மட்டும் தெளிவாகிறது. ஆனால், இந்த மாற்று புரட்சிகரமானதாகவோ (மார்க்சிஸ்டுகள் கோருவது போல) ஜனநாயகமானதாகவோ இருக்கவேண்டும் என்ற கட்டாயமில்லை.

இறுதியாக, நாம் தேர்ந்தெடுக்கும் போர்தந்திரங்கள் நமது மதிப்பீட்டுத் தெரிவுகளின் அடிப்படையில் தீர்மானிக்கப்படும். பாசிசத்தை எதிர்ப்பதற்கு உகந்த அணுகுமுறை எது? கடந்த காலத்தில் நடந்தவை பற்றிய அறிவியல் புல முடிவுகள் யாவை? போன்றவற்றுக்கான பதில்கள் அத்தெரிவுகளில் அடங்கும். எடுத்துக்காட்டாக, பாசிசத்தை எதிர்க்க, அதன் இனவாதத்தை ஏற்றுக்கொள்வது என்பது தார்மீக நியாயத்திற்கு உட்படுமா? என்பது போன்ற கேள்விகள் சமூகம் முழுமைக்குமானது; கல்வியியலாளர்களுக்கானது மட்டுமல்ல.

பாசிசத்திற்கான சாத்தியங்கள் இன்று எவ்வாறு உள்ளன? வரலாற்றிலிருந்து நாம் கற்றுக்கொண்ட பாடம் உண்டென்றால், அது எதிர்காலத்தைக் கணிப்பது எப்படி என்பதைத்தான். இதுவரை எந்த இயக்கமும் வெளிப்படையாக வரலாற்றிய பாசிசத்தின் உடையுடுத்தி வந்து அரசியலில் முக்கிய உடைப்பை ஏற்படுத்த வில்லை. இந்த தோல்விக்கான விளக்கம், பாசிசம் மக்கள் மனதில் பீதியைக் கிளப்புகிறது என்பது மட்டுமல்ல; போருக்கு இடைப்பட்ட காலத்தின் பல அம்சங்கள் சமகால சமூகத்தில் இல்லை என்பதாலும்தான். எடுத்துக்காட்டாக, உயர்மரபணுவியல் மேம்பாட்டில் நம்பிக்கை கொண்ட மருத்துவத் தொழில் வல்லுநர்கள், 'உள்நாட்டு' மக்கள் தொகையில் பிறப்புவிகித உயர்வும் பொருளாதாரத் தன்னிறைவும் தேசப் பாதுகாப்பை உறுதிப்படுத்தும் என்ற எண்ணம், மற்றும் இராணுவ உடுப்பு, பேரணிகளில் இளைஞர்களின் ஈர்ப்பு ஆகியவை இக்காலத்தில் தென்படுவதில்லை. இருந்தாலும், பல மேலைய நாடுகளில் புதிய - நாஜி இயக்கங்கள் உள்ளன. பாசிசம் 'கிடைக்கக்கூடிய

தேர்வாக' இருந்து கொண்டுதான் உள்ளது. மேலும், போருக்கு இடைப்பட்ட காலச்சூழலிருந்து மாறுபட்ட காலச்சூழலில் பாசிஸ்டுகள் அதிகாரத்துக்கு வரமாட்டார்கள் என்று முடிவுசெய்ய எந்த ஆதாரமும் இல்லை. நவீன சமூகம் நலிவடைந்த நம்பிக்கை மற்றும் சமரசப் பேச்சின் கூட்டு வலையை நம்பியுள்ளது. அவை மிக எளிதாக உடைந்து விழலாம்.

இப்போதைக்கு, முறையான பாசிசத்தைவிட தேசிய-மக்கள் விருப்புவாதம் வரக்கூடிய வாய்ப்பு அதிகம் என்பதை பிரான்ஸ், சுவிட்சர்லாந்து, டென்மார்க், ஆஸ்திரியா, அமெரிக்கா மற்றும் ரஷ்யாவில் வளர்ந்து வரும் தீவிர வலதுசாரிகளின் எழுச்சி காட்டு கிறது. மேலை உலகில் நிலவும் இனவாதம், இஸ்லாமியத்தைக் கோரமாகச் சித்திரித்தல், உலகமயமாக்கம் தேசிய அரசுகளைச் சிதைக்ககூடும் என்ற பயம், குடியேறிய மக்கள் ஏதோவொரு வகையில் வரையறை செய்யப்படும் தேசிய அடையாளத்திற்கு குந்தகம் விளைவிப்பார்கள் என்ற கருத்து மற்றும் எல்லா அரசியல் வாதிகளும் ஊழல் மிக்கவர்கள் என்ற எண்ணம் ஆகியவை மேலும் பல வெற்றிகள் வலதுசாரிகளுக்கு உள்ளன என்பதைக் காட்டுகின்றன. ஜனநாயகம் ஆழ வேரூன்றி உள்ளதால், தீவிர வலதுசாரிகள் அதிகாரத்துக்கு வரமுடியாது என்று மெத்தனமாக இருப்பது சாத்தியமல்ல. ஏனெனில், ஜனநாயகமும் பாரபட்ச மான சார்புகளுக்கு அப்பாற்பட்டதல்ல. ஜனநாயகம் ஆழமாக வேரூன்றி உள்ளது என்பது உண்மைதான். ஆனால் எல்லா மனிதர் களும் சமமாக நடத்தப்படவேண்டும் என்ற நம்பிக்கையோடு அது தொடர்புபடுத்தப்படவில்லை என்பதுதான் எதார்த்தம். பலரைப் பொறுத்தவரை, ஜனநாயகம் பெரும்பான்மையினர் விரும்புவதைச் செய்யும் உரிமையளிப்பது; தேசிய மக்கள் விருப்புவாதம் இந்த நம்பிக்கையை வெற்றிகரமாகப் பயன்படுத்திக் கொள்கிறது.

2002 ஜனாதிபதி தேர்தலில் இரண்டாம் சுற்றுவரை வென்ற ஜூன் - மாரி லா பென்னின் வெற்றி, ஐரோப்பாவின் சில பகுதி களில் ஆழப்பதிந்துள்ள தேசிய மக்கள் விருப்புவாத இனவாதத்தின் வலுவைக் காட்டியது; ஆனால் இரண்டாம் வாக்கெடுப்பில் அவர் படுதோல்வி அடைந்தது தீவிர வலதுசாரிகளுக்கு எதிராக சமூகத்தின் பிறபகுதியினரிடம் உள்ள எதிர்ப்பைக் காட்டுகிறது. தீவிர வலதுசாரிகளின் 'தேர்தல்' தந்திரத்தின் இலாபகரமான போக்கும் அதன் எல்லைகளும் அம்பலப்படுத்தப்பட்டன. தேசிய

மக்கள் விருப்புவாதிகள் மக்கள்தொகையின் பெரும் பகுதியினரைக் குடியேற்றத்தை முடிவுக்குக் கொண்டுவந்தும், பெண்களை வீட்டிற்கு திரும்ப வைத்தும், எல்லாச் சமூகபொருளாதார சிக்கல்களைத் தீர்த்துவிடுவதாக நம்பவைக்க முடியுமா என்பது சந்தேகம்தான். மேலும், மக்களில் பலருக்கு ஜனநாயகத்தின் பலன்கள் 'தம்மைப் போல் இல்லாதவரைச்' சென்றடைகிறதே என்ற உளவியல் அங்கலாய்ப்பும் ஏதோவகையில் அவர்கள் 'தகுதியற்றவர்கள்' என்ற எண்ணமும் இருந்தபோதிலும் இந்த பலன்களை விட்டுக் கொடுக்கத் தயாராக இருக்கமாட்டார்கள். பெண்கள் வேலைச் சந்தையிலிருந்து விரட்டப்பட்டால் மகிழ்ச்சி அடைவார்களா? குடியேறியவர்கள் வெளியேற்றப்பட்டால் ஏற்படக்கூடிய உழைப்பாளர் பற்றாக்குறையையும் வாங்கும் சக்தி இழப்பையும் சமாளிப்பது எப்படி? இத்தகைய தவிர்க்கவியலாத சிக்கல்களை அமைதியான முறையில் 'தீர்க்கலாம்' அல்லது வன்முறை-எதிர்வன்முறை வட்டம் மீண்டும் ஏவப்படலாம். அதிகாரத்துவமோ, முழுமையான பாசிசமோ கூட மேலெழும்பலாம்!

பார்வை நூல்கள்

Hannah Arendt, *The Origins of Totalitarianism* (Harcourt, Brace & Co., 1951)

Bessel, Richard(ed.), *Fascist Italy and Nazi Germany: Comparisons and Contrasts* (Cambridge University Press,1996)

Blinkhorn, Martin, *Fascists and Conservatives:The Radical Right and the Establishment in Twentieth-Century Europe* (Unwin Hyman, 1990)

Blinkhorn, Martin, *Fascism and the Right in Europe 1919-1945* (Longman, 2000)

Bosworth, R.J.B., *The Italian Dictatorship:Problems and Perspectives in the Interpretation of Mussolini and Fascism* (Arnold, 1998)

Burleigh, Michael and Wolfgang Wippermann, *The Racial State, Germany 1933-1945* (Cambridge University Press,1993)

Burleigh, Michael, *The Third Reich: A New History* (Macmillan, 2001)

De Grand, Alexander, *Italian Fascism:Its Origins and Development* (University of Nebraska Press, 1982)

De Grazia, Victoria, *How Fascism Ruled Italian Women:Italy, 1922-1945* (University of California Press, 1992)

Dobratz, Betty E.and Stephanie L.Shanks-Meile, *'White Power, White Pride': The White Separatist Movement in the United States* (Johns Hopkins University Press,2000)

Durham, Martin, *The Christian Right, the Far Right and the Boundaries of American Conservatism* (Manchester University Press, 2000)

Eatwell, Roger, *Fascism: A History* (Vintage, 1996)

Eatwell, Roger, 'Towards a New Model of Generic Fascism', *Journal of Theoretical Politics*, 4 (1992), pp.161-194

Peter Fritzsche, 'Nazi Modern', *Modernism/Modernity*, 3(1) (1996), pp.1-21

Griffin, Roger, *The Nature of Fascism* (Pinter, 1991)

Griffin, Roger, *Fascism* (Oxford University Press, 1995)

Griffin, Roger, *International Fascism: Theories, Causes and the New Consensus* (Arnold, 1998)

Laclau, Ernsto, 'Fascism and Ideology' and 'Toward a Theory of Populism' in *Politics and Ideology in Marxist Theory: Capitalism, Fascism, Populism* (NLB, 1977)

Ioanid, Radu, *The Sword of the Archangel: Fascist Ideology in Romania*, tr. Peter Heinegg (East European Monographs, 1990)

Kershaw, Ian and Moshe Lewin (eds.), *Stalinism and Nazism: Dictatorships in Comparison* (Cambridge University Press, 1996)

Kershaw, Ian, *Hitler*, 2 vols (Allen Lane, 1998-2000)

Koonz, Claudia, *Mothers in the Fatherland: Women, the Family, and Nazi Politics* (St Martin's Press, 1987)

Mosse, George L., *The Fascist Revolution: Towards a General Theory of Fascism* (Howard Fertig, 1999)

Passmore, Kevin (ed.), *Women, Gender and Fascism in Europe, 1919-1945* (Manchester University Press, 2002)

Payne, Stanley, *A History of Fascism 1919-1945* (University of Wisconsin Press, 1995)

Renton, Dave, *Fascism: Theory and Practice* (Pluto Press, 1999)

Simmons, Harvey G., *The French National Front: The Extremist Challenge to Democracy* (Westview, 1996)

Woolf, S.J., *Fascism in Europe* (Methuen, 1968)

குறிப்புகள்

குறிப்புகள்

குறிப்புகள்

மான்.ஃப்ரட் பி. ஸ்டெகர்
உலகமயமாக்கல்
மிகச் சுருக்கமான அறிமுகம்

தமிழில்

க. பூரணச்சந்திரன்

நமது காலத்தில் அனைவரும் முணுமுணுக்கும் சொல்லாக மாறிவிட்டிருப்பது 'உலகமயமாக்கம்'. கடந்த சில பத்தாண்டுகளில் விரைவுபட்டதாகவும், ஆழப்பட்டதாகவும் கூறப்படுகின்ற பொருளாதார, அரசியல் கலாச்சார, கருத்தியல், சுற்றுச்சூழல் செயல்முறைகளை விளக்குகின்றதாக இச்சொல் அமைகிறது.

உலகளாவிய, பிரதேச, வட்டாரச் சமூக வாழ்க்கையின் கூறுகளை உள்ளடக்கிய பன்முகப்பட்டதொரு செயல்முறையாக, புரியக் கூடிய மொழியில் 'உலகமயமாக்க'லை மான்.ஃபிரட் பி.ஸ்டெகர் முன்வைக்கிறார். இது ஒரு புதிய நிகழ்வுதானா என்று ஆராயும் அவர், வகுப்பறைகள், அரங்க அமர்வுகள், தெருக்கள் போன்ற இடங்களிலும் உலகமயமாக்கலை நல்லதென்றோ கெட்டதென்றோ வாதித்த – குறிப்பாக, செப்டம்பர் 11ஆம் நாளின் பயங்கரவாதத் தாக்குதலின் பின்னர் ஏற்பட்ட – சூடான விவாதத்தினையும் ஆராய்கிறார்.